ஐந்து முதலைகளின் கதை

AF756322

சரவணன் சந்திரன்

சரவணக்குமார் என்கிற இயற்பெயரைக் கொண்ட, தொழில்முறை ஹாக்கி விளையாட்டு வீரரான இவர் சென்னை கிறித்துவக் கல்லூரியில் இளங்கலை தமிழ் படித்தவர். மதுரை, தேனி, கோவில்பட்டி எனப் பல ஊர்களைச் சொந்த ஊராகக் கொண்ட இவர் தற்போது சென்னையில் வசிக்கிறார். ஆறாம் திணை, மின்தமிழ், காலச்சுவடு, இந்தியா டுடே போன்ற அச்சு மற்றும் மின் ஊடகங்களில் பணிபுரிந்த இவர் கடந்த பத்தாண்டுகளுக்கும் மேலாக காட்சி ஊடகத்தில் பணிபுரிந்திருக்கிறார்.

விஜய் டீவி, ஜீ தமிழ் போன்ற காட்சி ஊடகங்களில் பல்வேறு நிகழ்ச்சிகளில் பல்வேறு பொறுப்புகளில் இருந்திருக்கிறார். ஜீ தமிழில் ஒளிபரப்பாகி வரும் 'சொல்வதெல்லாம் உண்மை' நிகழ்ச்சியைத் துவக்கியவரும் இவரே. அதன் இயக்குநர் பொறுப்பில் இருந்த இவர், தமிழ் தி ஹிந்து, உயிர்மை, ஆனந்த விகடன், மின்னம்பலம் உள்ளிட்ட பல்வேறு பத்திரிகைகளுக்கு கட்டுரைகளும் எழுதி வருகிறார். அச்சு ஊடகம், மின் ஊடகம், காட்சி ஊடகம் என ஊடகங்களின் பல்வேறு வகைகளிலும் இவரது பங்களிப்பு இருந்திருக்கிறது என்பது குறிப்பிடத்தக்கது.

சென்னையில் நவநாகரிக மீன் அங்காடியகம் ஒன்றையும் கடந்த பத்தாண்டுகளாக நடத்திவருகிறார். வேளாண்மையைத் தொழில் முறையாகச் செய்துகொண்டிருக்கிறார்.

ஆசிரியரின் நூல்கள்

ஐந்து முதலைகளின் கதை

ரோலக்ஸ் வாட்ச்

வெண்ணிற ஆடை

அஜ்வா

மதிகெட்டான் சோலை

பாவத்தின் சம்பளம்

பார்பி

எக்ஸ்டஸி

ஐந்து முதலைகளின் கதை

சரவணன் சந்திரன்

கிழக்கு

ஐந்து முதலைகளின் கதை
Aindhu Mudhalaigalin Kathai

Kizhakku First Edition: December 2017
192 Pages

ISBN 978-81-8493-842-5
Kizhakku - 1066

Kizhakku Pathippagam
177/103, First Floor,
Ambal's Building, Lloyds Road,
Royapettah, Chennai 600 014.
Ph: +91-44-4200-9603

Email : support@nhm.in
Website : www.nhm.in

Author's Email: saravanamcc@yahoo.com

Cover Design: Santhosh Narayanan

Cover Photograph: Prabhu Kalidas

Kizhakku Pathippagam is an imprint of New Horizon Media Private Limited.

பவித்ராவிற்கு...

முன்னுரை

சரவணனின் சாகச ஆர்வம்

சரவணன் இளம் நிருபராக எனக்கு அறிமுகமானார். விரைவிலேயே துடிப்பான, சற்றே ஆர்வம் மிகுதியான, இளம் நிருபராக அடையாளம் பெற்றார். 'உலகத் தமிழ்' இணைய இதழ், 'காலச்சுவடு' ஆகிய ஊடகங்களின் ஆசிரியர் குழுக்களில் நான் பணிபுரிந்துகொண்டிருந்த போது 'மின் தமிழ்' என்னும் காணொலி இதழ் எங்கள் மேற் பார்வையில் வெளிவந்துகொண்டிருந்தது. குறுந்தகடு வடிவில் வெளியான அந்த இதழின் ஆசிரியர் நண்பர் தனபாலுக்காக அந்த இதழின் பணிகளை ஒருங்கிணைத்து வந்தோம். இன்றைய தரத்திலும் வீச்சிலும் இணைய நாளில் (2002) மிகவும் புதுமையானதாகப் பார்க்கப்பட்ட 'மின் தமிழ்' இதழில் நிருபராகச் சேர்ந்தார் சரவணன். 'மின் தமிழ்' திட்டம் சில பல காரணங்களால் தொடர முடியாமல் போக, சரவணன் 'உலகத் தமிழ்', 'காலச்சுவடு' ஆகிய இதழ்களுக்குப் பணிபுரியத் தொடங்கினார்.

'ஒரு ஐடியா சார்' என்று சரவணன் பேசத் தொடங்கினால் முடிக்க குறைந்தது 15 நிமிடங்களாவது பிடிக்கும். இடையில் கேள்வி கேட்டுவிட்டால் போச்சு. அரசியல், திரைப்படம், சமூகம், தொழில் நுட்பம், கல்வி என எல்லாத் துறைகளிலும் விரிவான 'ஸ்டோரிகள்' செய்வதற்கான திட்டங்கள் சரவணனிடம் கணிசமாகக் கைவசம் இருக்கும். கச்சாப் பிரதிகளைச் செம்மைப்படுத்துவதில் எனக்கு இருக்கும் தீராத ஆர்வமும் சரவணனின் செயல் துடிப்பும் சேர்ந்து கொள்ள, விரிவான 'ஸ்டோரிகள்' உருவாகத் தொடங்கின. நாவின் நுனியில் உலக உருண்டையை அடக்கி வைத்திருப்பது போன்ற தொனியில் எல்லா விவகாரங்களைப் பற்றியும் பேசுவது சரவணின் தனி முத்திரை. 'ஸ்டோரி' எழுதும் முன்னும் பின்னும் நாங்கள்

நிறையப் பேசுவோம். பேசப் பேச சரவணனின் அம்புறாத் தூணி நிலைகொள்ளாமல் துடிப்பதை உணர முடியும்.

கிட்டதட்ட எல்லா விஷயங்களிலும் ஆர்வம், ஓயாத கேள்விகள், துருவி ஆராயும் தன்மை, தேவைப்படும் தொடர்புகளை எப்படி யாவது பிடித்துவிடும் தேடல், நகைச்சுவை உணர்ச்சி, எழுதும் நேரம் தவிர மற்ற சமயங்களில் அலுவலகத்தில் உட்கார்ந்திருப்பது நிருபருக்கு இழுக்கு என்னும் நம்பிக்கை ஆகிய கல்யாண குணங் களைக்கொண்ட சரவணனிடம் இரண்டு விஷயங்கள் சங்கடமாக இருக்கும். ஒன்று, எப்போது வேண்டுமானாலும் பேசப் பிடித்துக் கொள்ளும் சுபாவம். இரண்டு, பேசாமல் இருக்கும்போது உப்பு இல்லாத தோசையைத் தின்றதுபோல அதிருப்தியாக முகத்தை வைத்துக்கொள்வது. மூன்றாவதாக ஒரு விஷயமும் உண்டு. அது எப்போதும் சங்கடத்தைத் தந்ததாகச் சொல்ல முடியாது. அது சலிக்காமல் ஊர் வம்பு பேசும் குணம்.

‘இந்தியா டுடே’யில் நிருபர் பணி, சொந்தத் தொழில், காட்சி ஊடகத்தில் பணி, பரபரப்பான நிகழ்ச்சி ஒன்றின் இயக்குநர் என்று அடுத்தடுத்து சரவணன் மேற்கொண்ட பயணங்கள் ஆச்சரிய மூட்டுபவை. 40 வயதுக்குள் காட்சி ஊடகத்தில் பெரிய பொறுப்பை வகித்தும் அதை விட்டுவிட்டு வேறு தேடல்களில் ஈடுபடுவதும் சரவணனுக்கே உரிய சாகச ஆர்வம்தான். இத்தனை வியப்புகளைத் தந்த ஒருவர் ஒரு நாள் திடீரென்று ஒரு குண்டு நோட்டுப் புத்தகத்தைக் கொண்டுவந்து கொடுத்து, ‘நாவல் எழுதியிருக்கேன் சார், படிச்சிப் பாத்துட்டு சொல்லுங்க’ என்று சொன்னால் வியப்பு ஏற்பட வேண்டிய தில்லை. ஆனால் எனக்கு ஏற்பட்டது. காரணம், சரவணனைப் புனைவெழுத்தாளராக நான் நினைத்துப் பார்த்ததில்லை. புனைவு களைப் பற்றித் தீவிரமாகப் பேசுவான் என்றாலும் புனைவு எழுதக் கூடியவன் என்பதற்கான அடையாளம் எதுவும் தெரிந்ததில்லை. எனவே இந்த வியப்பு சரவணனின் இன்னொரு சாகசமாக இருக்கும் என்று நினைத்தபடி படிக்க ஆரம்பித்தேன்.

சரவணன் புனைவு எழுதியது மட்டுமல்ல, அவன் எழுதிய புனைவும் வியப்பைத் தருகிறது. ‘ஐந்து முதலைகளின் கதை’ என்னும் தலைப்பிலிருந்து தைமூர் என்னும் கதையின் புறக்களம், வர்த்தக உலகம் எனும் கதையின் உட்களம், மனித இயல்புகள், உறவுகள் சார்ந்த ஊடுபாவுகள் என பல அம்சங்கள் வியப்பை ஏற்படுத்து கின்றன. முழுக்க முழுக்க சமகாலத் தன்மைகொண்ட இந்த நாவல் சிறியதொரு களத்தை எடுத்துக்கொண்டு உலகளாவிய விஷயங் களைப் பேசுகிறது. என்றைக்கும் மாறாத சில அம்சங்களைப்

பிரதிபலிக்கிறது. வணிக உலகின் ஈவிரக்கமற்ற விதிகளை விவரிக்கிறது. கிட்டதட்ட யுத்த தர்மம் போலவே வணிக தர்மமும் வெற்றியின் ஆதாரத்தில் நிலை கொண்டிருப்பதையும் வெற்றியைக் காட்டிலும் பிழைத்திருத்தல் முக்கியமாக இருப்பதையும் உணர வைக்கிறது.

இதழியல் எழுத்துக்களுக்கே உரிய துல்லியம், மூச்சைத் திணற வைக்கும் அளவுக்கு விவரங்கள், நேர்த்தியான தொகுப்புத் தன்மை ஆகியவற்றுடன் புனைவுக்குரிய கற்பனை வளமும் பாய்ச்சலும் இந்தப் பிரதியை மாறுபட்ட தன்மை கொண்டதாக ஆக்குகின்றன. தீவாக மாறிய முதலை என்னும் தொன்மத்திலிருந்து தொடங்கும் நாவல், சட்டென்று யதார்த்தத் தளத்துக்குள் நுழைந்துவிட்டாலும் முதலை என்னும் படிமம் தொடர்ந்து வருவது கதையின் ஆழத்தைக் கூட்டுகிறது.

வேகமாகக் கதையைச் சொல்லிக்கொண்டே போகும் கதைசொல்லி உணர்ச்சிகளைப் பெருமளவு தவிர்த்துவிடுவது கதாசிரியர் திட்ட மிட்டதா, தற்செயலானதா என்பது தெரியவில்லை. பல இடங்களில் கட்டுரைகளுக்கான தொனியுடன் சம்பவங்கள் சித்தரிக்கப் பட்டாலும் இடையிடையே அழுத்தமாக வெளிப்படும் மனித இயல்பின் நுட்பமான கூறுகளும் முதலையின் சிரிப்பு போன்ற படிமங்களும் புனைவம்சத்தைக் காப்பாற்றிவிடுகின்றன.

தைமூர், வளடக்ஞடத வாய்ப்புகளும் கொட்டிக் கிடக்கும் பூமியாக அறிமுகமாகிறது. கதைசொல்லிக்கு ஒரு நண்பன் மூலம் தைமூர் பற்றிய ஆசை உருவாகிறது. சிறு நாடான தைமூரில் முதலீடுகளைச் செய்து, அந்நாட்டைப் பயன்படுத்திக்கொண்டு சம்பாதிக்கலாம் என்னும் கனவுடன் ஐந்து பேர் கூட்டணி சேருகிறார்கள். அதில் மூன்று பேர் ஏற்கெனவே தைமூரில் இருப்பவர்கள். பெரும் கனவுகளுடன் தைமூரில் சென்று இறங்குபவர்களின் முகத்தில் அறைந்து வரவேற் கிறது அந்த நாடு. கதைசொல்லி தன் முயற்சியில் சற்றும் மனம் தளராமல் மீண்டும் முனைகிறான். பல்வேறு தடைகளைத் தாண்டி மேற்கொள்ளப்படும் வணிக முயற்சிகளின் தன்மைகளும் தாக்கங் களும் என்ன என்பதை வேகமான நடையில் கூறுகிறது நாவல்.

தைமூரில் பல விதமான முயற்சிகளில் கதைசொல்லியும் அவர் கூட்டாளிகளும் இறங்குகிறார்கள். இந்த முயற்சிகள் நாம் அறியாத உலகின் பல அறைகளைத் திறந்து காட்டுகின்றன. அவற்றில் நாம் காணும் விஷயங்கள் மிகவும் ஆச்சரியமளிக்கின்றன. சரவணன் புதிது புதிதாகப் பல விஷயங்களைத் தேடிச் சென்று அவற்றின் திறந்து புதிய

காட்சிகளை நமக்குச் சாத்தியப்படுத்துகிறார். அவரது இதழியல் சார் தேடலும் கற்பனை வளமும் இவற்றிற்குத் துணை புரிகின்றன. இரண்டும் கிட்டதட்ட சமமான அளவில் இயைந்திருப்பது இதை வித்தியாசமான பிரதியாக மாற்றுகிறது. இதழியல், புனைவியல் ஆகிய இரு துறைகளின் கூறுகளும் பரஸ்பர இசைவுடன் சங்கமித்திருப்பது பிரதியின் நம்பகத்தன்மையையும் புனைவம் சத்தையும் காப்பாற்றிவிடுகிறது.

கதைசொல்லி ஈடுபடும் ஒரு வர்த்தக முயற்சியின் மூலம் இதை ஓரளவு புரிந்துகொள்ளலாம். Sea cucumber என்று அழைக்கப்படும் வெண்ணிற அட்டைகள் மூலம் தயாரிக்கப்படும் சூப் விற்பனை பற்றிய விவரங்கள் இதழியல் கட்டுரைக்குரிய தர்க்க நேர்த்தியுடனும் புனைவுக்குரிய கற்பனை வளத்தோடும் கச்சிதமாக உருப்பெறு கின்றன. பெரும் முயற்சியுடன் திரட்டிப் பக்குவம் செய்யப்படும் இந்த அட்டைகளின் நடைமுறை வணிக மதிப்பும் ஒரு திட்டம் என்ற வகையில் அது கொடுத்த நம்பிக்கைக்கும் இடையில் விழும் மாபெரும் இடைவெளி பெரும் அதிர்ச்சியாக வந்து இறங்குகிறது. காஃபி லுவாக் என்னும் பொருள் பற்றிய பகுதியிலும் கிட்டதட்ட இதே போன்ற உணர்வைப் பெற முடிகிறது.

எந்தத் தொழிலை எடுத்துக்கொண்டாலும் நம்பிக்கை தரும் தொடக்கம், அயராத உழைப்பு, எதிர்பாராத திருப்பங்கள் ஆகியவை காணப்படுகின்றன. வணிகத்தில் ஊறியதாக நினைத்துக்கொள்பவர் களாலும் வணிக உலகின் யதார்த்தங்களை, அன்றாடம் மாறிவரும் யதார்த்தங்களை, முழுமையாகப் புரிந்துகொள்ள முடியவில்லை. ஒவ்வொரு முயற்சியும் புதிய உண்மைகளையும் புதிய பாடங் களையும் தருகின்றது. சக மனிதர்களுடனான உறவு, பேராசை, பொறாமை, கீழறுப்பு வேலைகள், காமம், வஞ்சம், துரோகம், விரக்தி, உத்வேகம் ஆகியவை தமது முகங்களை வெளிப்படுத்தியபடி இருக்கின்றன. கனவுகள், திட்டங்கள், முயற்சிகள் ஆகியவற்றுக்கும் யதார்த்தத்துக்கும் இடையிலான இடைவெளி கடலளவு பரந்து இருக்கிறது. அந்தக் கடலிலிருந்து முதலைகள் எட்டிப் பார்த்துச் சிரிக்கின்றன. சிரிப்பவை முதலைகளா, முதலை வேடமிட்ட மனித முகங்களா என்னும் கேள்வியை எழுப்பியபடி விரைகிறது நாவல்.

கதையின் பொதுவான போக்கு ஒருபுறம் இருக்க, சின்னச் சின்னத் தகவல்களில் கூடும் நுட்பங்கள் நேர்த்தியான வேலைப்பாடுகளாக அமைந்து பிரதியின் மதிப்பைக் கூட்டுகின்றன. உடலின் அந்தரங்கப் பகுதியிலிருந்து வடியும் வியர்வையை உள்வாங்கிக்கொள்ளும் சோறு குறித்த தகவல் அப்படிப்பட்ட ஒன்று. குட்டிச் சாத்தான் பற்றிய

குறிப்பையும் ராஸ்கல் கேங் பற்றிய தகவலையும் இந்த வகையில் குறிப்பிடலாம். தைமூர், இந்தோனேசியா, சிங்கப்பூர், மலேசியா, தமிழ்நாடு என பல்வேறு பகுதிகளைச் சேர்ந்த மனிதர்களின் சுபாவங்கள் குறித்த சித்திரங்கள் கதைப் போக்கினூடே ஊடாடுவது வணிகம் சார்ந்த கதையின் மானுடப் பரிமாணமாக உணரக்கூடியதாக அமைந்திருக்கிறது. மனித இயல்புகள் வெவ்வேறு சூழல்களில் வெவ்வேறு வடிவம் எடுக்கும் யதார்த்தம் அச்சுறுத்துகிறது. பிரதியை வாசக மனதிற்கு நெருக்கமாகக் கொண்டுவந்து நிறுத்தக்கூடிய வெளிப்பாடுகள் இவை.

எல்லாச் சரடுகளும் அவற்றின் உட்சரடுகளும் வணிக உலகம் தொடர்பானவை அல்ல. பல கிளைக் கதைகளில் ஒன்றான சிறீபனோவின் கதை வித்தியாசமானது. கதைசொல்லிக்கும் ஏசா உள்ளிட்ட உள்ளூர் வாசிகள் சிலருக்கும் இடையே உருப்பெறும் உறவுகளும் நாவலின் பன்முகத் தன்மையைக் கூட்டுகின்றன. கூடவே ஜோதிடம், பக்தி, காமம், நட்பு, தன்னம்பிக்கை ஆகியவை பெறும் முக்கியத்துவமும் கூடுதல் பரிமாணங்களைச் சேர்க்கின்றன.

புதியதொரு தேசத்தில் கனவுகள், திட்டங்கள், முயற்சிகள், எதிர் பாராத வளைவுகள் என போய்க்கொண்டிருக்கும் பயணத்தில் மனிதர் களின் வினைகளும் எதிர்வினைகளும் என்னவாக இருக்கும்? அவர்கள் மதிப்பீடுகளிலும் அணுகுமுறைகளிலும் நிகழும் மாற்றங் கள் எத்தகையவையாக இருக்கும்? யாருமே சத்திய சந்தர்களாகவோ நல்லொழுக்கச் செம்மல்களாகவோ இல்லாத ஒரு சூழலில் கூட்டு முயற்சிகளைத் தாங்கிப் பிடிக்கும் மதிப்பீடுகள் என்ன? எதை நம்பி யாரை நம்பி அடுத்த அடி எடுத்துவைப்பது?

நாவல் இப்படிப் பல கேள்விகளை எழுப்புகிறது. இந்தக் கேள்வி களின் மறுமுனையில் உத்தம புத்திரனாகக் கதைசொல்லியைக் கதாசிரியர் நிறுத்தவில்லை. இங்கே யாருமே முழுமையாக யோக்கியர்கள் இல்லை. இதில் யாரையும் யாரும் எதற்காகவும் குறை சொல்ல முடியாது. அதற்கான தார்மிக பலம் யாருக்கும் இல்லை. தார்மிகக் கோடுகளும் நன்னெறிகளின் கட்டுப்பாடுகளும் தற்காலிக மானவை. இன்று நீங்கள் அதன் எல்லைக்குள் நிற்கிறீர்கள். நாளை எங்கே இருப்பீர்கள் என்பதற்கு எந்த உத்தரவாதமும் இல்லை. இதுதான் வாழ்க்கை. இதுதான் இந்த நாவல்.

ஒட்டுமொத்தமாகப் பார்க்கும்போது உலகின் பல்வேறு இடங்களில் வாழ்க்கை கொள்ளும் பல்வேறு கோலங்கள், வித்தியாசமான ஆளுமைகள், மாறுபட்ட சிந்தனைகள், அணுகுமுறைகள்,

அனுபவங்கள், இவை அனைத்துக்கும் அடிநாதமான மானுடப் பொதுத்தன்மைகள் மாறாத இயல்புகள் ஆகியவற்றைப் பேசும் நாவல் இது என்று சொல்லலாம். தேர்ந்துகொண்ட களம், தகவல்களின் விரிவு, சூழலுக்கேற்ப மாறுபடும் மானுட இயல்பு களின் வெளிப்பாடுகள் ஆகியவற்றால் காத்திரமான வாசிப்பை இது சாத்தியப்படுத்துகிறது.

இதழியல் சார்ந்த தகவல் விரிவுகளும் உணர்ச்சிப் பிசுக்கற்ற சித்தரிப்பு களும் நாவலின் பலம். இதழியல் சார்ந்த திறமை புனை வனுபவத்துக்குப் பாதகமாக வெளிப்படும் இடங்களும் நாவலில் இருக்கின்றன. விறுவிறுப்பான ஓட்டம் ஆழ உழுவதைத் தவிர்த்து விடும் இடங்களையும் உணர முடிகிறது. நாவின் நுனியில் உலக உருண்டையைத் தாங்கியபடி பேசும் சரவணன், நாவல் எழுதும் போது அந்த உலகத்தைத் தன் விரல் நுனிக்கு இடம் மாற்றிவிடுகிறார். இத்தகைய போக்குகள் மட்டுப்படும்போது சரவணனிடமிருந்து வெளிப்படும் புனைவுகள் மேலும் கச்சிதமானதாக அமைந்து மேலும் செறிவான வாசக அனுபவத்தைத் தரும். முதல் முயற்சிக்கே உரிய குறைகளுடன் வெளிப்பட்டிருக்கும் இந்தப் பிரதி கொண்டிருக்கும் நிறைகள் இதை கவனமான வாசிப்புக்குரியதாக ஆக்குகின்றன என்று தயங்காமல் சொல்லலாம். சாகச ஆர்வ முயற்சிகள் பல சமயம் ஆர்வக் கோளாறாக முடிந்துவிடுவதுண்டு. உரிய முன்னேற்பாடுகளுடன் கவனமாக மேற்கொள்ளப்பட்ட சரவணனின் இந்த முயற்சி மெச்சத்தகுந்த சாகசமாகவே வெளிப்பட்டிருக்கிறது.

ஆகஸ்ட் 03, 2015
இரவு 11.53

அரவிந்தன்
சென்னை

என்னுரை

இசையமைப்பாளர் எம்.எஸ்.வி இறந்த அன்று தொலைக்காட்சி ஒன்றில் அவரது பழைய பேட்டி ஒளிபரப்பானது. அதில் அவருடைய அம்மா அறிவுறுத்தியிருந்ததாக ஒரு விஷயத்தைச் சொன்னார். தினந்தோறும் தூங்கப் போவதற்கு முன்பு நமக்கு யாரெல்லாம் உதவி செய்திருக்கிறார்களோ, அவர்களையெல்லாம் வரிசைப்படுத்தி நினைத்துக்கொள்ள வேண்டும் என அவருடைய அம்மா சொல்லி யிருந்தாராம். அதன்படி தன் வாழ்நாளில் நடந்துகொண்டதாகச் சொல்லியிருந்தார் எம்.எஸ்.வி. அவரது மறைவு நாளன்று இதை அவரது பழைய பேட்டியின் வழியாகக் கேட்டதாலோ என்னவோ, அது அப்படியே என் நெஞ்சில் வந்து ஒட்டிக்கொண்டது. நாவலில் மூன்று பக்கத்தைக் குறைத்துவிட்டு, நன்றிக்காக ஒரு மூன்று பக்கத்தை ஒதுக்கினால், குறைந்தா போய்விடுவோம்? யார் கிண்டல் செய்தால் என்ன? அதனால்தான் எல்லோருக்கும் நன்றி சொல்வதென தீர்மானித்தேன். 'ஆறாம்திணை' அலுவலகம் துவங்கி 'இந்தியா டுடே' வரையேயான காலகட்டத்தில் எனக்கு எழுத்துக் கனவை விதைத்தவர்கள் பற்றியும் எழுதும்படி என்னை வலியுறுத்திக் கொண்டிருந்தவர்கள் பற்றியும் மட்டுமே இந்த இடத்தில் பேசப் போகிறேன் என்பதால், என்னுடைய தனிப்பட்ட வாழ்வு சார்ந்தவர் களுக்கு இங்கு இடமில்லை என்பதை நேரடியாகச் சொல்லி விடுகிறேன்.

'ஆறாம்திணை'யில் எனக்கான முதல் வேலை வாய்ப்பை அளித்த அப்பணசாமி சார், அவருடைய துணைவியும் என் ஆரம்பகட்ட ஆசிரியையுமான ஜீவசுந்தரி மேடம், என்னையும் அந்தக் காலத்தில் ஒரு பொருட்டாய் கருதிய எழுத்தாளர் சோதர்மன் அண்ணன், 'ஆறாம்திணை' காலந்தொட்டு இன்று வரை என் எழுத்தையும்

தனிப்பட்ட வாழ்வையும் செதுக்குகிற தமிழ் மகன் சார், கல்லூரிக் காலத்திலிருந்து இன்று வரை என்னை விமர்சித்து வளர்த்தெடுத்துக் கொண்டே இருக்கும் நண்பன் சாய்ராம், ராஜ்மோகன் மற்றும் புகழ் சார் (இயக்குநர்), எனக்கு எழுத்துச் சொல்லித் தந்த ராம சுப்பண்ணன் (இயக்குநர் ராம்), நாமுத்தண்ணன் (பாடலாசிரியர் நா. முத்துக்குமார்), இந்தக் காலகட்டத்தில் என்னுடைய வாழ்வையும் வறுமையையும் பகிர்ந்துகொண்டு என்னை உற்சாகப் படுத்திக்கொண்டே இருந்த திருநெல்வேலி அந்தோணி (நீயா நானா இயக்குநர்), என்னுடைய ஆசிரியர்கள் பாரதிபுத்திரன் சார், இளங்கோ சார், ஜார்ஜ் சார், ஜி.ஆர். சார், தனபால் சார் (மின் தமிழ் இதழை நடத்தியவர்), இளங்கோ கல்லாணை அண்ணன், திருமுருகன் காந்தி அண்ணன்... இவர் களெல்லாம் என் வாழ்வை வழி நடத்திய ஆசான்கள்.

என் வாழ்வில் இரண்டு நபர்களை இந்த விஷயத்தில் என்னால் மறக்கவே முடியாது. அரவிந்தன் சார் மற்றும் மனுஷ்யபுத்திரன் சார் ஆகியோர்தான் அவர்கள். 'காலச்சுவடு' பத்திரிகையில் நான் பணியாற்றிய காலத்தில் இருந்து இன்றுவரை என் எழுத்தில் மட்டு மல்லாமல், எல்லா வகைகளிலும் வாழ்க்கையிலும் வழி நடத்து கிறார்கள். மின் தமிழ் மற்றும் காலச்சுவடில் பணியாற்ற வாய்ப்புத் தந்த காலச்சுவடு கண்ணன் சாருக்கும் என் நன்றிகள். இந்தக் கால கட்டத்தில் என்னுடன் பணியாற்றி இன்று வரை நண்பர்களாகத் தொடரும், நான் எழுதுகிற எல்லாவற்றையும் தலைவிதியாகப் புரிந்து கொண்டு கருத்துச் சொல்லி வரும் நண்பர்கள் ஆனந்த் செல்லையா, சந்தோஷ் நாராயணன், செல்வி (உயிர்மை, நிர்வாக ஆசிரியர்) ஆகியோர். இந்தக் காலகட்டத்தில் இந்த நண்பர்கள் குழாமைத் தலைப்பிரட்டைகள் என செல்லமாக வர்ணித்தவரும் என்னுடைய 'போய் வா நதியழகே' என்கிற சிம்ரனின் பிரிவுபசாரக் கட்டுரையை இன்றுவரை ஞாபகத்தில் வைத்திருக்கிற ஆ.இரா. வேங்கடாசலபதி சார், அப்போது என்னைத் தட்டிக் கொடுத்து உற்சாகப்படுத்திய ரவிக்குமார் சார், தனிப்பட்ட உறவுகளிலோ வாழ்விலோ தவறு செய்யும்போது தலையில் குட்டி என்னைச் சரியாக வழி நடத்தும் என் தந்தைக்கு நிகரான பேராசிரியர் அழகரசன் சார், 'இந்தியா டுடே'யில் எனக்கு வாய்ப்பு வாங்கித் தந்த மணா சார், எழுத்து வளர்ச்சியைத் தூரத்தில் நின்று ரசிக்கிற சிபி சார், சிகாமணி சார், ராம்ஜி சார்.

'இந்தியாடுடே'யில் பணிபுரிய வாய்ப்பளித்த ஆனந்த் நடராஜன் சார், இந்த வாய்ப்பை எனக்குப் போராடிப் பெற்றுத் தந்ததோடு மட்டு மல்லாமல் இன்றுவரை என்னுடைய நல்லது கெட்டதுகளில் கலந்து கொள்ளும் நண்பர்களாகத் தொடரும் முரளிதரன், கவிதா முரளிதரன். 'இந்தியா டுடே' நண்பர்கள் செந்தில், பீர் முகமது, நாணா அண்ணன்,

துரையரசு, ராமஜெயம், மகாலிங்கம், ராதிகா கிரி, ஆதி. வள்ளியப்பன், சிவராமன், சிவந்தன், எம்.சி. ராஜன், புகைப்படக் கலைஞர் மதுரை செந்தில் குமரன், எல்.ஆர். ஜெகதீசன் சார். இந்தக் காலகட்டத்தில் என்னுடைய சிந்திக்கும் முறையை வடிவமைத்த விஸ்வநாதன் சார் மற்றும் கோம்பை எஸ். அன்வர் சார். சக பத்திரிகை நண்பர்களான கோசல்ராம் சார், 'புதிய தலைமுறை' குணா, கார்த்திகைச்செல்வன், சந்திரா அக்கா, ஒளிப்பதிவு இயக்குநர் இந்திரசேனா, தமிழ்க்கனல், ஜெயராணி, நந்தகுமார், நம்ம அடையாளம் செந்தில் முருகன், விகடன் பாரதித்தம்பி, 'தி இந்து' நாளிதழின் சமஸ், சந்திரமோகன், மோகன். என் சொந்தத் தம்பிகளான கலாநிதி, ஆண்டனி ஷ்யாம், ஸ்ரீதரன், எட்வர்ட், ஆவுடையப்பன், ராஜா ஆகியோர், பார்க்கும் போதெல்லாம் என்னை எழுதச் சொல்லி மென்மையாக அதே சமயம் வன்மையாக வலியுறுத்தும் சுந்தர புத்தன் அண்ணன், கே.என். சிவராமன், யுவ கிருஷ்ணா, இளமதி ஆகியோர், என்னுடைய எழுத்தை எப்போது கொடுத்தாலும் படித்துக் கருத்துச் சொல்லும் நண்பர்கள் ஜெயா, திருமகன் ஈ.வெ.ரா, பிரவீண், கட்டுமரம் கண்ணன், அருள் செழியன் சார், உயிர் நண்பன் ராஜ்மோகன் ஆகியோர், என் எழுத்தாலோ பிற மீடியா செயல்பாட்டாலோ நான் சட்டச் சிக்கலில் மாட்டிக்கொள்ளும்போதெல்லாம் ஓடோடி வந்து என்னைக் காப்பாற்றுவதோடு மட்டுமல்லாமல் நான் எழுதுபவற்றைத் தேடித் தேடிப் படித்து உற்சாகப்படுத்தும் வழக்கறிஞ நண்பர்களான அழகர்சாமி, கோவை சரவணன், முத்துராஜ், ரமேஷ், அவர்களோடு இருக்கும் ஞானவேல், பாலச்சந்திரன், விருதுநகர் சேகர் மற்றும் அன்பு ஆகியோர்.

என்னுடைய முகநூல் எழுத்துக்களைத் தொடர்ந்து வாசித்து இந்த நாவலை எழுதுவதற்கும் உற்சாகம் தந்த முகநூல் பதிவர்கள் ராம், மகிழினி சரவணன், ஷாஜகான்முபாரக், பிரபாகர் வள்ளி, நந்தன், ஸ்ரீதரன், அண்ணன் பாலநந்தகுமார், டிஸ்கவரி புக் பேலஸ் வேடியப்பன், கிருஷ்ணபிரபு, அம்மசத்திரம் சரவணன், நண்பர் சுந்தர்ராஜன், சரவணன், சிவக்குமார், செல்வக்குமார் கணேஷன், நீல் ஆம்ஸ்ட்ராங், சுமிரத்தினம் உள்ளிட்ட நூற்றுக்கணக்கான முகநூல் நண்பர்கள் ஆகியோர். இவர்கள்தான் எனக்கு எல்லாமுமாக இருந்தார்கள். இவர்கள் இல்லாமல் நானில்லை. நாவல் என்கிற இந்த வஸ்துவைப் படித்துவிட்டு சிநேகமாய்த் திட்டப் போகிறவர்களும் செல்லமாய்க் குட்டப் போகிறவர்களும்கூட இவர்கள்தான்.

முக்கியமான விஷயத்தை முடிவில் சொன்னால்தான் நன்றாக இருக்கும். இது முகஸ்துதி இல்லை. உண்மையிலும் உண்மை. மனுஷ்ய புத்திரன் இல்லாவிட்டால் இந்த நாவல் இல்லை.

ஏனெனில், நான் எப்போதும் அவரைச் சந்திக்கும்போதெல்லாம் எதையாவது பேசிவிட்டு வருவது வழக்கம். அப்படி ஒரு நாள் பேசும் போது, அதை உடனடியாக எழுதிக்கொண்டு வா என பணித்தவரும் அவரே. இத்தனைக்கும் ஒருமுறை அவர் எழுதச் சொல்லி ஒருவேலை கொடுத்தபோது, அதைச் செய்யாமல் தலைமறைவானேன். என்னால் அந்தக் காலகட்டத்தில் ஒருவரிகூட எழுத முடியவில்லை. இருந்தாலும் திரும்பி வந்த என் மீது நம்பிக்கை வைத்து மீண்டும் எழுதச் சொன்னவரும் அவரே. 'உயிர்மை'யில் எனக்கு எந்த நம்பிக்கையில் பத்தி எழுத வாய்ப்பளித்தார் என்பது இன்று வரை எனக்குத் தெரியவில்லை. 'சிறு வெளிச்சம் எங்கு கிடைத்தாலும் அதை நான் கைப்பற்றுவேன்' என அப்போது என்னிடம் சொன்னார் அவர். என்னிடம் அல்ல, நான் சொன்ன விஷயங்களில் உள்ள வெளிச்சத்தைக் கண்டுபிடித்து, பத்திரிகையாளன், தொலைக்காட்சி இயக்குநன், வணிகன் என இருந்த என்னை எழுத்தாளன் ஆக்கியதும் அவரே. சரவணனாக இருந்த என்னை சரவணன் சந்திரன் என்கிற புதுக் கதாபாத்திரமாகப் படைத்தவரும் அவரே. எங்கெல்லாம் வாய்ப்புக் கிடைக்கிறதோ அங்கெல்லாம் இந்த நன்றியுணர்வை நான் வெளிப்படுத்தத் தயங்க மாட்டேன்.

19.08.2015

சரவணன் சந்திரன்
சென்னை

1

எல்லோருடைய தாத்தாக்களையும் போலவே அந்தச் சிறுவனுக்கு அவனது தாத்தாவும் ஒரு கதை சொன்னார். சூரியன் எங்கெல்லாம் செல்கிறதோ, அங்கெல்லாம் அதைத் தொடர்ந்து போகச் சொன்னார். தாத்தாக்களைப் பைத்தியக்காரர்களாகப் பார்க்கும் குல வழக்கம் இல்லாத அந்தச் சிறுவனும் தாத்தாவின் சொல்படியே நடந்தான். சூரியனைப் பின்பற்றிக் கிழக்கு மேற்காக ஓடிக்கொண்டே இருந்தான். காலங்கள் கடந்ததை அறியாத அந்தச் சிறுவனை எல்லோரும் பைத்தியக்காரன் என்றார்கள். அறியாத வயதில் ஏற்படக்கூடிய கிலேசம்தான் அது என எல்லோரும் புரிந்துகொண்டார்கள். அந்தச் சிறுவனுக்குக் கிலேசம் என்றால் என்னவென்கிற அர்த்தம் தெரிந்தே இருந்தது. அவனுக்குத் தெரியும் அவனது தாத்தாவின் வார்த்தைகள் பொய்க்காதென்று.

அந்தி சாயும் நேரத்தில் அவ்வழியே வந்த முதலையொன்று சிறுவனிடம் அவனது கதையைக் கேட்டது. சிறுவன் தாத்தாவைப் பற்றிச் சொன்னான். தாத்தாவின் வார்த்தைகள் பற்றிச் சொன்னான். சிரித்துக்கொண்டது முதலை, அதன் வாயைத் திறந்து பற்களைக் காட்டியது. அதன் மேற்பல் அடுக்குகளில் வைரங்கள் இருந்தன. முதலை வாயை நன்றாகத் திறந்து காட்டியது. சிறுவன் உற்றுப் பார்த்தபோது அதற்குள்

பத்துக்கும் மேற்பட்ட எண்ணெய்க் கிணறுகள் தெரிந்தன. இதுபோல பல கிணறுகள் அரபு தேசத்தில் இருப்பதாக ஒருமுறை அவனுடைய தாத்தா கதை சொன்னது நினைவுக்கு வந்தது சிறுவனுக்கு. உலக மெங்கும் இருக்கும் வணிகர்களை அந்தக் கிணறுதான் இழுத்துத் தன்னுடைய வயிற்றுக்குள் விடாப்பிடியாகச் செருகிக் கொள்கிறது என்றார் தாத்தா. இந்தக் கதையையும் அவன் முதலையிடம் சொன்ன போது, முதலை வெறுமனே சிரித்துக்கொண்டது.

சிறுவனை முதுகில் ஏறிக்கொள்ளுமாறு பணித்தது முதலை. அதுமுதல் சிறுவன் போதும் என்று சொல்லும் வரை கிழக்கேயும் மேற்கேயுமாகச் சூரியனைப் பின்பற்றி முதலையும் சிறுவனைத் தாங்கியபடி நீந்திக்கொண்டிருந்தது. காலங்கள் கடந்தன. சூரியன் பொறுமையை இழந்தது. என்ன வரம் வேண்டுமென்று கேட்டது. 'எனக்கே வரமா?' என முதலை சிரித்தது. 'அப்புறம் ஏன் உனக்கும் கிலேசம் பிடித்தது?' என்றது சூரியன். 'சிறுவனோடு சேர்ந்து நானும் சிறுவனானேன்' என்றது முதலை. இப்போது சூரியனும் சிரித்துக் கொண்டது. முன்னைக்காட்டிலும் இடமும் வலமுமாய்ச் சூரியனும் ஓடி ஓடி அந்த விளையாட்டில் கலந்துகொண்டது. மூவரும் களைத்துப் போனார்கள் ஒரு கட்டத்தில்.

நீந்திக்கொண்டிருந்த முதலை நின்று சிறுவனை இறக்கிவிட்டது. சிறுவனைக் கண்ணை மூடித் திறக்கச் சொன்னது முதலை, முந்திக் கொண்டு சூரியன் தன்னை இருட்டாக்கிக்கொண்டது. விழித்துப் பார்த்தபோது அந்த முதலை கடலுக்குள் ஒரு தீவாய் உறைந்து போயிருந்தது. அந்தச் சிறுவன் அந்தத் தீவு தேசத்தின் மூப்பனானான். சூரியன் அதற்குச் சாட்சியாய் நின்றது. அது முதல் முதலை அவர்கள் எல்லோருக்குமான குலசாமியானது. பிற்பாடு மூப்பனின் வாரிசுகள் அந்தப் புதிய தீவு தேசத்திற்குத் தைமூர் என பெயர் வைத்தார்கள். சிரிக்கும் முதலையைக் கடவுளாக்கினார்கள். முதலைத் தீவாக மாறுவதற்கு முந்தைய தினம், 'உன்னைப்போல கிலேசம் பிடித்த கதை சொல்லியான வணிகன் ஒருவன் என்னைத் தேடி வருவான். 'ஐந்து முதலைகளின் கதை' என என்னைப் பற்றிய கதையை அவன் எழுதுவான்' என சிறுவனிடம் சொன்னதாக அவனின் வாரிசுகள் பிற்பாடு சொன்னார்கள். இன்னொரு ரகசியத்தையும் முதலைக் கடவுள் சொல்லியிருந்ததாகவும் சொன்னார்கள். நான் திரும்ப அங்கிருந்து கிளம்பும்போதுதான் முதலை அந்த ரகசியத்தின் பூட்டைத் திறந்து காட்டச் சொல்லியிருக்கிறது என்பதால், எனக்குத் திறந்து காட்ட மறுத்தனர். நான் கிளம்பும்போது பூட்டைத் திறக்க அவசியமே இருக்காது என்பதையும் முதலை சொல்லச் சொன்னதாக என்னிடம் சொன்னார்கள்.

2

அது முதல் முதலை அவர்களுக்குக் கடவுளானது என அந்தக் கதையை சந்தோஷ் சொல்லி முடித்த போது, நாங்கள் ஏழாவது ரவுண்ட் கடந்திருந் தோம். சந்தோஷ் பார்ப்பதற்கு சினிமா நடிகனைப் போலவே இருப்பார். பொட்டல் காடான சிவகங்கையில் இருந்து இப்படி சினிமாக்காரன் போல தோற்றமுள்ள ஆளா என ஆரம்பத்தில் எனக்கு ஆச்சரியமாக இருந்தது. வலுவான உடல் அமைப்புடன், அழுக்குப்படாமல் எப்போதும் வளைய வரும் சந்தோஷ் சந்தோஷங்களை விசிறியடித்தபடியே இருப்பார், எல்லோரிடமும் எப்போதும். இந்தோனேசியாவின் மெய்டனில் சுவீஸ் ஹோட்டல் பாரில் அமர்ந்து நாங்கள் காலையில் இருந்தே குடித்துக்கொண்டிருந் தோம். பியர் புட்டிகள் காலுக்குக் கீழே குவிந்து கிடந்தன. மெல்லிய மழைத் தூறல் கண்ணாடிக்கு வெளியே புதுப் பொண்டாட்டி சிணுங்குவதைப் போல சிணுங்கிக்கொண்டிருந்தது. எல்லோருக் குள்ளேயும் சாகச உணர்வு பீறிட்டுக் கொண்டிருந்தது. ரவுண்டுக்கு ரவுண்ட் அது அதிகமாகி நடைபாதைகளில் எல்லாம்கூட வழிந்தோடிக்கொண்டிருந்தது. எதையாவது செய்ய வேண்டும் என தீவிரமாக நாங்கள் யோசித்துக்கொண்டிருந்தோம். எதை எப்போது என்ன என்பது குறித்தெல்லாம் எந்தத் தெளிவும்

இல்லை எங்களிடம். ஆனாலும் எதையாவது செய்தே தீரவேண்டும் என்கிற வெறி குடிவெறியோடு சேர்ந்துகொண்டது. அந்த நேரத்தில் யார் கையில் கிடைத்தாலும் வெட்டிக் கூறு போட்டு அறுத்து உப்புப் போட்டுச் சாப்பிட்டுவிடும் மனநிலையில் இருந்தோம்.

அமெரிக்காவைக் கண்டுபிடித்துத் தந்தவனின் மனநிலையில் சந்தோஷ் இருந்தார், 'தைமூரை நான்தான் கண்டுபிடித்துச் சொன்னேன்' என ஆறேழு முறை சொல்லிவிட்டார். வேண்டா வெறுப்போடுதான் சந்தோஷ் சொன்ன கதைக்குக் காது கொடுத்தோம். அவர் சொல்லச் சொல்ல எங்களுக்குள் விரிந்தது கனவு. சந்தன மரம் அங்கே கொட்டிக் கிடக்கிறது, சந்தன மர வியாபாரத்திற்கு அங்கு தடையில்லை என்றார் சந்தோஷ், லாவோஸில் வைத்து நண்பனான பீட்டர் என்கிற சீனன் இப்போது தைமூரில்தான் இருப்பதாக சந்தோஷ் சொன்னவுடன் நாங்கள் நிமிர்ந்து அமர்ந்தோம்.

பீட்டரைத் தொலைபேசியில் பிடித்தார் சந்தோஷ், அவன் சந்தோஷமாக வரச் சொன்னான். 'சந்தன மரம் மட்டுமல்ல, உங்கள் ஊரில் விலை போகக்கூடிய பல சரக்குகள் இங்கே இருக்கின்றன' என்றான் பீட்டர். சந்தோஷ் சொல்வதை வைத்துப் பார்த்தால், பீட்டர் ஒரு சுவாரசியமான பேர்வழி. தைமூரில் அவன் சரக்கு குடோனில் எப்போதும் ஏதாவது வந்து இறங்கிக்கொண்டிருக்கும் அல்லது ஏறிக் கொண்டிருக்கும். இதுவரை அவன் எதை ஏற்றுகிறான் எதை இறக்குகிறான் என யாரிடமும் சொன்னதில்லை. அவனது நெருங்கிய நண்பர்களைக்கூட அவன் அந்த குடோனிற்குள் அனுமதித்ததில்லை. வணிகம் என்று வந்துவிட்டால், பெண்களையும் நண்பர்களையும் அனுமதிக்கக்கூடாது என அடிக்கடி என்னிடம் சொல்வான் பீட்டர். ஏன் என்று ஒரு முறை காரணம் கேட்டேன். உறவுகளில் அத்துமீறி மூக்கை நுழைப்பதுபோல் வணிகத்திலும் அவர்கள் நுழைப்பார்கள் என்றான். எனக்கு அவன் கொடுத்த அறிவுரையே, வணிகத்திற்கு வந்தால் வணிகத்தை மட்டும் பார்க்க வேண்டும். பெண்கள் விஷயத்தில் கவனம் செலுத்தினால், வணிகம் இரண்டாம் பட்சமாகி விடும் என்பதுதான். அந்த அறிவுரையை பீட்டர் தன் வாழ்விலும் செயல்படுத்திக் காட்டிக்கொண்டிருந்தான்.

நான் அங்கிருந்த காலகட்டங்களில் ஒருபோதும் பீட்டரை தேவையில்லாத ஆட்களுடன் பார்த்ததேயில்லை. பீட்டருக்கும் ஒரு கனவிருந்தது. தைவானில் தன்னுடைய நிலத்தில் மிகப் பெரிய வீடொன்றைக் கட்டவேண்டும். குழந்தைகளுக்கு நல்ல படிப்பைத் தரவேண்டும். தன்னை அசிங்கப்படுத்தி ஊரைவிட்டு வெளியேறச்

செய்த உறவினர்கள் முன்னிலையில் தான் வளர்ந்து காட்டவேண்டும் என பீட்டர் அடிக்கடி சொல்லிக்கொண்டிருப்பான். யாரையுமே தன் உள் வட்டத்திற்குள் அனுமதிக்காத பீட்டர் எங்களை மட்டும் அனுமதித்ததற்குக் காரணம் தினேஷன்; லாவோஸில் இருந்து மலேசியா வந்திருந்தபோது ஒருமுறை பெரிய ஒரு திருட்டு வேலையில் மாட்டிக்கொள்ளவிருந்த பீட்டரை தினேஷன்தான் பெரிய மனசு பண்ணி காப்பாற்றி அனுப்பியிருந்தார். அதற்கப்புறம் லாவோஸிற்குப் போகாத பீட்டர் சிங்கப்பூர் போய்விட்டு தைமூருக்கு வந்திருக்கிறான். அதனால்தான் பீட்டருக்கு எங்கள் மீதும் மதிப்பு. எங்களை ரத்தினக் கம்பளம் விரித்து தைமூருக்கு அழைத்தான், நாங்கள் பலமுறை அவனை மறுதலிப்போம் என்கிற உண்மை அப்போது பீட்டருக்கு நிச்சயமாகத் தெரிந்திருக்க வாய்ப்பிருந்திருக்காது.

சந்தோஷ் தைமூருக்கு உடனடியாக டிக்கெட் பதிவு செய்ய ட்ராவல் டெஸ்க்கை அழைத்தார். எல்லோரும் கிளம்பிப் போவதென்கிற முடிவிற்கு வந்து சேர்ந்திருந்தோம். நாம் ஒரு கம்பெனி ஆரம்பிக்க லாம் என்றார் சந்தோஷ், கம்பெனியின் பெயரை முதலை என்று வருமாறு வைப்போம் என்றார். பீட்டரே பெயரையும் சிபாரிசு செய்தான். லஃவாக் டியாக் லீமா - தைமூரில் பேசப்பட்டு வரும் தேத்துரம் மொழியில் சொல்வதென்றால், ஐந்து முதலைகள்.

''முதலை அவர்களுடைய கடவுளாயிற்றே...'' என்றேன் சந்தோஷிடம் நான்.

''ஆமாம் அதற்கென்ன? முதலை கடவுள்தான். நாமும் அவர்களுக்கு கடவுள்தானே?'' என்றார் சந்தோஷ், சிகரெட் ஒன்றைப் பற்ற வைத்தபடி.

''அது எப்படி நாம் அவர்களுக்கு கடவுள் ஆவோம்?'' என்றேன்.

''அவர்களுக்கு தொழில் வாய்ப்பை ஏற்படுத்தித் தரப் போகிறோம். அவர்களின் வாழ்க்கைத் தரத்தை மேம்படுத்தப்போகிறோம். அவர்களது நாட்டில் நம்முடைய முதலீடுகளைக் குவிக்கப்போகிறோம். அப்படி யானால் நாமும் கடவுள் மாதிரிதானே...'' என அகங்காரம் கொண்டவனின் முகத்தோற்றத்தில் பேசிக்கொண்டிருந்தார் சந்தோஷ். நாங்கள் யாரும் அதுபற்றி அவரிடம் சுட்டிக்காட்டவில்லை. அவர்தான் தைமூரைக் கண்டுபிடித்தவர் ஆயிற்றே!

''யார் யாரெல்லாம் இந்த கம்பெனியில் இருக்கப் போகிறார்கள்? ஐந்து முதலைகள் என்று வந்திருக்கிறதே...'' என்றேன்.

''நீ, நான்'' என்றார் சந்தோஷ் எந்தவிதத் தயக்கமுமில்லாமல், தினேஷன் ஆரம்பத்திலேயே ஒதுங்கிக்கொண்டார் என்பதால், சந்தோஷ் அவரைக் கணக்கிலேயே சேர்த்துக்கொள்ளவில்லை.

''மீதி மூன்று பேர் யார் யார்? பீட்டரை என்ன செய்வது?'' என்றேன்.

''அவன் நமக்கு அங்கு ஒரு சிறு அறிமுகத்தைச் செய்து தரப் போகிறான். அவ்வளவுதான். மீதி மூன்றுபேர் யாரென, நாம் அங்கு போய் செல்வாக்குள்ள நபர்களாகப் பார்த்துக் கண்டடைவோம்'' என்றார் சந்தோஷ், நாங்கள் தைமூருக்குக் கிளம்பத் தீர்மானித்தோம். அந்த முதலை தேசத்தை நேரில் சந்திப்பதாகத் தீர்மானித்தோம். வீசாவெல்லாம் அங்கு போய் வாங்கிக்கொள்ளலாம் என்பதால் உடனடியாகப் போகத் தீர்மானித்தோம். இத்தனைக்கும் எங்களால் நிற்கக்கூட முடியாத அளவிற்குப் போதை.

தைமூர் விமான நிலையம். அதை விமான நிலையம் என்றெல்லாம் சொல்ல முடியாது. ஓடு தளத்திலிருந்து வெய்யில் படாமல் ஒதுங்கு வதற்காகக் கட்டப்பட்டிருக்கிற ஒரு காங்க்ரீட் கூரை அவ்வளவுதான் அது. பயிற்சியின்மையும் வறுமையும் அந்தக் கட்டடத்தைப் பார்க்கும்போதே தெரிந்தது. விமான நிலையத்தில் ஐக்கிய நாடுகள் சபையைச் சேர்ந்த காவலர்கள், தைமூர் காவலர்களுக்கு நடைமுறை களை விளக்கியபடி இருந்ததைப் பார்க்க முடிந்தது. ஆச்சரியமாக விமான நிலையத்தில் எல்லோரும் நல்ல ஆங்கிலத்தில் பேசினார்கள். பெயர்களைக்கூட சரியாக உச்சரித்துப் படித்த மாதிரி இருந்தது. 'சந்ந்ந்தோஷ் விஸ்வநாத்த்தாஆ' இரண்டு முறை இதே மாதிரி படித்தாள் எக்ஸிட் கவுண்டரில் இருந்த பெண்ணொருத்தி. என்ன நினைத்தாளோ, என்னுடைய பாஸ்போர்ட்டையும் வாங்கிப் பார்த்தாள். வாசித்தாள். இரண்டு பாஸ்போர்ட்டுகளையும் கையில் எடுத்துக்கொண்டு அலுவலகம் இருந்த திசையை நோக்கி அவள் நடக்க ஆரம்பித்ததும், ஏதோ விபரீதம் என்று நினைத்தார்களோ என்னவோ, பாதுகாவலர்கள் இருவர் துப்பாக்கியுடன் எங்கள் அருகில் வந்து நின்றுகொண்டனர்.

எனக்குள் பயம் மெதுவாக எட்டிப் பார்த்தது. இதுவரை எந்த ஏர்போர்ட்டிலும் இது மாதிரி எனக்கு நடந்ததில்லை. அரை ஸ்கர்ட் அணிந்திருந்த அந்தக் குண்டுப் பெண்மணி நடந்து வரும்போது பார்ப்பதற்கு அழகாக இருந்தார். தைமூரின் ஒட்டுமொத்த அழகை அவளை வைத்தே தீர்மானித்துவிடலாம்போல, நடந்து வந்து நாங்கள் கையூன்றி நின்றுகொண்டிருந்த மேஜை மேல் எங்களது பாஸ் போர்ட்டுகளைத் தூக்கிப் போட்டுவிட்டுச் சொன்னாள். ''ஸாரி, நீங்கள் வெளியேற்றப்படுகிறீர்கள்.'' இதைக் கேட்டதும் சந்தோஷ்

பெருங்குரல் எடுத்துக் கத்தினார், ''நாங்கள் என்ன தீவிரவாதிகளா? இல்லை, இன்டர்போலில் எங்களைப் பிடிக்கச் சொல்லி உத்தரவு ஏதும் போட்டிருக்கிறீர்களா? எதற்காக எங்களை உங்களது நாட்டிற்குள் விட மறுக்கிறீர்கள்'' என்று கத்தினார். அவளுக்கு நாங்கள் பேசிய ஆங்கிலம் புரியவில்லை போலிருக்கிறது. மீண்டும் அதையே சொன்னோம்.

அவள் மறுபடி அலுவலகம் நோக்கிச் சென்றாள். இந்த முறை அசைந்தாடியபடி அவள் ஓடினாள். அவளுடைய உயரதிகாரி வந்தவுடன் எடுத்த எடுப்பிலேயே, ''உங்களிடம் எவ்வளவு கையிருப்புத் தொகை இருக்கிறது?'' என்றார். நாங்கள் எங்கள் இருவரிடமும் சேர்த்து ஆயிரம் டாலர்கள் வரை இருக்கிற தென்றோம். அவர் உதட்டைப் பிதுக்கி மறுத்துவிட்டு மீண்டும் அந்த வார்த்தையைச் சொன்னார். ''ஸாரி, உங்களை நாங்கள் வெளியேற்று கிறோம். எங்கள் நாட்டிற்குள் வர உங்களுக்கு அனுமதி இல்லை'' என்றார். விமான நிலையத்தில் இருக்கும் எல்லோரும் ஏன் கஷ்டமான காலங்களில் உதட்டைப் பிதுக்குகிறார்கள் என நான் நினைத்துக்கொண்டேன்.

மீண்டும் இந்தோனேசியாவின் பாலிக்கு விமானம் ஏறினோம். குடித்தோம், குடித்தோம், குடித்துக்கொண்டே இருந்தோம். 'என்ன காரணம்? எதற்காக நம்மை வெளியேற்றினார்கள்? ஒரு காரணம் கூடவா சொல்லாமல் இப்படி வெளியேற்றுவார்கள்? நம்முடைய கனவு தேசமாக அதை நினைத்தது தவறா?' சந்தோஷ் புலம்பிய படியே இருந்தார். பீட்டரின் லைன் கிடைக்கவில்லை. வழக்கமாக சந்தோஷ் இதுபோன்ற இரவுகளில் பெண் வேட்டைக்குக் கிளம்புவார். அன்று அவர் அந்த மனநிலையில் இல்லை. முதல் முறையாக வெளிதேச விமான நிலையத்தில் மறித்து, திருப்பி அனுப்பிய அனுபவத்தை அவரால் மறக்க முடியவில்லை. நன்றாக உறங்கிய பிறகும் கூட மெல்ல முனகியபடியே இருந்தார்.

விடிந்ததும் பீட்டரை லைனில் பிடித்தோம். நாங்கள் சொல்வதற்கு முன்பே பீட்டருக்கு விஷயம் தெரிந்திருந்தது. எதற்காக எங்களை வெளியேற்றினார்கள் என்கிற கதையை அவன் எங்களுக்குச் சொன்னான். நாங்கள் செல்வதற்கு இரண்டு நாட்களுக்கு முன்பு இலங்கையைச் சேர்ந்த தமிழர்கள் 8 பேர் பிடிபட்டிருக்கிறார்கள். தைமூரில் வேலைக்காக வந்து தங்கியிருப்பவர்களைப்போல தங்கியிருந்து, அங்கிருந்து ஆஸ்திரேலியாவின் டார்வினுக்குக் கடல் மார்க்கமாகச் செல்ல எத்தனித்தபோது பிடிபட்டிருக்கிறார்கள். தைமூரில் ஆஸ்திரேலிய அரசு நங்கூரம் போட்டு அமர்ந்திருப்பதால்,

தீவிர நடவடிக்கை எடுத்து அத்தனை பேரையும் நாட்டை விட்டு வெளியேற்றி இருக்கிறார் கள். ஆகவேதான் எங்களது பெயர்களைப் பார்த்துவிட்டு, எங்களை வெளியேற்றும் முடிவை எடுத்திருக் கிறார்கள். கையிலும் ஆயிரம் டாலர் மட்டுமே இருந்ததும் இன்னொரு காரணம் என பீட்டர் விளக்கினான். முன்வைத்த காலை என்னால் பின் வைக்க முடியாது என்றேன் பீட்டரிடம். நான் மறுபடியும் உள்ளே நுழைவதற்கு ஒரு வழியிருக்கிறது என்றான் பீட்டர். எப்படி என்றேன் நான்.

சிங்கப்பூரைச் சேர்ந்த தமிழரான தர்மு என்கிற தர்மலிங்கம் பெயரைச் சொன்னான் பீட்டர். அங்குள்ள அரசியல் உயர் மட்டங்களில் அவருக்குச் செல்வாக்கு அதிகம் என்று சொன்ன பீட்டர், ரஷக்கிடோ என்கிற மந்திரி தர்முவின் தொழில் பங்குதாரராக இருப்பதாகவும் சொன்னான். தர்முவின் தொலைபேசி எண்ணைத் தந்து எங்களைப் பேசச் சொன்னான். தர்முவின் தொலைபேசி எண்ணைத் தொடர்பு கொண்டார் சந்தோஷ்.

தர்மு என்கிற தர்மலிங்கம் பிறப்பால் சிங்கப்பூர்த் தமிழன் என்றாலும், அவரைச் சீனர் என்றுதான் பலபேர் நினைத்துக் கொண்டிருக் கிறார்கள். அருமையாக மாண்டரின் பேசுவார். எங்காவது பேசிக் கொண்டிருக்கும்போது வலது காலைத் தூக்கி எதன் மீதாவது வைத்தபடி இடுப்பில் கையை ஊன்றியபடி தர்மு பேசிக் கொண்டிருப் பதைப் பார்க்கும்போது ஒரு குள்ளச் சீன அரசன் பேசுவது போலவே இருக்கும். ஆறு பேர் கொண்ட குடும்பத்தில் அந்தக் குடும்பத்தின் கடைக்குட்டி தர்மு. ஆரம்பத்திலிருந்தே யாரிடமும் அவர் ஒட்ட மாட்டார் என்று அவருக்குப் பெண் கொடுத்த, சொந்தத் தாய்மாமன் என்னிடம் ஒருமுறை சென்னையின் தலைப்பாக்கட்டி உணவகத்தில் வைத்துச் சொன்னார். அவருடைய மாமாவை என்னுடைய காரில் ஏற்றி விடும்போது தனியாக அழைத்து என்னிடம் தர்மு 'அந்தாளு கடுமையான லூசு, அவர்ட்ட நம்ம விஷயம் எதையும் சொல்லாதீங்க' என்றார். நல்ல மாமா, நல்ல மருமகன் என்று நான் அப்போது நினைத்துக்கொண்டேன். குடும்பத்திலேயே குறைவாகப் படித்தவர் தர்மு மட்டும்தான். அவரை சீனாவைச் சேர்ந்த கப்பல் கம்பெனி யொன்றில் அவருடைய அப்பா சேர்த்துவிட்டிருக்கிறார். கப்பலில் தன்னந்தனியாக 20 வயதிலிருந்து அடுத்த 20 வருடங்கள் ஒவ்வொரு தேசமாகச் சுற்றி அலைந்திருக்கிறார் தர்மு; இடையில் ஐந்து தடவைதான் சொந்த வீட்டிற்கு வந்திருக்கிறார். அதில் ஒரு தடவை தன்னுடைய தாய்மாமன் பெண்ணைத் திருமணம் செய்து கொண்டிருக்கிறார்.

அவருடைய மனைவி அருமையான பெண். சிங்கப்பூர் தமிழ்க் கலாசாரத்தில் ஊறியவர் என்பதால், நன்றாகத் தக்காளி ரசம் வைக்கத் தெரிந்திருந்தது அவருக்கு. ஆனால் உலகத்திலேயே ஆள் அப்பாவி யானவர். அதனால்தான் தர்மு மாதிரி வில்லனுக்கு அவர் வாக்கப் பட்டாரா என ஒருமுறை நான் நினைத்துக் கொண்டேன். திடீரென சீனக் கப்பல் கம்பெனியில் ஆட்களை முறைக்கத் துவங்கியிருக்கிறார் தர்மு. அடிக்கடி சண்டைகள் பல போட ஆரம்பித்திருக்கிறார். விசாரணைக்கு அழைத்துக் கேட்டால், ஒரு வார்த்தைகூட பேசாமல் சுவரைப் பார்த்தபடி அமர்ந்து கொண்டிருந்திருக்கிறார். தொடர்ச்சியான கடல் பயணங்கள் அவரது மனநிலையைப் பாதித்து விட்டதாகக் கருதி அவரை வேலையை விட்டு அனுப்பிவிட்டார்கள். எங்கே போவது என்று தெரியாமல் கையில் இருந்த காசை வைத்துக்கொண்டு, தைமூர் பற்றிக் கேள்விப்பட்டு இங்கே வந்து இறங்கியிருக்கிறார்.

தெருவோரமாக நடந்து சென்ற அவரை எல்லோரும் சீனன் என்று நினைத்துக்கொண்டார்கள். பத்து நாட்கள் தைமூரில் தங்கியிருந்தவர் அதிர்ஷ்டவசமாக ரஷக்கிடோவின் கண்களில் தட்டுப்படுகிறார். தர்முவின் சீன மொழி அறிவு ரஷக்கிடோவைக் கவர, தர்முவைத் தன்னுடனே அமர்த்திக்கொள்கிறார். அடுத்த ஒரு வருடத்திலேயே தன்னுடைய மனைவியையும் அழைத்துக்கொண்டு வந்து தைமூரிலேயே செட்டில் ஆகிறார் தர்மு. நாங்கள் அவரைச் சந்திக்கும் போது அவர் பத்து ஆண்டுகள் அங்கேயே தங்கியிருந்ததால், நிரந்தரக் குடியுரிமை கொடுத்திருந்தார்கள். 'நான், என் மனைவி, இந்தத் தைமூர்தான் என் உலகம்' என ஒருமுறை நல்ல மனநிலையில் இருக்கும்போது தர்மு என்னிடம் சொன்னார். அது உண்மைதான். தைமூரை அவரது காதலிபோல நேசித்தார். உள்ளூர் ஆட்களைவிட அவர் அந்தளவிற்கு அந்த தேசத்தை நேசித்தது எனக்கு ஆச்சரியமாக இருந்தது.

தர்முவை லைனில் பிடித்த சந்தோஷ் எல்லா விஷயங்களையும் சொன்னார். மறுபடி டிக்கெட் போட்டு தைமூருக்கு உடனடியாகக் கிளம்பி வரச் சொன்னார் தர்மு. நாங்கள் தைமூருக்கு வந்து இறங்கிய போது, பாதுகாப்பு நடைமுறைகள் எல்லாவற்றையும் மீறி விமான ஓடுபாதைக்கு அருகிலேயே நின்றிருந்தார், நாங்கள் இறங்கிய வுடனேயே தமிழர்கள் என அடையாளம் கண்டு வரவேற்றார். இந்த முறை அந்த குண்டுப் பெண்மணி முதுகை வளைத்து எங்களுக்கு வணக்கம் வைத்தாள். தர்மு 100 டாலர் நோட்டொன்றை உருவி அவளிடம் கொடுத்தார். வழி நெடுக, கூப்பன் ஒன்றை லஞ்சமாகக் கொடுத்தபடியே வந்தார். வெளியே வந்தவுடன், என்ன அது

என்றேன். 2 டாலர் துவங்கி ஐம்பது டாலர் வரை விலையுள்ள மொபைல் ரீசார்ஜ் கூப்பன்கள் அவை. இங்கே இவற்றைக் கொடுத்தால்தான் வேலை நடக்கும் என்றார் தர்மு.

விமான நிலையத்திற்கு வெளியே வந்து, ஆளுக்கொரு சிகரெட் பற்ற வைத்தோம். பீட்டர் தூரத்தில் எங்களைப் பார்த்தபடி எங்களுக்காகக் காத்துக்கொண்டிருந்தான். தர்முவும் அதைக் கவனித்தார். ''இதற்கு முன் நீங்கள் எப்படி வேண்டுமானாலும் இருந்துகொள்ளுங்கள். என்னை நம்பி வந்துவிட்டால், நீங்கள் இங்கே நான் சொல்வதை மட்டுமே கேட்க வேண்டும். எனக்கு வார்த்தை மிகவும் முக்கியம். சொன்னால் சொன்னபடி நடந்துகொள்ள வேண்டும். ஒருமுறைகூட நான் யாருக்கும் மன்னிப்பு கொடுக்க மாட்டேன். உடனடியாக உறவைத் துண்டித்துக்கொள்வேன். நான் யாருக்கும் பயப்படவும் மாட்டேன்'' என பேசிக்கொண்டே இருந்தார்.

''எங்களிடம் என்ன எதிர்பார்க்கிறீர்கள்?'' நான் நேரடியாகவே விஷயத்திற்கு வந்தேன். தூரத்தில் நின்றுகொண்டிருக்கிற பீட்டரை வெளிப்படையாகவே கையை நீட்டிச் சுட்டிக்காட்டி, ''அவனுடன் எந்தப் பழக்கமும் வைத்துக்கொள்ளக்கூடாது'' என்றார் தர்மு. எனக்குத் தூக்கிவாரிப் போட்டது. வந்து இறங்கியவுடனேயே நின்று கொண்டிருந்ததை பீட்டரும் கவனித்துப் புரிந்து கொண்டான்போல. சொல்லிக்கொள்ளாமல் புறப்பட்டான் பீட்டர். அதற்கடுத்து நான் அங்கிருந்த காலங்களில் தெரியாமல் பீட்டருடன் சேர்ந்து ஊர் சுற்றியிருக்கிறேன்.

யாரையும் குடோனிற்குள் அனுமதிக்காத பீட்டர் என்னை அனுமதித்து அதைச் சுற்றிக்காட்டியிருக்கிறான். சந்தன மரங்களை வெட்டிப் பதுக்கி வைத்திருந்தான் பீட்டர், நல்ல விலை வருவதற் காகக் காத்திருந்தான். சந்தன மரங்கள் மட்டுமல்லாமல், நிறைய ரோஸ்வுட் மரங்களையும் வெட்டிப் பதுக்கி வைத்திருந்தான். அதைவிட முக்கியம் அவனது குடோனுக்குள்ளேயே லோக்கல் தைமூர்ப் பெண்ணொருத்தியுடன் வாழ்ந்து கொண்டிருந்தான். அந்தப் பெண் இரவு நேரங்களில் மட்டும் வெளியே வந்து போவாள். எதற்காக இப்படி ஒரு ஏற்பாட்டில் பீட்டர் வாழ்ந்தான் என்பது உண்மையிலேயே எனக்குத் தெரியவில்லை. தர்முவிற்கு நானும் எனக்கு தர்முவும் பரஸ்பர எதிரியானதற்குக் காரணம் பீட்டர்தான் என எல்லோரும் பேசிக்கொண்டார்கள். ஆனால், உண்மை என்ன தெரியுமா? அந்த விமான நிலைய சம்பவத்திற்குப் பிறகு, பீட்டர் ஒரு வார்த்தைகூட தர்முவைப் பற்றிப் பேசியதில்லை. நான் பேச வாயெடுத்தாலும், கையைக் காட்டி என்னை அமர்த்திவிடுவான்.

அவனிடம் என்னுடைய கனவுகளைச் சொல்வேன் நான். கனவுகளை அடையும் பாதையில் அவன் சந்தித்த இடர்களைப் பற்றி எனக்குச் சொல்லுவான் பீட்டர். விமான நிலைய விஷயத்திற்குப் பிறகு, சந்தோஷ் ஒருமுறைகூட பீட்டரிடம் பேசி நான் பார்த்ததில்லை. அவர்தான் மனதளவில் மெய்டனில் வைத்தே பீட்டரைக் கழற்றி விட்டுவிட்டாரே.

தர்மு ஏற்கெனவே ஹோட்டல் திமோரில் எங்களுக்கு அறை எடுத்து வைத்திருந்தார். எங்களை மாலையில் சந்திப்பதாகச் சொல்லிவிட்டுக் கிளம்பிச் செல்லும்போது, தூரத்தில் சுட்டிக்காட்டி ''உங்களுக்காக ட்ரைவருடன் ஒரு கார் ஏற்பாடு பண்ணி வைத்திருக்கிறேன்'' என்று சொன்னார். காருக்கு அருகே குத்துக்காலிட்டு அமர்ந்திருந்த இளைஞன் ஒருவனைக் கைகாட்டி அழைத்தார். அருகில் வந்து ஆங்கிலம் பேசினான். ''இவன் இனி உங்களுக்கு எல்லாமுமாக இருப்பான்'' என்றார். மாலையில் எங்களுடைய அறைக்கதவை அல்பி தட்டி, உடனடியாக உங்களைக் கிளம்பி வரச் சொன்னார் என்றான். நாங்கள் உடனடியாகக் கிளம்பி தரைத்தளத்திற்கு வந்தபோது, 'பொனாய்த்திங் மவுங்' என்றான் அல்பி. அவனுடைய மொழியில் அது மாலை வணக்கம்.

எங்களை அவன் போர்த்துகீசிய உணவு விடுதிக்கு அழைத்துச் சென்றான். அங்கே தர்முவோடு இன்னொரு நபரும் அமர்ந்திருந்தார். இருவரும் கடலலையைப் பார்த்தபடி ஒரு வார்த்தைகூட பேசாமல் அமர்ந்திருந்தார்கள். தர்முவோடு அமர்ந்திருந்தவர் பார்ப்பதற்குப் பெரிய நிறுவனம் ஒன்றின் உயரதிகாரிபோல இருந்தார். அந்த நேரத்திலும் நேர்த்தியாக இன் செய்து பக்கா ஃபார்மல் உடையில் இருந்தார். 'காவியன்' என அவரை, தர்மு எங்களுக்கு அறிமுகம் செய்து வைத்தார்.

ஏழெட்டு விமானங்களை வைத்து விமான சர்வீஸ் நடத்திய நபர் அவர் என எங்களுக்கு அதற்கடுத்த இரண்டு நாட்கள் கழித்துதான் தெரிந்தது. விமான சர்வீஸ் நடத்துவதற்கு முன்பு அவர் என்னவாக இருந்தார்? பப்புவா நியூகினியா என்கிற நாட்டைப் பற்றியும் அங்கே காவியன் என்ன செய்துகொண்டிருந்தார் என்பதைப் பற்றியும் நான் உங்களுக்குச் சொல்ல வேண்டும். அங்குள்ள தொழிலதிபர்களைக் கடத்திக் கொலை செய்து பணம் பறிக்கும் 'ராஸ்கல் கேங்' பற்றியும் உங்களுக்குச் சொல்ல வேண்டும். பப்புவா நியூகினியா சுதந்திர நாடு என்றாலும், வன்முறைக்குப் பெயர்போன நாடு. ஆனால் அந்த நாட்டில் இயற்கை வளங்கள் கொட்டிக் கிடக்கின்றன. ஆஸ்திரேலியாவில் தஞ்சம் புகுந்த இலங்கைத் தமிழரான காவியனும்

ஆஸ்திரேலியாவைப் பூர்விகமாகக்கொண்ட அவரது நண்பர் ஒருவரும் பப்புவா நியூகினியாவின் இயற்கை வளங்கள் பற்றிக் கேள்விப்படுகிறார்கள்.

அங்கு தங்கச் சுரங்கம் ஒன்றை லீஸிற்கு எடுக்கத் திட்டமிட்டு அங்கே போய், லஞ்சமெல்லாம் கொடுத்து அதைச் சாதித்தும் காட்டு கிறார்கள். நன்றாகப் போய்க்கொண்டிருக்கிறது தொழில். பப்புவா நியூகினியாவிலேயே வீடு, கார், அலுவலகம் என களை கட்டியது வியாபாரம். ஒரு நாள் நண்பர்கள் இருவரும் ஆளுக்கொரு பெண்ணை அழைத்துக்கொண்டு கடலில் குளிக்கப் போயிருக்கிறார்கள்.

குளித்துக்கொண்டிருந்த காவியன் தற்செயலாக உடன் இருந்த நண்பரைத் திரும்பிப் பார்க்கிறார், நண்பரைக் காணவில்லை. ஒரு வேளை முங்கு நீச்சலில் போய் கடல் தாவரங்களைப் பார்த்துக் கொண்டிருப்பாரோ என நினைத்து காவியனும் முங்கிப் பார்க்கிறார். அங்கு அவர் கண்ட காட்சி அவரை நிலைகுலையச் செய்தது. கடலுக்குள் அமுக்கி, அவருடைய ஆஸ்திரேலிய நண்பரின் கழுத்தை ராஸ்கல் கேங்கைச் சேர்ந்தவர்கள் அறுத்துக் கொண்டிருந்திருக் கிறார்கள். ஏற்கெனவே பணம் தரச் சொல்லி இருவருக்கும் வந்த மிரட்டலைப் புறக்கணித்ததன் விளைவாய், கடலுக்கடியில் கழுத்து அறுபட்டுக்கொண்டிருந்தார் காவியனின் பார்ட்னர். ஜட்டியுடன் ஓடத் துவங்கிய காவியன் அங்கிருந்து கிடைத்த பொருட்களை எடுத்துக்கொண்டு, மனைவிக்கு ஃபோன் செய்திருக்கிறார். உயிர் பிழைத்தால் போதும் என கிளம்பி வரச் சொல்லிவிட்டார் அவருடைய மனைவி.

முதல்முறை அவர் தன்னுடைய சொந்த நாட்டிலிருந்து உயிர் பிழைப்பதற்காக ஆஸ்திரேலியா சென்றார். அப்போது அவரிடம் விட்டுச் செல்ல ஏதும் மதிப்பு மிக்க பொருட்கள் இல்லை. இரண்டாவது முறை உயிர் பிழைப்பதற்காக பப்புவா நியூகினியா விலிருந்து கிளம்பினார். ஆனால் இப்போது ஏராளமான சொத்துகள், சொந்த வீடு, கார் எல்லாவற்றையும் விட்டு, மறுபடி முதலில் இருந்து தன்னுடைய வாழ்க்கைக் கணக்கைத் துவங்கினார். அங்கிருந்து கிளம்பி கையில் இருந்த காசை வைத்துக்கொண்டு பாலியில் சடுகுடு ஆடி ஜெயித்து, ஏழெட்டு விமானங்களை வைத்து விமான சர்வீஸ் நடத்தினார் அவர். அவரை விடாமல் துரத்தியது விதி. பாலியில் நடந்த மிகப் பெரிய குண்டுவெடிப்புச் சம்பவத்தையடுத்து, விமானப் போக்குவரத்து வணிகம் அடியோடு பாதிக்கப்பட்டது. அந்த வணிகத்தை அவர் இழுத்து மூடிவிட்டு வேறு என்ன செய்வது என்று யோசித்துக்கொண்டிருந்தபோது, தைமூர் என்கிற புதிய தேசம் ஒன்று

உருவாகியிருப்பதாக அவருக்குச் சொன்னார்கள். என்னதான் அது, பார்த்துவிடலாமே என அவர் கிளம்பி வந்ததில் அவருக்கு இந்தத் தேசம் பிடித்துப்போனது.

ஆனால் தர்முவை எப்படிப் பிடித்துப்போனது என்பது எனக்கு எப்போதும் விளங்கியதில்லை. ஏனெனில் தர்மு எதையும் மறைத்துப் பேசுபவர். காவியன் எதையும் வெளிப்படையாகப் பேசும் இயல்பைக் கொண்டவர். எப்படி இருவருக்கும் பொருந்திப் போனது? 'வியாபாரம் செய்ய வந்தால், தனிப்பட்ட ஆராய்ச்சி களுக்குள் செல்லக் கூடாது. நம் வேலை நடக்கிறதா என்பதை மட்டும்தான் பார்க்க வேண்டும். வணிகமும் தத்துவமும் ஒருபோதும் ஒன்று சேரக்கூடாது. பொருள் சேர்ப்பது ஒன்று மட்டும்தான் வணிகத்தின் தர்மம்' என்று ஒருமுறை காவியன் எனக்கு ஆலோசனை சொன்னார்.

அந்தப் போர்த்துகீசிய உணவகத்தை நடத்துவது ஒரு மலேசிய சீனன். வாய் நிறைய சிரிப்போடு எங்களை வரவேற்றான். அதற்கடுத்து நான் அங்கிருந்த நாட்களில் எனக்கு விதம் விதமாகச் சமைத்து என்னைக் கொண்டாடியவன் மைக்கேல் என்கிற அந்த மலேசிய சீனன். உண்மையான சீன உணவின் மகத்துவத்தை அவன்தான் எனக்கு உணர்த்தியவன். அவன் கையால் சாப்பிட்ட பிறகு இன்றுவரை நான் எங்கேயும் சீன உணவை ஆர்டர் செய்யவே துணிந்ததில்லை. நாவில் அவன் சமைத்துத் தந்த ருசி மறுபடி அவனைப் பார்க்கும் வரை அப்படியே இருக்கட்டும். அவனுடைய மனைவியை நான் எப்போதும் 'அம்மாயிங்' (சீன மொழியில் சகோதரி) என்றழைப்பதை அவன் பெருமையுடன் பார்ப்பான். எனக்கு அவன் எல்லாமுமாக இருப்பான் என்பதை முதல் பார்வையிலேயே உணர்ந்து கொண்டேன்.

காவியன் மிக நட்பாக இருந்தார். எங்களுடைய ஐடியாக்களைக் கேட்டார். நாங்கள் நிறைய முதலீட்டாளர்களை இந்தியாவில் இருந்து அழைத்து வருகிறோம் என்றார் சந்தோஷ். இந்த வார்த்தையைக் கேட்டதும் இருவரும் முகம் மலர்ந்தார்கள். அந்த இடத்திலேயே நாங்கள் கம்பெனி துவங்குவது என முடிவெடுத்தோம். எங்கள் தரப்பிலிருந்து இரண்டு பேர், அவர்கள் தரப்பிலிருந்து தர்மு, காவியன் இரண்டு பேர். மீதி ஒருத்தரைப் பிறபாடு சேர்த்துக்கொள்ளலாம் என்று ஏற்பாடு. நாங்கள் முதலீடு செய்ய வேண்டும். எங்களுக்கு அறுபத்தேழு சதவிகிதம். அவர்களுக்கு முப்பத்து மூன்று சதவிகிதம். கடல் அட்டையைக் கேள்விப்பட்டவுடன், காவியன் என்ன நினைத்தாரோ, அதில் மட்டும் எல்லோரும் சம பங்கு முதலீடு

செய்வோம் என்றார். தர்முவும் அதற்கு ஒத்துக்கொண்டார். அதன்படி முதலில் கடல் அட்டைத் தொழிலை மட்டும் ஆரம்பிப்பது என முடிவெடுத்தோம். அதன் மூலம் நமக்குள் தொழில் உறவு ஒத்து வருகிறதா இல்லையா என்று பார்த்துவிட்டு, வேறு தொழில்களைப் பற்றி யோசிக்கலாம் என முடிவெடுக்கப்பட்டது. அதுவரை மற்ற தொழில் வாய்ப்புகளை நாங்கள் ஆராய்ந்து கொள்ளவேண்டும். உள்ளூர் ஆட்களிடம் எல்லை தாண்டாமல் பழகுங்கள் என அறிவுறுத்தப்பட்டது. தேவையில்லாமல் அடுத்தவரின் எல்லைக்குள் யாரும் மூக்கை நுழைக்கக்கூடாதெனவும் தர்மு அழுத்திச் சொன்னார். நாங்கள் எல்லா விஷயங்களுக்கும் தலையாட்டினோம். தர்மு என்னைப் பார்த்து நட்பாகச் சிரித்துவிட்டு உடனடியாகத் தன்னுடைய பங்குத் தொகையைத் தூக்கி மேஜையில் வைத்தார். அதன்படி ஆளுக்குப் பத்தாயிரம் டாலரை டேபிளில் தூக்கி வைத்தோம் உடனடியாக. இப்படியாகதான் இந்த முதலைகள் ஒன்றாக அந்தப் படகில் பயணம் செய்ய முடிவு செய்தன. தர்மு தன்னுடைய கையோடு கொண்டுவந்திருந்த சிவாஸ் ரீகலைத் திறந்தார். கட்டற்ற போதைக்கு அடுத்து நாங்கள் கிளம்பி வெளியே வந்தபோது, நன்றாக இருட்டியிருந்தது. வழக்கமாக எனக்குத் தென்படாத துருவ நட்சத்திரம் அன்று வழக்கத்தை மீறிப் பிரகாசமாக ஒளிர்ந்தது.

3

அன்றைக்குக் கடல் கலங்கியிருந்தது. வழக்கமாக தரைச்செடிகள், கடற்பாறைகள் தெளிவாகத் தெரியும். நட்சத்திர மீன்கள் நீந்திக் கொண்டிருக்கும். ஒருமுறை பெரிய பாறை மீன்கூட ஒன்று நீந்திச் செல்வதை அருகில் இருந்து பார்த்திருக்கிறேன். கடல் அட்டைகளை முங்கிப் பொறுக்க வேண்டியதில்லை. குனிந்தால், கையாலேயே பிடித்துவிடலாம். கடல் அட்டைகள் படு சாந்தமாக கடலுக்கு அடியில் படுத்துக் கிடக்கும். அருகில் சென்று அதன் மேல் கை வைத்தால், நீரைப் பீய்ச்சி அடிக்கும். மண்ணைக் கக்கியபடி கடல் அட்டைகள் படுத்துக் கிடப்பதைப் பார்த்தால், பெருமாள் மல்லாக்கப் படுத்து அருள் பாலிப்பது போல இருக்கும். ஒருமுறை காஞ்சிபுரத்தில் எம்.டெக் படித்த இளம் அர்ச்சகனான விஸ்வா எனக்கு வரதராஜப் பெருமாளின் சிலையை அருகிலிருந்து கற்பூரம் காட்டி, அந்த முகத்தை உற்றுப் பார்க்கச் சொன்னான். இப்போது பார்க்கையில் எம்பெருமாளின் உதட்டோரம் குவியும் மெல்லிய புன்னகைபோல கடல் அட்டைகள் வாயைத் திறந்து மூடுவது இருந்தது. அன்று பிறந்த குழந்தை பாலுக்காகவோ தேனை வைப்பதற்காகவோ வாயைத் திறந்து மூடினால் எப்படி இருக்கும்? அத்தனை சாதுவாகக் கிடக்கும் கடல் அட்டைகள்.

மனது பாரமாக இருந்தால், நான் பெரும்பாலும் கடலுக்குள் இறங்கிவிடுவேன். எனக்குக் கடல் குறித்த எந்தப் பயமும் இல்லை. ஆனால் அன்றைக்கு ஏனோ பயமாக இருந்தது. கடல் வழக்கத்திற்கு மாறாக அதிகமாகக் கலங்கிக் கிடந்தது. நாய் ஏதாவது செத்து கடலுக்குள் கிடந்தால்தான் இப்படிக் கலங்கும் என எங்கள் ஊரில் சொல்வார்கள். இத்தனை ஆயிரம் மைல்கள் கடந்து வந்திருக்கிற இந்த தேசத்திலும் அந்த அளவுகோல் பொருந்துமா என யோசித்துக் கொண்டிருந்தபோதுதான் அந்த முதலை மெல்ல என்னை நோக்கி நீந்தி வந்தது. எனக்கு பயம்தான். இருந்தாலும், அது கடவுள் என்பதால் நடப்பது நடக்கட்டும் என அமைதி காத்தேன். ஒருமுறை இப்படிதான் தற்செயலாக பூசாரி ஒருவர் சிறு வயதில் என்னை சிந்துபட்டி பெருமாளின் கருவறைக்குள் தூக்கிச் சென்றுவிட்டார். கடவுளைப் படத்தில் பார்க்கிறோம். தூரத்தில் இருந்து பார்க்கிறோம். அருகில் சென்று பார்க்கும்போது எனக்குப் பூச்சாண்டியைப் பார்ப்பது போலவே இருந்தது. பயம் அடிவயிற்றில் இருந்து மெல்ல மேலேறி உச்சந்தலையை அடைவதை, ரத்த ஓட்டம் உடல் முழுவதும் பரவுவதை ஒரு மெல்லிய குளிர் பரவுவதுபோல நெருக்கத்தில் உணர்ந்தேன். ‘சாமி கண்ணைக் குத்தாது, சாமி கண்ணைக் குத்தாது’ என அந்தப் பூசாரித் தாத்தா சொல்லிக்கொண்டிருப்பது இப்போது காதுகளில் ஒலித்தது.

என் முன்னால் வந்து நின்ற முதலை என்னைப் பார்த்தது. அதன் புதிய தேசத்திற்கு நான் வந்தது குறித்து மகிழ்ச்சி தெரிவித்தது. என்னைப் பற்றியெல்லாம் தீவிரமாக விசாரித்துக் கொண்டிருந்தாயாமே என விசாரணை போட்டது. ‘‘நீ வணிகன்தானே? வந்த வேலையை மட்டும் பார்த்துக்கொண்டு போக வேண்டியதுதானே? எதற்காக என்னைப் பற்றி விசாரித்தாய்?’’ என்று கேட்டது.

‘‘நான் வணிகன் என்பது என் தேர்வல்ல’’ என்றேன்.

‘‘ஆனால் நீ என் தேர்வு. நான்தான் உன்னை இங்கு வரவழைத்தது’’ என்றது முதலை இளக்காரச் சிரிப்புடன்.

‘‘என் பகடையாட்டத்தை நான்தான் ஆடுகிறேன். பிறர் யாரையும் விளையாட அனுமதிப்பதில்லை’’ என்றேன் நான்.

‘‘ஏற்கெனவே தீர்மானிக்கப்பட்ட ஆட்டத்தைப் பார்த்துக்கொண்டு நிஜ ஆட்டத்தைப் பார்ப்பதாக நீ கற்பனை செய்துகொண்டிருக் கிறாய்’’ என்று அது சொன்னது எனக்கு விளங்கவில்லை. நான் தெளிவாகப் பேசிக் கொண்டிருப்பதாகதான் நினைத்துக் கொண்டிருந்தேன் அதுவரை, முதலை பேசுவதில் ஆர்வமாக இருந்தது. என்னை நோக்கி

மேலும் நெருங்கி வந்தது. அதன் உடலெங்கும் எண்ணிலடங்கா வைரங்கள் பட்டையாகப் பொருத்தப்பட்டிருந்தன. அருகில் வந்த அது எனக்கு வாயைத் திறந்து காண்பித்தது. கிணறுபோல ஏதோ தெரிகிறது என்றதும் அது தன் வாயை மூடிக்கொண்டது.

''வணிகர்களின் கண்களில் பேராசையை மட்டுமே நான் காண்பேன். தவறிப் போய் உன் கண்களில் ஒளியைக் கண்டுவிட்டேன். அதற்காக தான் உன்னை நான் தேர்ந்தெடுத்தேன்'' என்றது முதலை. ''இல்லை நான் வணிகன்'' விடாப்பிடியாகச் சொன்னேன். எனக்கு வியாபாரச் சூத்திரங்களைக் கற்பிக்கத் தெரியும். விட்டால் அவை பற்றி ஒரு மணி நேரம் கூட சொற்பொழிவு ஆற்றுவேன் என்று அதனிடம் சொன்னேன். பதிலுக்கு அது சிரித்துக்கொண்டே சொன்னது:

''எல்லாம் அப்படியே உன்னிடம் பொருந்திப் போகின்றன. ஆனால் ஒன்றைத் தவிர. அதை நான் உனக்குத் தருவேன். என்னிடம் நீ நிபந்தனையற்று உன்னை ஒப்படை, அந்த ஒன்றை நான் உனக்குத் தருவேன்'' என்றது சிரித்துக்கொண்டே.

''அது என்ன என்னிடம் இல்லாதது...'' என்றேன்.

''அனுபவம்.''

''அதை எனக்குக் கற்றுத்தர முடியுமா?'' என்றேன்.

''அதை எப்படி உடனடியாக உனக்குக் கற்றுத் தர முடியும்? நான் சொல்வதைக் கவனமாகக் கேட்டுக்கொள். நான் உன்னைப் பார்த்து மொத்தம் மூன்று முறை சிரிப்பேன். முதலிரண்டு முறை சிரிக்கும் போது நீ தீவிர சிக்கலில் இருப்பாய். ஆனாலும் அந்தச் சிக்கல்களில் இருந்து உன்னை விடுவிப்பேன். மூன்றாம் முறை நான் சிரிப்பது உனக்குக் கிடைக்கப் போகும் அதிர்ஷ்டத்தின் சமிக்ஞை.'' குரல் மட்டும் கேட்டது. நான் முதலையைத் தேடிப் பார்த்தேன். அது காணாமல் போயிருந்தது.

4

நான் சார்ந்திருந்த வங்கியில் அண்ணன் உயர் ரக கார் ஒன்றை வாங்கிவிட்டு லோன் கட்ட வில்லை. லோனை வாங்குவது இல்லா விட்டால் வண்டியைத் தூக்குவது என்பதற்காக தான் நான் அண்ணனை முதல் முறையாகச் சந்தித்தேன். அதற்கடுத்து அவருடைய செல்வாக்கைப் பார்த்துவிட்டு அவரது அடிப் பொடியாக மாறினேன். சந்தோஷை நான் அண்ணன் வீட்டில் வைத்துதான் பார்த்தேன். சினிமாவில் காட்டுவார்களே அதைப் போலதான். அண்ணன் என்றால் அண்ணன்தான். இதில் எப்போதும் மறு பேச்சில்லை. ராட்வெய்லர் நாய்கள் இரண்டைக் காலுக் கடியில், படுக்கப் போட்டுக்கொண்டு அண்ணன் அமர்ந்திருக்கிற தோரணையே சொல்லிவிடும், அவர் அதிகாரத்திற்கு நெருக்கமானவர் என்பதை. ஆட்சியில் இருக்கிறவர்களுக்கு அருகில் அண்ணனின் சகோதரி இருக்கிறார் என்பதால், அண்ணனும் செல்வாக்காக இருந்தார். அண்ணனின் செல்லத் தம்பி நான் எதையாவது பேசியபடி அண்ணனை உற்சாகப்படுத்தியபடி இருப்பேன்.

ஒருநாள் அண்ணன் திடீரென நகரில் உள்ள நட்சத்திர விடுதியொன்றில், அறை ஒன்றை மூன்று மாதங்களுக்குத் தொடர்ந்தாற்போல

பதிவு செய்யச் சொன்னார். எனக்கு விளங்கவில்லை. எப்போதும் அவர் அறை எடுப்பதில்லை. தேவைப்பட்டால், உடல் உஷ்ணம் அதிகமானால், அவர் தாய்லாந்திற்குப் பறந்து போய்விட்டு வருவார் என்பதுதான் நான் அறிந்தது. திடீரென அறை - அதுவும் மூன்று மாதங்களுக்குத் தொடர்ந்தாற்போல - என்பதால் நான் கொஞ்சம் குழம்பிப்போனேன். மூலிகைகள் ஏதேனும் சாப்பிடுகிறாரா என்று கேட்க நினைத்தேன். கொன்றே போடுவார் என்பதால் கேட்கத் துணிவு வரவில்லை. அதுவும் இந்த ராட்வெய்லர் நாய்கள் இருக்கின்றனவே அதைப் பற்றி உங்களுக்குச் சொல்ல வேண்டும். அதிலும் இதில் ஒரு நாய் பல்வேறு பெருமைகளைப் பெற்ற நாய். அதை நான் நாய் என்று சொன்னால், அண்ணன் என்னை அடிக்க வருவார் அல்லது எனக்குத் தரப்போகும் கமிஷனைத் துண்டித்து விடுவேன் என்று சிரித்துக்கொண்டே சொல்வார்.

மெர்ஸி வோம் பென்னி என்ற பெயர் கொண்ட, ரோம் நாட்டைப் பூர்விகமாகக் கொண்ட ராட்வெய்லர் (Rottweiler) வகை நாய். இந்த நாயைப் பற்றிச் சொல்வதற்கு முன்பு ஒரு சின்ன பில்டப். சிநேக பார்வையில்லாத நாயொன்றைப் புதிதாகப் பார்க்கும்போது, ஏதாவது ஒரு பெயர் சொல்லி அழைத்தால், அது மகுடிக்குக் கட்டுப்படும் என்று ஊர்ப் பக்கம் சொல்வார்கள் அல்லது அதன் கண்களைப் பார்க்காமல் நடந்தாலும் அமைதியாக இருக்கும் என்பார்கள். அப்படிதான் இந்த நாயையும் நினைத்து அண்ணன் வீட்டில் அதை அணுக நினைத்தேன். அப்புறம்தான் அதன் வரலாறு தெரிந்தது. நிறைய மனிதர்களைக் கொன்றிருப்பதாலும், கொலை, கொள்ளை காரணங்களுக்காகப் பயன்படுத்தப்படுவதாலும் 42 நாடுகளில் தடை செய்யப்பட்ட நாயினம் இது. பழகுவதற்கு இனிமையானதாக இருந்தாலும், குணத்தில் மிக மிக மூர்க்கமானவை. ஆனால் பழகிவிட்டால், அதைப்போல ஒரு நம்பகமான பாதுகாவலன் இருக்க முடியாது என்கின்றனர். அண்ணன் புதிதாக வந்திருக்கும் விருந்தாளிகளை இந்த நாயைத் துணைக்கு வைத்துக்கொண்டுதான் சந்திப்பார். ஏன் என்று கேட்டால், என்னை ஏமாற்ற நினைத்தால் இவன் தண்டித்துவிடுவான் என்பார் சிரித்துக்கொண்டே. அது ராட்வெய்லராகவே இருக்கட்டும். நம்மிடம் அது வந்தால் என்ன நடக்கும்? பழைய அலுமினியத் தட்டில்தான் அதற்குச் சோறு போட்டுக் கொண்டிருந்தார்கள்.

ஏன் என்ற மறு பேச்சில்லாமல் அந்தப் பிரபலமான ஹோட்டலில் நான் அறையைப் பதிவு செய்தேன். அப்போது எனக்கு வேண்டியவர் என்றும் என்னுடைய தொழில் பங்குதாரராக இருக்கப் போகிறவர் என்றும் சொல்லி அண்ணன் எனக்கு சந்தோஷை அறிமுகப்படுத்தி

வைத்தார். நான் பார்த்தவுடனேயே சந்தோஷிடம் நெருங்கிப் பழகத் துவங்கிவிட்டேன். சந்தோஷ் அடிப்படையில் நல்லவர் என்பதை அவருடன் பழகிய சில காலங்களிலேயே உணர்ந்துகொண்டேன். பசி என்று யாராவது வந்துவிட்டால், கையில் இருக்கிற அத்தனை காசையும் எடுத்துக் கொடுத்துவிடுவார். தொழிலில் நம்பகமானவர். கொஞ்சம் அசட்டுத்தனத்தோடு செயல்படுவாரே தவிர, யாரையும் கருவறுக்கும்படி யோசிக்கக்கூட மாட்டார். சந்தோஷ், எல்லோரும் நன்றாக இருக்க வேண்டும் என்கிற விடாப்பிடியான கொள்கையை உடையவர் என்பதால், நான் அதிகமாகவே அவருடன் நெருக்கமாகிப் போனேன்.

வழக்கமானவர்களைப்போல எங்களை அண்ணன் எப்போதும் நடத்தியதில்லை. ஒரு வார காலத்திற்குப் பிறகுதான் என்ன தொழில் செய்யப் போகிறீர்கள் என்று சந்தோஷிடம் கேட்டேன். மணல் குவாரி ஏலத்தை அண்ணன் எடுக்கப் போவதாக சந்தோஷ் சொன்னார். பொதுவாகவே எந்த ஆட்சி மாறினாலும், மணல் குவாரி என்பது முருகக் கடவுள் ஒருவரிடம்தான் பல ஆண்டுக்காலமாக இருக்கிறது. எப்படி அண்ணனுக்கு அதைத் தருவார்கள் என்று யோசிக்கவே இல்லை நான். ஏனெனில் அண்ணனின் சகோதரி அதிகாரத்தில் உள்ளவர்களுக்கு வெகு நெருக்கத்தில் இருந்தார். தாமிரபரணி, வைகை, பாலாறு, கொசஸ்தலை என ஆற்றங்கரையோர மணல் மாஃபியாக்களிடம் நாங்கள்தான் இந்த வருட மணல் குத்தகை முழுவதையும் எடுக்கப்போகிறோம் என்று எவ்வளவு சொல்லியும் அதை நம்பவில்லை. அவர்களுக்கு நம்பிக்கையை ஏற்படுத்த வேண்டும் என்பதற்காகதான் இந்த அறை, இந்த நாடகம் எல்லாமும் என பிற்பாடுதான் எனக்குப் புரிய வந்தது. அதுவரை நான் இதுபோல் எந்த ஒரு பெரிய காரியங்களிலும் ஈடுபட்டதில்லை. வேலை நியமனம், மாற்றல் என ஆயிரங்கள், லட்சங்களில்தான் என் பின்னலை விரித்துக் கொண்டிருந்தேன். முதல்முறையாக மிகப் பெரிய வியாபாரம் ஒன்றில் என்னுடைய பங்கும் இருக்கப் போகிறது என்பதால், கிளுகிளுப்பாக இருந்தது. எங்களுக்குள் சண்டை ஏதும் மூளாதபடி எங்களுக்கு ஏரியாக்களைப் பிரித்துத் தந்திருந்தார் அண்ணன். நான் பாலாற்றுப் பகுதிக்கு ஒதுக்கப்பட்டிருந்தேன். ஆட்களை அடையாளம் காணுவது, அவர்களிடம் உண்மையிலேயே பணம் இருக்கிறதா என்று ஆராய்வது, சல்லடை போட்ட பின் அவர்களைக் கொண்டுபோய் அண்ணன் முன் நிறுத்துவது என்பது தான் எனக்கு அளிக்கப்பட்ட வேலை. மணல் வேலைகள் தொடங்கிய பிறகு தினமும் எங்களுக்கு வரவேண்டிய மாமூல் தொகையைத் தவறாமல் போய் வசூலித்து, அதில் உள்ள என்னுடைய

பங்குத் தொகையை எடுத்துக்கொண்டு மீதியை அண்ணன் கையில் பொறுப்பாக ஒப்படைப்பது என்று திட்டம்.

வேலை மும்முரமாக ஓடிக்கொண்டிருந்தது. சனிப் பெயர்ச்சியை ஒட்டி திருநள்ளாற்றில் மிகப் பெரிய யாகம் ஒன்றை அவருக்காகவும் ஆட்சியில் இருப்பவர்களுக்காகவும் நடத்த அண்ணன் திட்டமிட்டுக் கொண்டிருந்தார். நானும் அண்ணனும் அடிக்கடி அதற்காகத் திருநள்ளாறு போய் வந்து கொண்டிருந்தோம்.

''பார்த்தாயா சாமி என்று சொன்னால் நீ கோயிலுக்குப் போக மாட்டாய், போன சனிப்பெயர்ச்சிக்கு உன்னை திருநள்ளாறு போகச் சொன்னேன். நீ போகமாட்டேன் என்றாய். அந்த சனீஸ்வரனே ஏதோ ஒரு ரூபத்தில் உன்னை அங்கு அழைக்கிறார் பார்த்தாயா?'' என்றார் என்னுடைய நண்பராக இருந்த ஜோதிடர் ஒருவர். நான் நம்பா விட்டாலும், விடாப்பிடியாக என்னுடைய ஜாதகத்தை வாங்கிக் கணித்துவிட்டுச் சொன்னார். ''சூரியன் உனக்கு மறைவு ஸ்தானத்தில் வருகிறான் என்பதால், நேரடி அரசியல் அல்லாமல் அதிகாரத்தில் இருப்பவர்களால் உனக்குப் பணம் கொட்டோகொட்டென்று கொட்டப்போகிறது. நீ நம்ப மாட்டாய் என்று எனக்குத் தெரியும். உனக்கும் எனக்கும் பந்தயம் வைத்துக் கொள்வோம். நீ இனிமேல் சம்பாதிக்கப் போகும் பணத்தில் எனக்கு இருபது சதவீதத்தைத் தந்துவிடுவாயா?'' என்று சிரித்துக்கொண்டே கேட்டார். உண்மை யாகவே இதைச் சொல்கிறேன். ஏதோ அல்கெமிஸ்ட் நாவலைப் படித்துவிட்டு அதை அப்படியே காப்பியடித்து இந்த இடத்தில் சொல்கிறேன் என்று நினைத்துக்கொள்ள வேண்டாம். இனியும் நீங்கள் நம்பவில்லையென்றால், உங்களுடைய முகவரியை எனக்கு அனுப்புங்கள். என்னுடைய ஜாதகத்தின் பிரதியொன்றை உங்களுக்கு அனுப்பி வைக்கிறேன்.

மிதுன ராசி, திருவாதிரை நட்சத்திரம், கடக லக்னம், இது அரசியலுக்கான ஜாதகமா இல்லையா என்பதை உங்களது ஜோதிட அறிவிற்கே விட்டுவிடுகிறேன். இன்னும் பதினைந்து நாட்களில் சனிப் பெயர்ச்சி வரப்போகிறது. அதற்குள் வேலைகளை விரைந்து முடிக்க வேண்டும் என்று அண்ணன் எங்களை முடுக்கி விட்டுக் கொண்டே இருந்தார். சனிப்பெயர்ச்சிக்கு அடுத்த நாள் மணல் குத்தகை எங்கள் கைகளுக்கு மாறிவிடும் என உத்தரவாதம் கொடுக்கப் பட்டிருந்தது என்பதால், எல்லோரையும் அழைத்து முன் பணம் வாங்கும் முடிவிற்கு வந்திருந்தோம். மாதம் எழுபது கோடி ரூபாய் அதிகார மட்டத்திற்குக் கப்பமாகத் தரவேண்டும். நாங்கள் அதை உள் குத்தகை விட்டுப் பெருக்கிக்கொள்வது என்பதுதான் ஏற்பாடு.

இதற்குள் செய்தி எல்லா மணல் மாஃபியாக்கள் மத்தியிலும் பரவிவிட்டது என்பதால், எனக்கு ஒரு அமைச்சருக்குண்டான மரியாதையைக் கொடுத்துக்கொண்டிருந்தார்கள். நான் என்னுடைய சொந்த காரை எடுத்தே பல நாட்கள் ஆகிவிட்டன. மாஃபியாக் களுடன் சந்திப்பை பார்களில்தான் வைத்துக்கொள்வது என்பதில் நான் உறுதியாக இருந்தேன். நான் அதிகாரம் மிக்கவன் என்கிற தோற்றத்தை விடாப்பிடியாக வளர்த்தெடுத்தேன். அது எனக்குப் பல அனுபவங்களையும் தந்தது. அப்படிதான் ஒரு தங்கப் புதையலையும் நான் பார்க்க நேர்ந்தது.

பாலாற்று மணல் தடத்திற்கு மட்டும் 22 கோடி ரூபாய் என விலை நிர்ணயம் செய்தார் அண்ணன். முதல் நிபந்தனை, பேச வருபவர்கள் தங்களது கணக்கிலோ அல்லது நெருங்கியவர்கள் கணக்கிலோ பணத்தைக் காட்ட வேண்டும். பணம் இருப்பவர் என்று தெரிந்தால் தான் அடுத்த கட்டத்திற்கு நகர்வோம். ஏனெனில் எங்களை மாதிரி பணமே இல்லாமல், உமி, பொரி கதையாய் இந்தச் சந்தையில் நிறைய பேர் சுற்றிக்கொண்டிருந்தார்கள். சௌகார்பேட்டையிலிருந்து வந்த அந்தக் கும்பலிடம் நான் இதையேதான் சொன்னேன். அவர்கள் முதலில் தயங்கினார்கள். நான் விடாப்பிடியாக வலியுறுத்திச் சொன்னதும், தங்கமாக வாங்கிக்கொள்வீர்களா என்று கேட்டார்கள். நான் அண்ணனிடம் அதைச் சொன்னபோது வசதியாகப் போய் விட்டது என்றார். நான் சௌகார்பேட்டை ஆட்களுடன் வரத் தயாராக இருப்பதாகச் சொன்னேன்.

உண்மையிலேயே சத்தியமாக சினிமாவில் கூட்டிச் செல்வதைப் போல கண்ணைக் கட்டிக் கூட்டிப் போவதாகச் சொன்னார்கள்.

எந்தக் காரணம் கொண்டும் கண் கட்டைத் திறந்தால், தயவு தாட்சண்யமே இல்லாமல் சுட்டுவிடுவதாகச் சொன்னார்கள். நான் அண்ணனிடம் போய் என்ன இது இப்படிச் சொல்கிறார்கள் என்று முறையிட்டபோது அண்ணன் சொன்னார், ''அவன் பிரச்சினையையும் நீ புரிந்துகொள்ள வேண்டும். நீ போய் இருக்கிற இடத்தை வருமான வரிக்காரனுக்குக் காட்டிக் கொடுத்துவிட்டால் அவன் என்ன செய்வான்'' என்றார். வேறு வழியில்லாமல் என்னை அந்த இடத்திற்கு அப்படியான கோலத்தில் அழைத்துச் செல்வதற்கு ஒத்துக் கொண்டேன்.

அது சென்னை நகர்தானா என்று என்னால் உறுதியாகச் சொல்ல முடியவில்லை. கிட்டதட்ட மூன்று மணி நேரமாக வண்டி சுற்றிச் சுற்றி வந்ததை என்னால் உணர முடிந்தது. விரைவில் அந்த இடத்தை அடைந்தவுடன் மாடிப் படியேறி அழைத்துச் செல்கிறார்கள் என்பதை

உணர்ந்தேன். கண் கட்டை அவிழ்த்த பிறகு, என் முன்னால் தங்கக் குவியல் கொட்டிக் கிடந்தது. அத்தனையும் ஒரு கிலோ எடையுள்ள கட்டிகள். என்னை என்னால் நம்ப முடியவில்லை. என் வாழ்நாளில் தங்கக் குவியலின் முன்னால் இப்படி நிற்பேன் என்று கற்பனைகூட செய்ததில்லை. ஜொலிஜொலித்த அந்த ஒளியில் எவ்வளவு நேரம் மெய்மறந்து நின்றேன் என்பதே எனக்குத் தெரியவில்லை. திரும்பவும் அதே மாதிரி என்னை அழைத்துக்கொண்டு வந்து நான் வசிக்கிற இடத்தில் இறக்கிவிட்டார்கள். நான் அண்ணனிடம் விஷயத்தைச் சொன்னதும், அவர் இவர்களுக்கே பாலாற்றுப் பகுதியைக் கொடுத்துவிடலாம் என்று சொன்னார். அவர்களிடமிருந்து ஐம்பது லட்சம் மட்டும் அட்வான்ஸ் வாங்கச் சொன்னார். நான் அவர்களிடம் அதைச் சொன்னபோது, ''அதிகாரத்தில் இருப்பவர்களிடம் பணத்தைக் கொடுத்தால் திரும்ப வாங்க முடியாது. அதே சமயம் நாங்கள் உங்களை நம்பாமலும் இல்லை. பத்து லட்சம் மட்டும் முன் பணமாக வாங்கிக் கொள்ளுங்கள். திரும்ப வராவிட்டாலும் பிரச்சினையில்லை. வேறு ஏதாவது வேலை கொண்டுவந்து அந்தப் பணத்தைக் கழித்துக் கொள்வோம்'' என யதார்த்தமாகப் பேசினார்கள். நான் அண்ணனிடம் சமாளித்துக்கொள்ளலாம் என்று நினைத்து அந்தப் பணத்தை வாங்கிக்கொண்டேன். அண்ணனிடம் அதைக் கொடுத்தபோது விஷயத்தையும் சேர்த்துச் சொன்னேன். அவர் நியாயம்தான் என்று ஒத்துக்கொண்டார். அந்தப் பணத்தை எங்களுடைய செலவிற்கே வைத்துக்கொள்ளச் சொல்லி என்னிடமும் சந்தோஷிடமும் நாங்கள் இருவரும் சேர்ந்து இருக்கும்போது கொடுத்தார்.

நாங்கள் அதிலிருந்து ஆளுக்கு ஐம்பதாயிரம் ரூபாயை மட்டும் அப்போதைய செலவிற்காக எடுத்துக்கொண்டோம். வேலைகள் நடந்து கொண்டிருந்தபோதுதான் அந்த அதிர்ச்சிகரமான தகவல் எங்களை வந்து சேர்ந்தது. அண்ணன் என்னை உடனடியாக வீட்டிற்கு வரச் சொன்னார். போனபோது அவர் என்னை உட்காரக்கூட விடவில்லை. ''உங்களிடம் பணம் இருக்கிறதல்லவா? உடனடியாக எல்லோரும் கிளம்பி ஏதாவதொரு வெளிநாட்டிற்குப் போங்கள். நான் சொன்ன பிறகு திரும்பி வாருங்கள். சூழல் இங்கு சரியில்லாமல் இருக்கிறது'' என்றார் அண்ணன். பிறகுதான் விஷயம் தெரிந்தது. அண்ணனின் சகோதரியை அதிகார மட்டத்தில் இருந்து ஒதுக்கி வைத்துவிட்டார்கள். சகோதரியைச் சேர்ந்தவர்கள் எந்த அரசுக் காரியத்திலும் மூக்கை நுழைக்கக்கூடாதென உத்தரவு போட்டிருந்தார்கள். மீறி யாராவது மணல் அது இதுவென்று ஹோட்டல்களில் அமர்ந்து வியாபாரம் பேசிக்கொண்டிருந்தால், அழைத்து வந்து

சுட்டுவிடுவோம் என எச்சரித்திருக்கிறார்கள் என்ற விஷயம் தெரிந்ததுமே எல்லோரும் கிளம்பிப் போகத் தயாரானோம். இதோ இந்தோனேசியாவில் உள்ள இந்த ஹோட்டலில் அமர்ந்து பியர் குடித்தபடி அடுத்த நாட்டிற்குப் போகலாம் என திட்டமிடுவ தெல்லாம் இதன் காரணமாகதான். சந்தோஷூம் நானும் அப்படிதான் இந்த நாட்டிற்கு வந்து சேர்ந்தோம். எங்களுடன் இருப்பவர்களைக் கழற்றி விட்டுவிட்டு நாங்கள் மட்டும் தைமூர் போவதென முடிவு செய்ததும் இப்படிதான். கையிலிருக்கிற பத்து லட்சம் போதாது. நான் முதலீடுகளைத் திரட்டத் திட்டமிட்டேன். சந்தோஷ் அவருடைய இடத்தை விற்கத் திட்டமிட்டார். இப்போதைக்கு ஊருக்குப் போய் நீண்ட நாட்கள் தங்க முடியாது. உடனடியாகப் போய் உடனடியாகப் பணத்தைத் திரட்டிக்கொண்டு சென்னையை விட்டு வெகு சீக்கிரமாக வெளியேறிவிட வேண்டும் என திட்டமிட்டோம். தர்முவும்கூட சென்னைக்குத் தனிப்பட்ட விஜயமாக இடையில் வரப்போவதாகச் சொன்னார். மொத்தத்தில் சனிப்பெயர்ச்சிக்கு முன்னதாகவே எங்களுடைய வாழ்வில் சனி பெயர்ந்துவிட்டான்.

5

அன்றைக்கு தாராளமாக வெள்ளை அட்டை (Sea Cucumber), ரஷுக்கிடோ எங்களுக்கு ஒதுக்கிக் கொடுத்த கடற்கரையில் பிடிக்கப்பட்டு வந்து இறங்கியிருந்தது. அட்டைகளில் பல வகைகள் இருந்தாலும், வெள்ளை அட்டைக்கு தான் சந்தையில் ஏக கிராக்கி, அதை விட்டால் சங்கு அட்டை. அட்டை என்றால், ஸ்கூல் இன்ஸ்பெக்ஷனுக்கு வரும்போது போடும் அட்டை என்று நினைத்துக் கொள்ளாதீர்கள். பாம்புபோல், வெள்ளையாய், சிவப்பாய், கறுப்பாய் வழவழவென்று மொழுமொழு வென்று வேறுவேறு கடல்களில் வேறு வேறு நிறங்களில் இருக்கும் ஒரு வஸ்து அது. பார்க்கும் போது கொஞ்சம் பயத்தைத் தோற்றுவிக்கும். ஆனால், உருவத்தில்தான் அப்படி, தண்ணிரில் கிடக்கும்போது அதைப்போல ஒரு சாது இந்த உலகத்திலேயே இருக்காது. மொழுமொழு வென்று இருக்கும் அதைக் கைகளில் பிடித்து அழுத்தினால் வெள்ளையாய்ப் பிசினை நூல் போல கக்கும். கைகளில் எடுக்கும்போது சுருங்கி விரியும். தரையில் போட்டவுடன் லிட்டர் கணக்காகத் தண்ணீரை வெளியே தள்ளும்.

நான் அட்டையைப் பற்றிய விவரணையைதான் சொல்கிறேன். தெளிவாய் ஆண்குறியைப் போல என்று சொல்லிவிட்டுப் போகலாம்தானே

என்றுதானே நீங்கள் நினைக்கிறீர்கள். உங்கள் நினைப்பு உண்மைதான். அட்டையும் கிட்டதட்ட அதைப் போலதான். பறவை சூப் குடித்தால் ஆண்மை பெருகும் என்பதைப் போலதான் இதுவும். இந்தியர்களுக்கு நிறம் பற்றிய தாழ்வு மனப்பான்மை இருப்பதைப் போல, பொதுவாகவே சீனர்களுக்குத் தங்களது ஆண்குறி சின்னதாக இருப்பதைப் பற்றிய ஒரு தாழ்வு மனப்பான்மை உண்டு. இந்தியர் களுக்கு ஆண்மை பற்றிய தாழ்வு மனப்பான்மை இல்லவே இல்லை என்று நான் அடித்துச் சொல்லவில்லை என்பதையும் நீங்கள் கணக்கில் எடுத்துக்கொள்ளுங்கள். அட்டையை சூப் வைத்துக் குடித்தால், ஆண்மை பெருகும், ரத்தம் விருத்தியாகும் என்பது சீனர்களின் நம்பிக்கை. நான் ஏற்கெனவே இன்னொரு இடத்தில் சொன்ன மாதிரி, அட்டை சூப் இல்லாமல், சீனாவில் விருந்து எதுவும் கிடையாது. நீளமாக இருக்கும் அட்டை சில இடங்களில் சங்குபோல கிடைக்கும். அதன் பெயர்தான் சங்கு அட்டை. இந்த அட்டையைப் பாடம் பண்ணுவதே ஒரு கலை. நன்றாகக் கொதிக்கிற தண்ணீரில் மூன்று முறை வேக வைத்த பிறகு கருவாட்டைக் காய வைப்பது போல, காய வைக்கவேண்டும். பிடித்த அளவிலிருந்து பத்தில் ஒரு பங்காகக் கட்டை மாதிரி சுருங்கிவிடும். அட்டையை சூப்பாகத் தயாரிப்பதற்கே மூன்று நாட்கள் எடுக்கும்.

மூன்றாவது நாள் அட்டை பிடிக்கப்பட்டு இருந்த நாளன்று இருந்த நீளத்திற்கு வந்துவிடும். அதை கோதுமை ரொட்டியை வெட்டுவது போல, வெண்ணெயை வெட்டுவதுபோல வெட்டி சூப்பாகத் தயாரிப்பார்கள். ஒரு சூப் சாப்பிட்டு முடிப்பதற்குள் வியர்த்து விறுவிறுத்துவிடும். அப்படி ஒரு ரத்த ஓட்டத்தை அட்டை சூப் குடிக்கும்போதே உணரலாம். உள்ளூர்க்காரர்களுக்கு இந்த விவரமெல்லாம் தெரியாது என்பதால், இந்தியாவிலிருந்து ஆட்களை அங்கு இறக்கி, தொழில்நுட்பத்தை அவர்களுக்குக் கற்றுக் கொடுத்து, பிற்பாடு அவர்களை வைத்தே வேலை வாங்கிக்கொள்வதாக ஏற்பாட்டைச் செய்திருந்தார் தர்மு. உள்ளூர் மக்களுக்கு தேத்தூம் மொழியைத் தவிர வேறெந்த மொழியும் சுட்டுப் போட்டாலும் வராது என்பதால், எனக்காக அந்தக் காலத்தில் ஆங்கிலேயர்களுக்கு துபாஷியை ஏற்பாடு செய்வதைப்போல ஒரு ஸ்டெனோவை ஏற்பாடு செய்து தந்தார் தர்மு. திமோர் மக்களைப் பொறுத்தவரை நாமே ஆங்கிலேயர் போலதானே? அப்படி அவர் ஏற்பாடு செய்த ஸ்டெனோவின் பெயர்தான் ஏசா.

ஏசா பேரழகி இல்லையென்றாலும் அழகிற்குக் குறைவில்லாதவள் தான். அந்த ஊர் இளைஞர்களின் கனவுக்கன்னி. ஏனெனில்,

அங்கிருப்பவர்களில் அதிகம் படித்தவள் அவள்தான். ஆஸ்திரேலிய மிஷனரிகள் நடத்திய பள்ளிக்கூடம் அல்ல, சிறப்பு வகுப்புகளில் படித்ததால், ஆஸ்திரேலிய உச்சரிப்பில் கொஞ்சம் கொஞ்சம் ஆங்கிலம் பேசுவாள் என்பதால், அவளுக்கு மட்டும் தினசரி ஐந்து டாலர் சம்பளம். ஏசாவிற்கு மேக்கப் மீது கொள்ளை ஆசை என்பதை இந்தியன் ரெஸ்டாரண்டில் வேலை பார்க்கும் ஜூனியர் ரஹ்மத் தகவலாகத் தாக்கல் சொன்னான். அவன் இந்தியா சென்று திரும்பும் போதெல்லாம், நம்மூர் பாண்டி பஜாரிலிருந்து ஏகப்பட்ட காதணி களையும் பாசிமணி மாலைகளையும் வாங்கிக்கொண்டு போய்க் கொடுத்துதான் அவளை மடக்கியதாக எல்லோரும் சொன்னார்கள். ஆனால் ஜூனியர் ரஹ்மத் உச்சகட்ட போதையில் கூட இந்த விஷயத்தை ஒத்துக்கொண்டதேயில்லை. 'அவ என் சிஸ்டர் ப்ரதர்' என்பதோடு நிறுத்திக்கொள்வான். ஏசாதான் திமோர்க்காரத் தொழிலாளிகள் என்ன பேசுகிறார்கள், என்ன மனநிலையில் இருக்கிறார்கள், என்ன எதிர்பார்க்கிறார்கள், என்ன செய்தால் அவர் களை ஏமாற்றலாம், எப்படி அவர்களிடம் பொருட்களைத் தொலையக் கொடுக்காமல் பாதுகாப்பாக இருப்பது என்பதை யெல்லாம் கற்றுத் தந்தாள்.

திமோரை விட்டுக் கிளம்புகிறேன் என்று சொல்லும்போது அவள் அழுத அழுகை இன்னமும் கண்ணுக்குள்ளேயே இருக்கிறது. திரும்பி வரும்போது தனக்கு ஒரு நல்ல லேப்டாப் கண்டிப்பாக வாங்கிக் கொண்டு வரவேண்டுமென ஏசா சொன்னபோது, மனதிற்குள் நினைத்துக்கொண்டது இதுதான், 'லேப்டாப்பா? சிங்கிள் கால்குலேட்டர்கூட கிடையாது.'

ஏசா மேற்பார்வையில் வேலை நடக்கும். அல்பி தலைமையில் கிட்டதட்ட ஐம்பதிற்கும் மேற்பட்டோர் வேலை செய்தார்கள். ஒவ்வொருத்தருக்கும் சம்பளம் தினசரி 2 டாலர். ஹோட்டலில் திமோர் உள்ளூர் சாப்பாட்டின் விலை 1.25 டாலர் என்பதால், ஹோட்டலில் போய் 25 சென்ட் கொடுத்து சூப் மட்டும் வாங்கிக் கொண்டு அரிசியை வடித்து இறக்கிக்கொள்வார்கள். மூன்று நேரமும் அரிசிச் சாதமே. கூடவே குப்பையில் கிடைக்கும் கீரைகள் அத்தனையையும் வேக வைத்து சாதத்தோடு தொட்டுச் சாப்பிட்டுக் கொள்ள வேண்டியதுதான். திமோர் வந்திறங்கிய ராமநாட்டுக்காரர் கள் துடிப்பாகதான் இருந்தார்கள். கலங்கல் கடலில் கூட முக்குளித்து அட்டை பொறுக்கினார்கள். ஐம்பது சென்ட்டுக்குக் கிடைத்த இந்தோனேசிய லோக்கல் சரக்கான ஹாபூவைக் குடித்துத் தீர்த்தார்கள். இத்தனைக்கும் ஹாபூவால் செத்துப் போனவர் கதைகளை யார்

வந்திறங்கினாலும் விமான நிலையத்திலேயே சொல்லிதான் சாப் குத்தி அனுப்புவார்கள். ஹாபூ என்பது இந்தோனேசியாவின் பார்டர் வழியாக திமோருக்குள் வந்திறங்கும் கள்ளச் சரக்கு. குடித்தால் தித்திப்பாக இருக்கும். இரண்டு நாள் மூடியைத் திறந்து மறுபடி மூடி வைத்தால், மூடிப் பக்கமெல்லாம் உப்பு அரித்ததுபோல சீனித்தடம் இருக்கும். அதனால்தான் இதை அதிகம் குடித்தால், சாவு நிச்சயம் என்று சொல்கிறார்கள்போல.

பொதுவான விஸ்கி, பிராந்தியெல்லாம் பாட்டில் ஒன்று இருபது டாலருக்கும் மேல் என்பதால், இளைத்தவர்களின் விருப்ப பானம் ஹாபூதான். நான் வந்து இறங்கிய நான்கைந்து நாட்களுக்குப் பிறகு அங்கிருந்த வங்காளி ஒருவர் தன் அறையிலேயே இறந்து கிடந்தார். அவர் அருகே இரண்டே இரண்டு ஹாபூ பாட்டில்கள் கிடந்தன. ஆனாலும், போதை ஆசை யாரை விட்டது? அண்ணன்-தம்பிகள் இருவரும் ஹாபூவோடு கரைந்தார்கள். அல்பி அவன் ஊரில் ஒரு தொழிற்சங்கவாதி என்பதால், நம்மூர் தொழிலாளிகளோடு எளிதாக ஒட்டிக்கொண்டான். அல்பி கண்டித்துப் பார்த்தும் நம்மூர் ஆட்கள் அங்கிருந்து கிளம்பிப் போகும் வரை ஹாபூ குடிப்பதை நிறுத்தவே இல்லை. டாஸ்மாக் சரக்கு குடித்து வளர்த்த உடம்பு, விஷத்தைக் குடித்தால்கூட ஒன்றும் ஆகாது என்பதை திமோர்க்காரர்களுக்கு எப்படிச் சொல்லிப் புரிய வைப்பது? கடல் கடந்து வந்திருந்தாலும், குடி அடிதடிகளுக்குப் பஞ்சமில்லை.

கடல் சங்கெடுத்து, அவித்து உடைத்துக் கறி சமைப்பதில் இருவருமே கில்லாடிக் கடலோடிகள், பாண்டி கோயிலில் கிடா வெட்டு நடக்குமே, அதைப்போல அடுப்பெரியும் அந்தப் பகுதியே புகை மண்டலமாக இருப்பதை உள்ளூர்க்காரர்கள் வித்தியாசமாகப் பார்ப்பார்கள். அட்டை மண்ணைக் கக்குவதை வேடிக்கை பார்ப்பதற்கே, கூட்டம் கூடும். அல்பி அடிக்கடி என்னிடம் அவனுடைய உடைந்த ஆங்கிலத்தில் கேட்பான். ''காய்ந்த பிறகு கிலோ சிங்கப்பூரில் எவ்வளவுக்குப் போகும்?'' தர்மு தெளிவாகச் சொல்லிக் கொடுத்திருக்கிறார். 'யாரையும் நம்பாதே, 80 டாலர் 100 டாலர் என்றெல்லாம் மூச்சு விடாதே!' ''பத்து சென்ட் போகும். சில நேரம் ரிஜெக்ட் ஆகிடும்'' என்பேன் உணர்ச்சிகள் எதையும் காட்டாதவாறு.

வந்த சில நாட்களில் எனக்கும் கொஞ்சம் கொஞ்சம் தேத்தூம் மொழி கை வந்திருந்தது. தொழிற்சாலைகள் தோற்றுப் போகிற மாதிரி பெரிய பெரிய டபராக்களில் கொதித்துக்கொண்டிருக்கும் கடல் தண்ணீர். ஆயிரக்கணக்கான அட்டைகள். நூல் அட்டைகள், வெள்ளை அட்டைகள், சங்கு அட்டைகள்... ஒவ்வொன்றிற்கும்

ஒவ்வொரு பதம். வேக வைப்பது படாத பாடு. ஒவ்வொரு பத்து நிமிடத்திற்கும் மூங்கில் கழிகொண்டு கிண்டி விட்டபடியே இருக்க வேண்டும். 'கெடோக்' என்றால் 'கிண்டு' என்று அர்த்தம். நாவைச் சுழற்று என்றுகூட இன்னொரு அர்த்தம் வரும் என முபாரக் அண்ணன் ஒருமுறை அர்த்தம் சொன்னார். ''கெடோக்'' 'கிண்டு' ''கெடோக்...'' கத்தியபடியே சுற்றி வருவதைச் சீட்டியடித்துக் கிண்டலடிப்பார்கள் அல்பியின் மச்சான்கள் ரோமியோவும் விக்டரும்.

ஏசாவை எப்படியாவது தங்கியிருக்கும் ஹோட்டலுக்கு வரச் செய்ய வேண்டும் என்பதுதான் நோக்கம். மேக்கப்பில் ஆர்வம் என்கிற ஒரு புள்ளியைப் பிடித்து மேலேறியதில் பிரா கயிறே சிக்கிவிட்டது. திமோரின் மிக உயர்ந்த மலைச் சிகரத்தின் பெயர்தான் ரமலோ, அதனால்தான் அந்த மூன்று நட்சத்திர விடுதிக்கு அந்தப் பெயர் வைத்திருந்தார்கள். இரவு முழுக்க ஏசா, பொதுவாகவே பெண்கள், இரவு வெளியிடங்களில் தங்கிவிட்டு வருவதைக் குடும்பத்தினர் பெரிதாக எடுத்துக்கொள்வதில்லை. அண்ணன்காரனே ஹோட்டலில் வந்து விட்டுவிட்டுத் திரும்பக் கதவைத் தட்டி அழைத்துக்கொண்டு போவான். திரும்ப அவள் வீட்டிற்கு வரும்போது, கையில் என்ன கொண்டுவருகிறாள் என்பதைப் பொறுத்து, அவள் சந்தித்த விருந்தினரின் அந்தஸ்தைப் புரிந்துகொள்வார்கள். கிட்டதட்ட எல்லாக் குடும்பங்களிலும் இதுதான் கதை. உள்ளூர்க்காரர்களுக்கு இதில் ஒன்றும் ஆட்சேபணை இல்லை. ஒரு மில்லியன் மட்டுமே மக்கள்தொகை என்றாலும், பெண்களின் எண்ணிக்கைதான் அதிகம். போர்ச்சூழலில் ஏகப்பட்ட ஆண்கள் இறந்துபோய்விட்டதும் ஒரு காரணமாக இருக்கலாம். ஆனால் ஏசா குடும்பத்தார் மட்டும் இந்த விஷயத்தில் கெடுபிடி காட்டிக்கொண்டிருந்தார்கள். ஏசாவை பொத்திப் பொத்திப் பாதுகாத்துக்கொண்டிருந்தார்கள். இந்தக் கெடு பிடிகளையெல்லாம் மீறிதான் ஏசா சிறகடித்துக்கொண்டிருந்தாள்.

ஹோட்டல் திமோரில் ஒரு ஆப்கானிஸ்தான்காரன் உள்ளூர்ப் பெண் ஒருத்தியை நிர்வாணமாக வீடியோ எடுக்க ஆரம்பித்தவுடன் அவள் கூச்சலுடன் லாபிக்கு ஓடி வந்ததில், அவனை ஊரே சேர்ந்து அடித்துத் துரத்தியிருக்கிறது. வீடியோ விஷயத்தில் மட்டும்தான் இப்படி, மற்றபடி எல்லா விஷயங்களிலும் ரொம்ப ஃப்ரெண்ட்லி. அறைக்குள் வந்தவுடன் அத்தனை விளக்குகளையும் அணைத்துவிட வேண்டும் என்பதுதான் ஒரே கண்டிஷன். ஒரு டாலர் கூடுதலாகக் கொடுத்தால், விளக்குகளுக்கு டபுள் ஓகே. வீடியோக்களுக்கு? அவர்கள் கேட்பதைக் கொடுப்பதானால் சொத்தைதான் எழுதி வைக்க வேண்டியிருக்கும். இதைப் பற்றியெல்லாம் நோண்டி நோண்டி

விசாரித்தால், இந்தத் தொழிலை ஆரம்பித்து வைத்தது ஒரு ஆஸ்திரேலியாக்காரன் என்று சொல்லித் தப்பித்துக் கொள்வார்கள். சொல்லி வைத்தாற்போல, அத்தனை பேரும் இந்த ஒரே கதையைதான் வேறு வேறு கோணங்களில் சொல்லிக் கொண்டிருக்கிறார்கள். ஒரு நாளைக்குச் சராசரியாக இரண்டு டாலர் மட்டுமே சம்பாதிக்கும் அவர்களால் வேறு என்னதான் செய்ய முடியும்? ஆனால் ஞாயிற்றுக்கிழமை என்றால் உலகமே இடிந்து விழுந்தாலும், ஆண்கள் வேறு எந்த வேலையும் செய்ய மாட்டார்கள். ஆனால் பெண்கள் இது போலில்லாமல் எல்லா நாட்களும் சுதந்திரமாகச் சுற்றியலைந்து கொண்டிருந்தார்கள். ஏசா அன்றைக்குக் காலை பத்து மணிக்கெல்லாம் ஹோட்டல் ரமலோவுக்கு வந்துவிட்டாள். அவள் வருவதற்கு முன்பே அவளுக்குக் கொடுப்பதற்காக பாடி வாஷ், ஷாம்பூ இதர பிறவற்றை லாபியிலிருந்து வாங்கி வைத்தாகிவிட்டது. திமோர்ப் பெண்களைக் கவர, அதிலும் ஏசாவைக் கவர இந்தச் சில்லறை விஷயங்கள் போதும் என்பதுதான் நிரூபணமாகிவிட்டதே... இரண்டு ரவுண்டுகள் முடித்தாகிவிட்டது. பேசுவதற்கு விஷயங்களே இல்லாமல் போனது. ஏசாவின் ஓரளவிற்கான ஆங்கிலத்தோடு ஓரளவிற்குதான் போராட முடிந்தது. ஜிம் பீம் போதை. இடுப்பை உயர்த்திக் காட்டி 'கெடோக்' 'கெடோக்' என்றபோது அவள் எங்கேயோ வெறித்தபடி 'கோலே' (போரடிக்கிறது) என்று சொல்லிவிட்டு, ஆப்பிளை எடுத்து நோண்டத் தொடங்கினாள். எவன் சொன்னது காதலுக்கும் காமத்திற்கும் மொழி தேவையில்லை என்று...?

இன்னொரு நாள் ஏசா வருவதாகச் சொல்லியிருந்தாள். நான் காத்துக் கொண்டிருந்தேன். என்னுடைய டேபிளில் ஏசாவின் ஹேர் க்ளிப் கிடந்ததை நான் பார்த்துக்கொண்டிருந்தபோது, ஏசாவின் நினைவுகள் எனக்குள் பொங்கி எழுந்தன. அவளுடைய தோள்கள், மயிர்க் கற்றையை நான் ஒதுக்கிவிட்டு அவளது கழுத்தைக் கடிக்கும்போது அவள் காட்டும் முக பாவனைகள், உதடுகளை விரித்து அதைக் கடிக்கச் சொல்லும் அவளது முஸ்தீபு எல்லாமும் எனக்கு நினைவுக்கு வந்தன. அவளுடைய எண்ணிற்குத் தொடர்பு கொண்டபோது அது அணைத்து வைக்கப்பட்டிருந்தது. தலையணையை எடுத்துக் கால்களுக்குள் போட்டுக்கொண்டு ஏசாவை நான் கற்பனை செய்து கொண்டிருந்தேன். என்னுடைய பிரத்யேக அலமாரியைத் திறந்து பார்த்தேன். ஏசா தவறுதலாக அவளுடைய உள்ளாடைகளை விட்டுச் சென்றிருந்தாள். அதையெடுத்து என்னுடைய தலையணையின் மீது போட்டுக்கொண்டேன். இப்போதும் அந்த உள்ளாடைகளில் ஷாம்பூ மணம் வந்துகொண்டிருந்தது. ஷவரில் என்னைக் கட்டிப் பிடித்துக் குளிக்கும் ஏசாவின் தோற்றம் வந்து எனக்குள் பொங்கியது. மெல்லக்

குலுங்கும் அவளது மார்பகங்களில் நான் முகத்தைப் பொதித்த காட்சி நினைவுக்கு வந்தது. அவளது சிரிப்பை மறுபடி மறுபடி நான் நினைவிற்குக் கொண்டுவந்தேன். ஆமாம் அவள் சிரிக்கும்போது சில சமயங்களில் முதலை சிரிப்பது போலவே இருந்தது. நான் மறுபடி டேபிளில் கிடந்த அவளுடைய ஹேர் க்ளிப்புகளைப் பார்த்தேன். எனக்குக் கீழே காலை விரித்துப் படுத்துக் கிடக்கும் ஏசாவைப்போல அவை கிடந்தன.

6

நண்பர்கள் எல்லோரும் கைவிரித்துவிட்டார்கள். நீங்கள் முதலில் போய்ப் பார்த்து விட்டு வாருங்கள், பிறகு கள நிலவரத்தை ஆராய்ந்து முடிவெடுத்துவிடலாம் என முதலீட்டாளர்களும் கைவிரித்து விட்டார்கள். எனக்கு வேறு வழி தெரியவில்லை. என் கனவை வென்றெடுக்க வேண்டுமெனில், என் அப்பாவின் கனவைத் தூக்கிப் புதைக்க வேண்டும். சொந்த ஊரில் இருக்கிற ஒரே வீட்டையும் விற்றுவிடலாம் என்கிற முடிவிற்கு வந்தேன். நான்கைந்து புரோக்கர்களை அனுப்பினேன். அப்பா எல்லா புரோக்கர்களையும் தட்டி விட்டுக்கொண்டு, காலத்தைக் கடத்திக்கொண்டிருப்பதிலேயே, இதில் அவருக்கு விருப்பம் இல்லை என்று தெரிந்தது. யாருக்கும் தெரியாமல் வீட்டை விற்பதுதான் என்னுடைய நோக்கமாக இருந்தது. வேறு வழியில்லாமல் ராஜாவை நான் அணுகினேன். மூன்றாம் வகுப்பிலிருந்து என்னோடு ஒன்றாகப் படித்தவன் ராஜா. இருவரையும் பள்ளிக்கூடங்களில் அண்ணன் தம்பியா என்றுதான் கேட்பார்கள். எனக்காக எல்லாவற்றையும் துறந்த என் நண்பன். என் கல்லூரிக் காலத்தில், உடன் படிக்கும் மாணவன் என்னை அசிங்கமாகத் திட்டினான் என்பதற்காக, ஹாக்கி மட்டையால் அந்த மாணவனை

அடித்துக் காயப்படுத்தினான் ராஜா. அதற்காக அவனைக் கல்லூரியிலிருந்தே நீக்கினார்கள்.

அப்போது நடந்த கல்லூரி விசாரணையில் என்னையும் அழைத்து விசாரித்தார்கள். இப்போது உண்மையைச் சொல்கிறேன். எனக்கும் இந்த அடிதடிக்கும் சம்பந்தம் இல்லை என்றே அப்போது நான் எனது வாக்குமூலத்தைக் கொடுத்தேன் என்கிற குற்றவுணர்வு என்னை உறுத்திக்கொண்டே இருக்கிறது. இதுவரை இந்த உண்மையை நான் யாரிடமும் சொல்லவில்லை. ஒருவேளை ராஜாவிற்கு இது தெரிந்திருக்கலாம். ஆனால் இத்தனை வருடங்களில் ஒருமுறைகூட அதுபற்றி அவன் என்னைக் கேட்டதே இல்லை. ஏனெனில் என்னுடைய படிப்பு அத்தனை வறுமைக்கு இடையில் மேற்கொண்டு செல்லப்பட்டது ஒரு காரணமாக இருக்கலாம். வறுமையை வென்றெடுக்க என்னிடம் இருந்த ஒரே கொழுகயிறு என்னுடைய படிப்பாகதான் இருந்தது. இப்போது இருக்கிற மனநிலையில் அப்போது இருந்திருந்தால், அவனுக்காக நானும் சிலுவை சுமந்திருப்பேன்.

வீட்டை விற்கும் யோசனையை ராஜாவிடம் சொன்னபோது அவன் ஒத்துக்கொள்ளவேயில்லை.

''இது சரியா வராதுடா... நானும் கொஞ்சம் இப்ப மொடையா இருக்கேன். இல்லாட்டி உனக்கு தேவைப்படறத நானே குடுத்திருப்பேன்'' என்றான்.

''இல்ல ராஜா, நான் முடிவு பண்ணிட்டேன். எத்தனை நாளைக்குதான் ஐம்பது ஐம்பது ரூபாயா எண்ணிக்கிட்டு இருக்கறது. ஒரு லம்ப் அமௌன்ட் செட்டிலாகிறலாம். நிறைய வாய்ப்பு இருக்குது. உன்னையும் கூப்பிட்டுக்கறேன்'' என்று சொன்னதும் ராஜாவின் கண்களில் பட்டாம்பூச்சி பறந்தது. அவனையும் அழைத்துக் கொள்கிறேன் என்கிற தூண்டில் நன்றாக வேலை செய்தது. அவன் புரோக்கராக இருப்பதால் அடுத்த சில நாட்களில் நிறைய ஆட்களை அழைத்து வந்து வீட்டைக் காட்டிக்கொண்டிருந்தான். இதில் அப்பாவிற்கு வருத்தம். நேரடியாக அவரால் என்னைக் கடிந்து கொள்ள முடியாது. தலைக்கு மேல் வளர்ந்துவிட்டேன் என்பதெல்லாம் காரணமில்லை. அவர் மாட்டை அடக்கும் மூக்கணாங்கயிற்றை என் கையில் கொடுத்துவிட்டு, ஒதுங்கி நின்று பல வருடங்களுக்கு முன்பே வேடிக்கை பார்க்க ஆரம்பித்துவிட்டார். தவிர இன்னொரு காரணமும் இருந்தது. அவருடைய அப்பா குதிரை வண்டி ஓட்டினார். அப்பாவை ரைஸ் மில்லில் வேலைக்குச் சேர்த்துவிட்டார் தாத்தா. அப்பா அவருடைய தொழிலில் எவ்வளவோ முயற்சிகள் செய்து

பார்த்தார். தோல்விகளே அவருக்குப் பதிலாகக் கிடைத்தன என்பதால், இப்போது என் வழியாக வெற்றியைச் சுவைக்க நினைத்தார். அதனால்தான் என்னுடைய அசட்டுத்தனமான முயற்சிகள் அனைத்திற்கும் அவர் மௌன சாட்சியாய் இருந்தார். என் மூலம் அவர் விட்டதைப் பிடித்துவிடலாம் என கனவு கண்டார். அப்பாவிற்கு லாட்டரி டிக்கெட்டுகள் வாங்கும் பழக்கமும் இருந்தது. 'அதிர்ஷ்டம்' பேப்பரை மடியில் வைத்துக்கொண்டு அவர் அமர்ந்திருக்கும் சித்திரம்தான் அவரைப் பற்றி நினைக்கும் போதெல்லாம் எனக்குத் தோன்றும். அவர் என்னையும் லாட்டரி டிக்கெட்டுகளைப் பார்ப்பதைப் போலவே பார்த்தார். விழுந்தால் வீட்டிற்கு விழாவிட்டாலும் வீட்டிற்கே. வீட்டைப் பொறுத்தவரை என்னுடைய முடிவே இறுதியானது. அவர் என்னிடம் விவாதம் செய்வதை விட்டுப் பல வருடங்கள் ஆகிவிட்டன. ஆனால் பல வருடங்கள் கழித்து முதன்முறையாக இந்த விஷயத்தில் அவர் என்னிடம் முரண்பட்டார். தைரியமாக என்னிடம் விவாதிக்கவும் செய்தார்.

''ஏற்கெனவே நான் உங்கிட்ட பேசுறதை நிறுத்திட்டேன். நீ என்ன மரியாதையில்லாம நடத்துறதா கூட எனக்கு சில சமயங்கள்ல தோணுது... பரவாயில்ல. ஆனா கடைசியா உனக்குன்னு கொடுக்கறதுக்கு இந்த வீடு மட்டும்தான் இருக்கு'' என்று சொன்ன அப்பாவிடம், ''அவன்தான் பெரிய ஆளா வந்துர்றேன்னு சொல்றான்ல... அப்புறம் எதுக்கு யோசிக்கறீங்க?'' என அம்மா சொன்னார். அப்பாவும் வேறு வழியில்லாமல் அதற்கு ஒத்துக்கொண்டார். வீடு கை மாறியது. கொடுக்கப்பட்ட முன் பணத்தை வாங்குவதற்காக ராஜா வீட்டிற்கு ஆட்களை வரச் சொல்லியிருந்தான். ராஜாவின் அக்காவிற்கு இதில் விருப்பமே இல்லை. ஆனாலும் எதையாவது செய்துகொண்டே இருக்கும் என்னுடைய குணாதிசயத்தை அவள் எப்போதும் விரும்புவாள். அவளுடைய தம்பி இப்படி படிக்காமல் வீணாய்ப் போனதற்கான காரணம் நான்தான் என்பது தெரிந்தால் என்னைக் கொலையே செய்துவிடுவாள். அக்கா என்னை வீட்டிற்குள் அழைத்தாள். என்னுடைய முகத்தையே குறுகுறுவென்று பார்த்தாள். எனக்குக் கொடுப்பதற்காகக் கையில் ஹார்லிக்ஸைக் கலந்துகொண்டு வந்திருந்தாள். பின்னர் நிதானமாக மூச்சை உள்ளே இழுத்து வெளியே விட்டாள்.

''எதுக்கும் இன்னொரு தடவ யோசிக்கலாம்ப்பா, சின்ன வயசுல நீ ஏதாவது பண்றப்ப சந்தோஷமா இருக்கும். இவன்ட்டயும் உன்னக் காட்டி அவன மாதிரி நீயும் ஏதாவது செய்யுடான்னு சொல்லுவேன்.

ஆனா நீ இப்ப பண்றத மட்டும் நீயும் செய்டான்னு இவன்ட்ட சொல்லவே மாட்டேன்'' என்றாள்.

அக்கா இப்படிக்கூட பேசுவாள் என்று அப்போதுதான் எனக்குத் தெரிந்தது. என்னைச் சுற்றி இருப்பவர்கள் சாதாரணமாக இப்படித் தத்துவம் பேசுவார்கள் என்பதே எனக்கு வியப்பாக இருந்தது. நான் அக்காவைச் சமாதானம் செய்கிற மாதிரி அருகில் உள்ள நாற்காலியைப் போட்டு அமர்ந்ததும் அவள் அழ ஆரம்பித்தாள். யாரோ ஒருத்தன், யாரோ ஒருத்தருடைய வீடு, அதை விற்கிறான் என்று அவள் எண்ணவே இல்லை. அவள் வீட்டை விற்பதுபோல கலங்கி அழுது கொண்டிருந்தாள். அட்வான்ஸ் தொகையை வாங்கும் போது, அவள் எழுந்து சமையலறைக்குள் சென்றுவிட்டாள். நான் கிளம்பும்போது ராஜாவிடம், ''அக்காவை வரச் சொல்'' என்றேன். அவன் விடாப்பிடியாக அவளை வெளியே இழுத்து வந்தான். அப்போதும் அழுது கொண்டிருந்தாள் அக்கா.

''அக்கா, நான் போயிட்டு இவனயும் கூப்பிட்டுக்கறேன்'' என்றேன்.

''இவன கூப்பிட்டுக்கறது இருக்கட்டும். நீ சூதானமா பொழச்சுக்க'' என்று சொல்லிவிட்டுத் திரும்பவும் வீட்டிற்குள் போனவள், கையில் ஒரு பொட்டலத்தை மடித்தபடியே வெளியே வந்தாள். மதுரை பாண்டி அய்யா கோயில் திருநீற்றை எடுத்து எனக்குப் பூசிவிட்டாள். ''இது பாண்டி அய்யா காலடி மண். போகிற இடத்தில் இதை வைத்து ஒரு செங்கல்லை வைத்தாவது கும்பிடு. பாண்டி அய்யா எப்போதும் என் தம்பியுடன் இருப்பார்'' என்று சொல்லி அந்தப் பொட்டலத்தை என் கையில் கொடுத்துவிட்டு அழுதபடி உள்ளே சென்றுவிட்டாள். நான் ராஜாவின் முகத்தைப் பார்த்தேன். அவனும் அழுது கொண்டிருந்தான். அவனைத் தேற்றி டாஸ்மாக்கிற்கு அழைத்துச் சென்றேன். இருவரும் அன்றைக்கு நிதானம் இல்லாத அளவிற்குக் குடித்தோம். நான் அந்த அட்வான்ஸ் பணத்திலிருந்து பணத்தை எடுக்க முயன்றபோது, ராஜா அதைத் தடுத்துவிட்டுச் சொன்னான்.

''இது நம்ம எல்லாருடைய ரத்தம். பாத்து சூதானமா செலவழி.'' அப்பா இடுப்பில் பெல்ட்டைக் கட்டி அதற்குள் பணத்தை வைத்துக் கட்டி, அதற்கு மேல் வேட்டியைக் கட்டிக்கொண்டு ரயிலிலேயே பணத்தை எடுத்து வந்திருந்தார். வந்தவுடன் பணத்தைக் கொடுத்து விட்டுக் கிளம்பியும் விட்டார். நான் பணத்தை டாலராக மாற்று வதற்காக அக்பர் பாயைச் சந்தித்தேன். அக்பர் பாய் வியாபாரிதான். ஆனால் கடமை தவறாதவர். நேர்மையின் விலை உயிர் என்பதில் உறுதியாக இருப்பவர். அத்தனை பணத்தையும் டாலராக மாற்ற வேண்டும் என்று சொன்னபோது திடுக்கிட்டார்.

''நீங்க என்ன பண்ணப் போறீங்கன்னு எனக்குத் தெரியாது. ஆனா என்னமோ சொல்லணும்னு தோணுச்சு, அதனால சொல்றேன். பணக்கட்டப் பார்த்தாலே ஒருத்தரோட வசதிய நான் சொல்லிருவேன். நேரா பேங்க்லருந்து எடுத்து வர்றவனுக்கும் வீட்டுல சேமிப்புல இருந்து எடுத்து வர்றவனுக்குமான வித்தியாசத்த பணக்கட்ட வச்சே சொல்லிருவேன். ஒருத்தன் பணத்த எண்றப்பயே கண்டுபிடிச்சுருவேன். அவன் எந்த மாதிரியான சூழல்ல இருந்து வந்தவன்னு. எதுனாலும் யோசிச்சுப் பண்ணுங்க, பணம் வர்றப்பதான் மெது மெதுவா சேரும். போறப்ப ஒட்டுமொத்தமா ஒரு நிமிசத்துல காணாம போயிரும்'' என்றார். நான் அக்பர் பாயை நன்றியுடன் பார்த்துவிட்டு, இன்ஷா அல்லா என்று சொன்னவுடன் அடுத்து ஒரு வார்த்தைகூட அவர் பேசவில்லை. டாலர்களாக உடனடியாக மாற்றித் தந்தார். எனக்காகச் சிரத்தையெடுத்து புத்தம் புது டாலர் நோட்டுகளாகத் தந்தார். அதை எடுத்துக்கொண்டு போய் அப்படியே சந்தோஷ் கையில் கொடுத்ததுதான் நான் செய்த தவறு. அந்தப் பணத்தைப் பகுதி பகுதியாகக் கொடுத்திருந்தால், எப்போதோ வெளியேறி இருப்பேன். என்னுடைய வீட்டை உடைத்து அதிலிருந்த செங்கற்களை எண்ணி அதை நான் சந்தோஷ் கையில் கொடுத்தேன். அப்படியே பாண்டி அய்யா கோயில் மண்ணையும் கொடுத்தேன். விமானத்தில் இதை எடுத்துப் போவதால் எந்தப் பிரச்சினையும் இல்லை என்றார்.

நான் பார்த்துவந்த வேலையை ராஜினாமா செய்தேன். மிகப் பெரிய பொறுப்பில் இருக்கும் நான் அந்த வேலையைத் தூக்கி எறிவதை வித்தியாசமாகப் பார்த்தார் என்னுடைய உயரதிகாரி. கேரளாவைச் சேர்ந்த மேனனான அவர் ஒருவகையில், எனக்கு அப்பா மாதிரியும் கூட. நான் அப்படி அவரைக் கருதுவது அவருக்கும் தெரியும். அவர் நிதானமாக என்னைக் கையாண்டார். கெட்டாலும் மேன் மக்கள் மேன்மக்களே என்பதுபோல எனது புதிய தேடுதலுக்கும் பயணத்திற்கும் வாழ்த்துகள் தெரிவித்தார். என்னை உடனடியாக வேலையிலிருந்து விடுவித்தவரிடம், 'நீங்களும் ஒருமுறை நான் போகப் போகும் தேசத்திற்கு வாருங்கள்' என்று அழைப்பு விடுத்ததும் எல்லாம் தெரிந்தது மாதிரி ஒரு புன்னகையை உதிர்த்துவிட்டு என்னிடம் ஒன்று சொன்னார். அதை வாழ்நாளில் நீ கடைப் பிடித்தாலே போதுமானது என்றும் சொன்னார். அவர் சொன்னதன் அர்த்தம் எனக்கு இப்போது விளங்குகிறது. உங்களுக்கும் கூட அது உபயோகமானதாக இருக்கலாம்.

அவர் சொன்னது இதுதான். 'பங்குச் சந்தையில் விளையாடுவது என்பது சுவாரசியமான சூதாட்டம். அதில் அதிர்ஷ்டத்திற்கு

வேலையில்லை. தீவிரக் கணக்குகள் மூலம் வெற்றியை எளிதாக எட்டிவிட முடியும். அந்த ஆட்டத்தில் வெற்றி என்பது கண்டிப்பானது. சூதாட்டம் என்பதற்கு அதிர்ஷ்டம் நிறைய தேவை. ஆனால் இங்கு ஆட்டத் திறமைகளும் கணக்கில் எடுத்துக் கொள்ளப்படும். ஒரு வணிகத்தைப் பங்குச் சந்தையை அணுகுகிற மாதிரி முன்னெடுக்கப் போகிறோமா, சூதாட்டத்தில் ஈடுபடுவதைப்போல கையாளப் போகிறோமா என்பதுதான் கேள்வி' என்று சொன்னார். நான் சூதாட்டமாக இதை அணுகினேனா, பங்குச் சந்தையில் ஈடுபடுவதைப்போல பாவித்தேனா என்பதை இதைப் படிக்கும் நீங்களே முடிவு செய்து கொள்ளுங்கள்.

7

காஃபி லூவாஃக் கிழக்குத் தைமூரில் நிறைய கிடைக்கிறது என்று சொன்னார்கள். ஆஸ்திரேலியாவிற்கும் இந்தோனேசியாவிற்கும் இடையில் உள்ள கைபடாத கன்னிக்காடுகள் அதிகம் இருக்கிற கிழக்கு தைமூரில் காஃபி லூவாஃக் நிறைய கிடைக்கும் என்பது நம்பிக்கை மட்டுமல்ல, ஆதாரமும்கூடதான். காஃபி லூவாஃக் என்பது உலகிலேயே விலை உயர்ந்த காஃபி வகை. லூவாஃக் என்பது நம்முடைய புனுகுப் பூனை வகையறாவைச் சேர்ந்த விலங்கினம். இந்தோனேசியா, கிழக்குத் தைமூர், ஜாவா, சுமத்ரா போன்ற தீவுப் பிரதேசக் காடுகளில் வசிக்கும் விலங்கினம் இது. நம்மூரில் அணில் கடித்த கொய்யாப் பழம், கிளி கொத்திய கோவைப் பழம் என்றெல்லாம் சொல்வார்களே, அதைப் போலதான் இதுவும். இந்த லூவாஃக்குகள், காஃபித் தோட்டங்களில் புகுந்து தேடித் தேடி சிறந்த பழங்களை உண்டு, பின் அதை மலமாக வெளியேற்றும். புளியங் காய் நிறத்தில் அதன் வடிவத்தில் கிட்டதட்ட ஐம்பது கொட்டைகள் அடங்கியதாக இருக்கும் அந்த மலப் புழுக்கை. அதைப் பொறுக்கி எடுத்துச் சுத்தம் செய்து அரைத்துப் பொடியாக் கினால், அது உலகின் மிகச் சிறந்த மற்றும் விலையுயர்ந்த காஃபி. நம்மூரில் மார்வாடிகள்

தீபாவளிதோறும் உடன் வியாபாரம் செய்பவர்களுக்கு ஸ்வீட் பாக்ஸ்களை அனுப்புவதுபோல, அரேபிய ஷேக்குகள் காஃபி லூவாஃக் பீன்களை பரிசாகக் கொடுப்பதையும் வாங்குவதையும் கௌரவமாகக் கருதுகின்றனர்.

கிழக்குத் தைமூரில் அவை நிறைய கிடைக்கின்றன என்பதை இணைய வெளிகளில் தேடித் தகவல் பொறுக்கிய எனக்கு, முபாரக் அண்ணன்தான் இதை அங்கு கண்டடைவது மற்றும் வென்றடைவதற்கான ஒரே ஆதாரப் புள்ளி. கிழக்கு தைமூர் இன்றைய தேதியிலிருந்து சரியாக பதின்மூன்று வருடங்களுக்கு முன்புதான் இந்தோனேசியாவின் ஆக்கிரமிப்பிலிருந்து விலகி தனி நாடானது. அமெரிக்கன் டாலரைப் பின்பற்றும் ஒரே ஆசிய நாடும் அதுதான். அதனால்தான் பிற தேச வணிகர்களை அந்நாடு தனக்குள் ஈர்த்த படியே இருக்கிறது. முபாரக் அண்ணன் வியாபாரி அல்ல. சரியாகச் சொல்வதென்றால், அவர் ஒரு வழிப்போக்கன். சுதந்திரத்திற்கு அடுத்த சில நாட்களிலேயே அங்கு மிகப் பெரிய உள்நாட்டுக் கலவரம் ஒன்று வெடித்ததாலும், புதிய நாட்டை வழிநடத்த வேண்டிய பொறுப்பு இருந்ததாலும் ஐக்கிய நாடுகள் சபை களத்தில் குதித்தது. அப்படிக் குதித்ததன் நீட்சியாகத் தன் பங்கிற்கு அங்கு ஒரு கப்பலை நங்கூரம் போட்டு நிறுத்தியது. அந்தக் கப்பலின் சமையல்காரர்தான் முபாரக் அண்ணன். கிடைத்த கேப்பில் கெடா வெட்டும் ஓரத்த நாட்டுக்காரர் அல்லவா அவர். கப்பலிலிருந்து எஸ்கேப் ஆன அவர் தலைகீழாக நின்று தண்ணீர் குடித்து, அங்கே பழம் தின்று கொட்டை போட்டு (காஃபி லூவாஃக்போல அல்ல) தற்போது அங்குள்ள இந்திய உணவகம் ஒன்றின் உரிமையாளர். தைமூரில் உள்ள மொத்த 12 (8 பேர் தமிழர்கள்) இந்தியர்களுக்கும் அவர்தான் மூத்த குடி. அவர்தான் - ஏற்கெனவே அறிமுகமாகியிருந்தாலும் - எனக்கு அல்பியை அன்றைய தினத்தில் என் நட்பு வட்டத்தில் இணைத்து வைத்தார். உள்ளூர்த் தலைவன் அவன். மூன்று பொண்டாட்டிக்காரன் என்பதால், எதையாவது செய்து டாலர் ஈட்ட வேண்டும் என்பதில் மட்டுமே குறியாக இருப்பவன். அவனை தர்முவிற்குத் தெரியாமல் வரச் செய்திருந்தார் அண்ணன். அவனைப் பேச வைப்பதற்கே, ஏழெட்டு ஹெயின்கேன் பியர்களை உள்ளே தள்ள வேண்டியிருந்தது. நான் காஃபி லூவாஃக் சேம்பிள் பீன்களை அண்ணனிடம் காட்டிய போது, ''அந்தக் கழுதைய நீயே கையில வச்சுக்க, கண்ட பீயயும் கைல வச்சுக்குட்டு சுத்தறதே உனக்கு வேலையா போச்சு. மெதுவா அவன்ட்ட பேச்சுக் குடுத்து போட்டு வாங்கறேன்'' என்றதோடு மட்டுமல்லாமல், கடைசி வரை அதை அவர் கையில் தொடவே இல்லை.

காஃபி பீன்களைக் கையில் வாங்கிப் பார்த்த அல்பி, இது எங்களுக்கு தான் தெரியுமே என முபாரக் அண்ணனிடம் சொன்னபோது, இவனுக்கு இந்த விஷயமெல்லாம் தெரிஞ்சுருக்கா என அவரே கொஞ்சம் ஆடிப் போய்விட்டார். இதுபோல் நிறைய இங்குள்ள காடுகளில் கிடக்கிறது என்று சொன்ன அல்பி, ஆனால் அத்தனையையும் ரஷக்கிடோவிடம்தான் பொறுக்கிக்கொண்டு போய்க் கொடுக்கவேண்டும் என்று எங்களிடம் அவர் ஒப்பந்தம் போட்டிருக்கிறார் என இன்னொரு நூலை இந்தச் சங்கதியில் கோத்துவிட்டான். ஏனெனில் ரஷக்கிடோ என்பவர் இந்தப் புதிய தேசத்தின் வணிகத்துறை மந்திரி. தர்முவின் சிநேகிதர் என்று ஏற்கெனவே சொல்லியிருந்தேனே, அவர்தான். கடைந்தெடுத்த சீனன். இந்தோனேசியாவுடன் போர் உச்சத்தில் இருந்தபோது, மனைவியுடன் தைமூருக்குப் பிழைக்க வந்த ரஷக்கிடோ இங்கேயே தங்கியதோடு மட்டுமல்லாமல், போர் வீரனாகவும் புரட்சிப் படையில் ஒன்றிணைந்துவிட்டார். சுதந்திரத்திற்குப் பிறகு அவர் சுதந்திரப் போராட்டத் தியாகியாகி இப்போது அமைச்சராகவும் ஆகிவிட்டார். இவர் அரசாங்கத்தைக் கவனித்துக்கொள்ள, அவருடைய சீன மனைவி வியாபாரத்தைப் பார்த்துக் கொள்கிறார். இன்னொரு மனைவியான திமோர்க்காரப் பெண்மணி குடும்பத்தைப் பார்த்துக் கொண்டிருக்கிறார். இங்கு குடியேறியவர்களில் பெரும் பாலானவர்கள் உள்ளூர்ப் பெண்களையும் மணந்து கொண்டிருக் கிறார்கள். அவர்கள் பேரழகிகள் என்பதற்காக அல்ல, அரசிடமிருந்து சலுகைகள் கிடைக்கும்; உள்ளூர்ப் பெண்களை மணந்து கொண்டால் தான் நிலங்களைத் தம்முடைய பெயருக்கு வாங்க முடியும். தவிர, உள்ளூரில் எப்பேர்ப்பட்ட கலவரம் நடந்தாலும், நம் கடைகளின் மீதோ வியாபாரத் தலங்களின் மீதோ கல்லெறிய மாட்டார்கள். அவர்கள் நாட்டு மாப்பிள்ளைகள் மீது அப்படியொரு மதிப்பு. இங்கு அதிகபட்ச வன்முறை என்பதே ஒரு இடத்தின் மீது தொடர்ச்சியாகக் கல்லெறிவதே!

ரஷக்கிடோ, ''நான் உங்களுக்கு என்ன செய்ய வேண்டும்?'' நேரடியாகவே விஷயத்திற்கு வந்துவிட்டார். கறாரான சீனனிடம் உள்ள வசதி என்னவென்றால், நீங்கள் எதையும் அவர்களிடம் உடைத்துப் பேசலாம். ஒரே நிபந்தனை பங்கு கொடுப்பதிலும் அதே கறார்த்தனத்தைக் காட்ட வேண்டும். முபாரக் அண்ணன் லோக்கல் தேத்தூம் மொழியிலேயே காஃபி பீன்களைப் பற்றி விளக்கிச் சொன்ன போது, 'பீயில கொட்ட வந்துரும்' என தமிழிலும் அடிக்கடி அழுத்திச் சொன்னபடியே இருந்தார். முபாரக் அண்ணனை அமைதியாக இருக்கச் சொன்ன ரஷக்கிடோ, இப்போதெல்லாம் காஃபி லுவாஃக்

பீன்களுக்கு உலகளவில் அவ்வளவு மார்க்கெட் இல்லை என்றார். அதை சுமத்ரா, ஜாவா, பாலி போன்ற இடங்களில் பண்ணை போன்று வளர்க்கிறார்கள் என்று சொன்னவர், ''லூவாஃக்குகளை நீ பார்த்திருக் கிறாயா?'' என்று கேட்டார். நான் உதட்டைப் பிதுக்கியவுடன் ஏளனச் சிரிப்பு ஒன்றை உதிர்த்துவிட்டு வீட்டிற்குப் பின்புறம் அழைத்துச் சென்று காட்டினார். ஒரு கூண்டிற்குள் நாலைந்து லூவாஃக்குகளை அடைத்துப் போட்டிருந்தார். தின்று தின்று சோர்ந்து படுத்துக் கிடந்த லூவாஃக்குகளின் அருகே காஃபிப் பழங்கள் கொட்டிக் கிடந்தன. வியாபாரம் செய்யப் போன இடத்தில் தத்துவம் பேசக்கூடாது என்பதால், அவை அப்படி படுத்துக் கிடந்ததைப் பற்றி நான் ஒன்றும் பேசவில்லை. அப்போதுதான் ரஷக்கிடோ அந்த இன்னொரு புதிய வாய்ப்பொன்றைப் பற்றிச் சொன்னார்.

''நீ ஏன் பறவைக் கூட்டைத் (Bird's Nest) தேடி அலையக் கூடாது?'' என்று கேட்ட ரஷக்கிடோ ஏற்கெனவே எனக்கு அரசல்புரசலாகத் தெரிந்திருந்த பறவைக் கூட்டைப் பற்றி நாங்கள் கேட்காமலேயே விளக்கிச் சொல்ல ஆரம்பித்தார். அவர் சொன்னதும் பின்னால் நான் படித்துத் தெரிந்துகொண்டதும்...

Swiftlets என்றழைக்கப்படும், தமிழில் கூட்டு உழவாரன் அல்லது பெருவீச்சுப் பறவை என்றழைக்கப்படும் பறவையினம் இது. தென் கிழக்காசிய நாடுகளில் உள்ள கடற்புறங்களில் வசிக்கும் பறவையினம் இது. பெரும்பாலும் இந்தப் பறவைகள் கடற்கரை யோரம் இருக்கிற குகைகள் மற்றும் பாறைப் பொந்துகளில்தான் கூடு கட்டி வசிக்கும். இனப்பெருக்கக் காலத்தில் ஆண் பெண் இரண்டும் காதல் களியாட்டங்களில் ஈடுபடும்போது, வாயில் பசையொன்று சுரக்கும். அந்தப் பசையைக்கொண்டு இரண்டும் கூட்டை உருவாக்கும். காய்ந்துபோன அந்தக் கூட்டின் விலை இந்திய மதிப்பில் தரத்திற்குத் தகுந்த மாதிரி கிலோ ஒன்று 2 லட்சத்திலிருந்து ஐந்து லட்சம் வரை விலை போகும். அதிலும் நாட்பட்டு, பாக்டீரியாக்களின் தாக்கத்தால் சிவப்பு நிறத்துக்கு மாறும் கூடுகளுக்கு இன்னமும் விலை அதிகம். ஒரு கப் சூப்பின் விலையே இந்திய மதிப்பில் ஐயாயிரம் ரூபாயில் துவங்கி பத்தாயிரம் வரை விலை போகும். உலகின் விலையுயர்ந்த சூப் இதுதான். உலகின் பல்வேறு பகுதிகளிலுள்ள உணவகங்களிலும் சீனர்கள், ஜப்பானியர் மற்றும் தைவான்காரர்களைக் குறி வைத்து இவற்றில் பல மோசடிகளும் அரங்கேறுகின்றன. இதைக் குடித்தால் ரத்தம் விருத்தியாகும், ஆண்மை பெருகும், இளமைப் பொலிவு அதிகமாகும் என சீனர்கள் நம்புகிறார்கள். இந்தியர்களுக்கு நிறம் குறித்த தாழ்வு மனப்பான்மை இருப்பதுபோல, சீனர்களுக்கு தங்களது ஆண்மை மற்றும் ஆணுறுப்பு குறித்த தாழ்வு மனப்பான்மை உண்டு.

இந்த மூன்று அம்சங்களையும் குறி வைத்து நீங்கள் எந்தப் பொருளை வேண்டுமானாலும் சீனர்களின் தலையில் கட்டிவிடலாம். நம்முடைய சேலம் சித்த வைத்திய மஸ்தான்களும் சிட்டுக்குருவி லேகியச் சித்தர்களும் சீனாவுக்குப் போனால், மொத்த தேசத்தையும் இல்லாவிட்டாலும் குறைந்தபட்சம் ஆக்கிரமித்து வைத்திருக்கிற அருணாசலப் பிரதேசத்தின் சில பகுதிகளையாவது நம் பெயருக்கு மாற்றி எழுதித் தந்துவிடுவார்கள்.

'ஆஹா ஆஹா! என்ன ஒரு பிஸினஸ்...' என நினைத்துக் கொண்டிருந்தபோதுதான் ரஷுக்கிடோ அந்த குண்டைத் தூக்கி அப்படியே நடு மண்டையில் நச்சென்று போட்டார். அவனுக்கென்ன வேண்டிக் கிடக்கிறது. இப்போதெல்லாம் பறவைக் கூட்டையும் மனிதர்கள் தயாரிக்க ஆரம்பித்துவிட்டார்கள் என்றார். மிகப் பெரிய பண்ணைகள் வைத்து அவற்றைத் தொழிற்சாலைபோல் தயாரித்துக் கொண்டிருக்கிறார்கள் என்றும் சொன்னார். தென்கிழக்காசிய நாடுகள் சிலவற்றில் அவை குடிசைத் தொழில் போன்று நடப்ப தாகவும் சொன்ன ரஷுக்கிடோ, மனிதனால் தொட முடியாத ஒன்று உங்கள் காலடியிலேயே கொட்டிக் கிடக்கிறதே, அதை விட்டுவிட்டு இங்கே எதற்கு இதையெல்லாம் தேடி வந்தாய் என்று கேட்டார். 'இதென்ன, நம்முடைய காலடியில் ஒரு புதையலா' என அல்கெமிஸ்ட் சாண்டியாகுவின் மனநிலைக்கு நான் தயாரானேன்.

Sea Cucumber என்றழைக்கப்படும் கடல் அட்டைகளைக் குறிப்பிட்ட ரஷுக்கிடோ, அதன் சூப்தான் இப்போது மிக மிகப் பிரபலம் என்றார். 'சீனப் புத்தாண்டுக் கொண்டாட்டங்களின்போது கடல் அட்டை யிலிருந்து தயாரிக்கப்படும் சூப்பைப் பரிமாறுவது ஒவ்வொரு உயர்குடிக் குடும்பத்தின் கௌரவம். கொண்டாட்டங்களுக்கு புதுச் சொக்கா இல்லாவிட்டாலும் சூப் கண்டிப்பாக இருக்கும்' என்றார். இந்தியாவில்தான் கடல் அட்டைகள் பிடிப்பு மற்றும் விற்பனை தடை செய்யப்பட்டிருக்கிறதே என்று கேட்டபோது, ''நீங்கள் முட்டாள்கள்'' என்றார் ரஷுக்கிடோ கோபமாக. உலகை மறு சுழற்சிக்கு உட்படுத்தும் முக்கியமான பத்து உயிரினங்களில் கடல் அட்டை மிக முக்கியமானது. எனவேதான் அதைப் பிடிப்பதற்கும் பாடம் பண்ணுவதற்கும் தடை. நீங்கள் அடிக்கடி கடல் அட்டைகளுடன் மண்டபத்தில், ராமேஸ்வரத்தில் மீனவர்கள் கைது என்றெல்லாம் செய்தித்தாள்களில் பார்த்திருப்பீர்கள். இங்கு இன்னமும் அது குடிசைத் தொழில்போல சுங்கத் துறை மற்றும் மீன்வளத் துறையினரின் கண்களை மறைத்து வியாபாரம் நடந்துகொண்டுதான் இருக்கிறது. இங்கு ரூபாய்களில் நடக்கும் வியாபாரம், பொருள் சிங்கப்பூர் போனவுடன் டாலர்களில் நடக்கிறது. ஒரு கிலோ காய

வைக்கப்பட்ட கடல் அட்டையின் விலை சராசரியாக 150 அமெரிக்கன் டாலர். இவ்வளவு பணம் கொழிக்கும் வியாபாரத்தை ஏன் தடை செய்து வைக்க வேண்டும் என்பதுதான் ரஷக்கிடோவின் கோபத்திற்குக் காரணம்.

''உலகைச் சுத்திகரிக்கும் முக்கியமான உயிரினம் இல்லையா...'' என நான் தயக்கத்தோடு கேட்டபோது, ''யார் இல்லையென்று சொன்னார்கள்? ஆனால் ஒரு அட்டை முட்டையிடும் பருவத்தில் இரண்டு லட்சம் முட்டைகளை இட்டுப் பொரிக்கிறது. அது வளர்ந்தபடியே இருக்கும். நீங்கள் நினைக்கிற மாதிரி அது விரைவில் தீர்ந்து போகும் பொருள் இல்லை. அப்புறம் உலக நாடுகளில் பணம் வாங்கிக்கொண்டு சுற்றுச்சூழல் ஆர்வலர்கள் என்கிற பெயரில் பேசிக்கொண்டிருப்பதையெல்லாம் நீ நம்புகிறாயா?'' என்றார். ஃபிலிப்பைன்ஸில் கடல் அட்டை வளர்ப்பைத் தற்போது ஒரு ஆராய்ச்சியாகவே செய்து வருகிறார்கள். கடல் அட்டை வளர்ப்புப் பண்ணைகளைக் கடற்புறக் காயல் நிலங்களில் உருவாக்கிக் கொண்டிருக்கிறார்கள். அந்த ஆராய்ச்சி வெற்றி பெறும் பட்சத்தில் விரால் மீன்களை, இறால்களை வளர்ப்பதுபோல கடல் அட்டை களையும் நம்மால் வளர்த்துவிட முடியும் என்று சொன்ன ரஷக்கிடோ, ''நான் தேடி வரவில்லையா? அதைப்போல நீயும் எல்லா விஷயங்களையும் உலகமெல்லாம் தேடிப் போ. உலகமெல்லாம் பயணம் செய்வதற்கே உன் ராசியில் ஒரு அமைப்பு இருக்க வேண்டும்'' என்றார்.

இந்தியாவில் மட்டும்தான் கடல் அட்டைகள் பிடிப்பதற்குத் தடை, திமோர் உட்பட மற்ற பல நாடுகளில் தடையில்லை என்று சொன்ன ரஷக்கிடோ, இந்தியாவில் தடை விலகக் காத்துக் கொண்டிருக் கிறோம். ஏனெனில் குறிப்பிட்ட ஒரு வகை அட்டை அங்குள்ள கடலில் நிறைய கிடைக்கிறது என்று சொன்னார். ''தடையை விலக்கினால் என்ன செய்வீர்கள்?'' என்று கேட்டேன். ''பெரிய பெரிய ட்ராலர்களைக் கொண்டுவந்து அள்ளிக்கொண்டு போவோம். அதைத்தானே இங்கே பல பேர் செய்துகொண்டிருக்கிறார்கள்'' என்றார் அசால்ட்டாக. தவிர, இன்னொன்றையும் சொன்னார்.

தைமூரில் கடல் அட்டைகளைப் பிடிக்க எந்தத் தடையும் இல்லை. பலருக்கு அதன் மதிப்பு தெரியவும் தெரியாது. அதைப் பிடிப்பதற்கே பயந்து விடுவார்கள் என்பதால் யாருக்கும் இதைப் பாடம் பண்ணுவது எப்படி என்கிற கலையும் தெரியாது. தவிர, உள்ளூர்க்காரனுக்கு மட்டும் இதன் மதிப்பு தெரிந்துவிடவே கூடாது என்றார். ''எனக்கு அட்டையைப் பாடம் பண்ணும் தொழில்நுட்பம்

தெரியாது. நீங்கள் உங்கள் ஊரிலிருந்து ஆட்களை அழைத்து வந்திருக்கிறீர்கள்தானே? நான் இங்கு உங்களுக்கு அதைப் பிடிப்பதற்கு ஏற்பாடுகள் செய்து தருகிறேன். என்னுடைய கடற்கரையிலேயே நீங்கள் பிடித்துக் கொள்ளலாம். தர்முவிடம் இது பற்றி ஏற்கெனவே சொல்லிவிட்டேன்'' என்றார் ரஷுக்கிடோ. என்னது… என்னுடைய கடற்கரையிலா? ஆமாம். உண்மைதான். கடலை ஒட்டி கிட்டதட்ட 3 கிலோமீட்டர் நீளத்திற்கு நிலத்தை வளைத்துப் போட்டிருக்கிறார் ரஷுக்கிடோ. அந்த நிலத்திற்கு அருகாமையில் இருக்கும் கடல் அவருக்குச் சொந்தமானது. அந்தக் கடற்கரையில் சீன வாஸ்துப்படி மிகச் சிறந்த அதிர்ஷ்டமாக அந்த இடத்தில் அவர் தன் மனைவி பெயரில் சீன உணவகம் ஒன்றை நடத்திக்கொண்டிருக்கிறார். அந்த உணவகத்தில் அமர்ந்துதான் நான் ஒரு முறை ஜெரோமயியிடம் திருப்பதி சேஷாசலம் வனப்பகுதியின் செஞ்சந்தன மரங்கள் பற்றியும் அதன் சீனத் தொடர்பு பற்றியும் பேசிக்கொண்டிருந்தேன்.

ரஷுக்கிடோ என்கிற இந்த மனிதனிடமிருந்து உடனடியாக உருப்படியாகப் பொருள் அளவில் எதுவும் எனக்குக் கிடைக்க வில்லை என்றாலும், இவர்தான் இனி வரும் என்னுடைய நாட்களை அலங்கரிக்கப் போகிறவர் என்ற எண்ணம் உடனடியாக வந்தது. ஒரு நாட்டிற்கு வழிப்போக்கனாக வந்து, போரில் பங்கு பெற்று, பின்னர் அமைச்சராகவும் ஆன அந்த மனிதனின் வாழ்விலிருந்து சிலவற்றை என்னால் கற்றுக்கொள்ள முடியும் என தோன்றியது. நான் காஃபி லூவாஃக்குகளைத் தேடிதான் அவரிடம் வந்தேன். ஆனால் அவர் எனக்கு வேறொன்றைக் கற்றுக்கொடுத்துக் கொண்டிருப்பதாகத் தோன்றியது. கடைசியாக நீண்ட நேரமாக யோசித்துக்கொண்டிருந்த அந்தக் கேள்வியைக் கேட்டேன். ''எந்த நம்பிக்கையில், அதுவும் சுதந்திரப் போராட்டக் களத்தில் இருக்கும் ஒரு புதிய நாட்டிற்கு வந்தீர்கள்?'' என்று கேட்டேன். ''உன்னை இங்கு வரவழைத்த பேராசைதான் என்னையும் இங்கு வரவழைத்தது'' என்று சொன்ன ரஷுக்கிடோ இன்னொன்றையும் சொன்னார். ''பெட்டி படுக்கையைத் தூக்கிக்கொண்டு கிளம்புகையில் தயங்காமல் உடன் கிளம்புவதில் உங்கள் இந்தியப் பெண்களைவிட எங்களது சீனப் பெண்கள் உசத்தியானவர்கள் இந்த விஷயத்தில்'' என்றார். நாங்கள் பேசிக் கொண்டே வெளியே வரும்போது, திடீரென வீட்டிற்குள் போய்த் திரும்பி வந்த ரஷுக்கிடோவின் கையில் இரண்டு மால்ப்ரோ சிகரெட் பாக்கெட்டுகள் இருந்தன. சிரித்துக்கொண்டே அல்பியை நோக்கி

அவற்றைத் தூக்கிப் போட்டார். அவன் அதை எக்கித் தவ்விப்பிடித்து விட்டு 'ஒபிரிகாடு' என்றான். எனக்கு அல்கெமிஸ்ட் நாவலின் வரிகள் நினைவிற்கு வந்தன. 'ஆடுகளுக்கு இருக்கக்கூடிய ஒரே கவலை புல்லும் புனலும்தான். நல்ல புதிய புதிய மேய்ச்சல் நிலங்களைக் கண்டறியும் திறமை ஒரு இடையனுக்கு இருக்கிற வரை அந்த ஆடுகள் அவனுக்கு நண்பர்கள்தாம்.' என்னைப் பொறுத்தவரை ரஷக்கிடோ ஒரு நல்ல இடையன்.

૪

வந்திறங்கி சில நாட்கள் கழித்து முபாரக் அண்ணன் ஒரு பார்ட்டி கொடுப்பதாகச் சொன்னார். அதற்குள் நான் முபாரக் அண்ணனுடன் நெருக்கமாகியிருந்தேன். ஆரம்பச் சகுனமே சரியில்லாமல் அமைந்தது. வந்த இரண்டு மூன்று நாட்களிலேயே நாலைந்து முறை தர்மு முகத்தைக் காட்டிவிட்டார். ஒரு முறை சென்னை வந்திருந்தபோது காசிமேட்டிற்கு நாம் அழைத்துச் சென்ற தர்முவா இவர் என ஒரு கணம் சந்தேகம் வந்தது. தர்மு சென்னைக்கு வந்தபோது அத்தனை முறைவாசல் வேலைகளும் என் தலையில்தான் வந்து விழுந்தன. சந்தோஷ் வீட்டில் மதியச் சாப்பாட்டிற்குத் திட்டமிட்டிருந்தோம். ஆட்டுக்கறி, அதன் ஸ்பேர் பார்ட்ஸ் என மிகப் பெரிய விருந்தே படைக்கப்பட்டது. விடிகாலையில் தர்முவை நான் காசிமேட்டு மீன்பிடித் துறைமுகத்திற்கு அழைத்துச் சென்றிருந்தேன். அங்கு கிடைக்கும் மீன்கள், அதன் வியாபாரம் என சகல விஷயங்களையும் அவருக்கு அறிமுகப் படுத்தினேன்.

தைமூரிலிருந்து இந்தியாவில் நன்கு விலை போகக்கூடிய மீன்களை இறக்குமதி செய்யலாம் என ஆரம்பக்கட்டத் திட்டத்தைப் போட்டுத் தந்தவரே தர்முதான். அதே தர்மு தைமூரில் போய் இறங்கியவுடன் மீன் பிடித்து ஏற்றுமதி

செய்வதெல்லாம் நடக்காத காரியம் என ஒரே வரியில் முடித்து விட்டார். எங்களிடம் இருந்த உடனடி யோசனை கடல் அட்டையைப் பிடித்துப் பாடம் பண்ணி ஏற்றுமதி செய்வது மட்டும்தான். ஏற்கெனவே ரஷக்கிடோ கடல் அட்டைத் தொழில் மீது நம்பிக்கையை ஏற்படுத்தியிருந்தார். அட்டைத் தொழில் துவங்குவதற்குள் 50000 டாலர்களை எங்களது எல்.டி.எல் கம்பெனி உள்ளுக்குள் இழுத்திருந்தது. பினாயில் என்று ஒரு சனியன் வேறு கூடவே ஒட்டிக்கொண்டு வந்தது. அந்த பினாயில் ஐடியாவைச் சொல்லி சந்தோஷ் ஃபணால் ஆன கதையைப் பின்பு சொல்கிறேன். தர்மு என்னைத் தனியாக அழைத்து முபாரக் அண்ணனிடம் கடல் அட்டை விஷயத்தைச் சொல்லிவிடாதே என நாசுக்காகச் சொன்னார். முபாரக் கொஞ்சம் சிக்கலானவர் என்பதால், கவனமாக இருந்துகொள்ளும் படியும் அறிவுறுத்தினார் தர்மு. நானும் சரியென்று தலையாட்டினேன்.

முபாரக் அண்ணன் ரம்ஜானுக்கு பார்ட்டி தருவதாகத் திட்டம். அந்த பார்ட்டிக்கு ரஷக்கிடோவையும் அவர்களுடைய தோழர்களையும் அழைத்து நட்புறவு ஏற்படுத்திக்கொள்ள வேண்டும் என காவியன் திட்டம் போட்டுத் தந்தார். ரஷக்கிடோவிற்கு முபாரக் அண்ணன் சமைக்கும் பிரியாணி என்றால் கொள்ளைப் பிரியம். மற்றபடி ரம்ஜான் என்பதெல்லாம் ஒரு காரணம் அவ்வளவுதான். முபாரக் அண்ணனுடன் ஊர் சுற்றிப் பார்க்கப் போகிறேன் என்கிற போர்வையில் மாட்டுக்கறி வாங்குவதற்குச் சந்தைக்குச் சென்றபோது தர்முவைப் பற்றிக் கேட்டேன். மிகுந்த தயக்கத்தினூடேதான் யாரிடமும் சொல்லிவிடாதே என சத்தியம் வாங்கிக்கொண்டு சொன்னார். தைமூரில் ஆட்டுக்கறி வாங்குவதெல்லாம் கட்டுப் படியாகாத விஷயம். ஏழெட்டு கிலோ இருக்கும் ஆட்டுக்குட்டியை 100 டாலருக்கும் மேல் விலை சொல்வார்கள். பேரம் பேசுவதெல்லாம் நடக்காத காரியம். இத்தனைக்கும் முபாரக் அண்ணன் அவர்கள் அந்த நாட்டு மருமகன். நாட்டு மருமகனுக்கே இந்தக் கதிதான் என்றால், மற்றவர்களின் நிலைமையைப் பார்த்துக்கொள்ள வேண்டியதுதான். பிரியாணி அரிசி கிடைப்பதும் கொஞ்சம் கஷ்டமான காரியம்தான் என்பதால், தாய்லாந்து நீள அரிசி ரப்பர் மாதிரி இருக்கும் என்றாலும், ஓரளவிற்கு பாசுமதியுடன் அதுதான் மேட்ச் ஆகும் என அண்ணன் முடிவெடுத்திருந்தார். கேப்டன் என்றழைக்கப்படுகிற ஜூனியர் ரஹ்மத்தும் இதை வைத்துக்கொண்டே, மிகச் சிறந்த ஹைதராபாத் தம் பிரியாணிக்கு உத்தரவாதம் கொடுத்திருந்தார்.

மாட்டுக் கறிக்காகதான் சந்தைக்கு வந்திருந்தோம். பிரியாணிக்கு வேண்டிய மற்ற சமாசாரங்களை எந்த ஆலோசனையுமின்றி நான் வாங்குவதைக் கண்ட முபாரக் அண்ணன் மகிழ்ச்சியாகச் சிரித்தார்.

மாட்டை நெடுஞ்சாண்கிடையாகப் போட்டு வரைமுறையில்லாமல் வெட்டிக்கொண்டிருந்தார்கள். நான்கு பக்கமும் நான்கு பேர் நின்று கொண்டு மாட்டின் கால்களைக் கெட்டியாக இழுத்துப் பிடித்துக் கொள்ள, கத்தியைக் கொண்டு துடிக்கத் துடிக்க அறுத்துக் கொண்டிருந்தார்கள். 'பிஸ்மில்லா அல்லாஹ்' அக்பர் அண்ணன் மெதுவாகத் தனக்குள் உச்சரித்துக்கொண்டு என்னைப் பார்த்தார். நானும் திரும்பி அதைச் சொன்னேன் என்ற வகையில் அண்ணன் என்னைப் பார்த்து ஒரு நெருக்கமான புன்னகையை உதிர்த்தார். இதே புன்னகையுடன்தான் நான் அந்தத் தேசத்தை விட்டுக் கிளம்பும் வரை என்னிடம் இருந்தார். நான் கிளம்புகின்ற அன்று உலகத்தின் எந்த மூலையில் நீ இருந்தாலும், இந்த அண்ணன் உனக்காகப் பிரார்த்தனை செய்துகொண்டிருப்பேன் என விடை கொடுத்தார். பொதுவாக அழுவதில் உடன்பாடே இல்லாத எனக்கே அந்தக் கணத்தில் மெல்ல கண்ணீர்த்துளி எட்டிப் பார்த்தது.

மாடோ ஆடோ அதன் தோலை உரிப்பவனை வைத்தே அவனது ஜாதகத்தைச் சொல்லிவிடலாம். இங்கே எல்லாம் தலைகீழாக நடந்தது. கடமைக்கு உரித்தார்கள். இரண்டு மூன்று நாள் ஆன கறியைத் தலையில் கட்டிவிடுவார்கள் என்பதால், நாமே நேரில் போய் வாங்கவேண்டும் என சொல்லிக்கொண்டிருந்த முபாரக் அண்ணனிடம் மீண்டும் தர்மு பற்றிக் கேட்டேன். ''திரும்பி ஊருக்கு போகவா முடியும்? இருந்து முட்டி மோதிதான் பார்க்கணும். தோத்துப் போயிடக்கூடாது இல்லையா?'' என பொத்தாம் பொதுவாகப் பேசியவரை இழுத்து வைத்து உண்மையைக் கேட்டவுடன் கொட்டிவிட்டார், யாரிடமும் சொல்லிவிடக்கூடாது என்கிற நிபந்தனையுடன்.

அவரது உயிர்த்தோழர் ஒருவரை சிங்கப்பூரில் இருந்து தொழில் பார்க்க அழைத்து வந்திருக்கிறார் தர்மு. இருவரும் பங்குதாரர்களாகி சிங்கப்பூரில் இருந்து அவர்கள் காய்கறிகளை தைமூருக்கு இறக்குமதி செய்துகொண்டிருந்த வியாபாரம் மிக நன்றாகப் போய்க் கொண்டிருந் திருக்கிறது. அந்த உயிர்த்தோழர் ஒரு வேலை விஷயமாக சிங்கப்பூர் சென்று திரும்பியபோது தைமூர் விமான நிலையத்திலேயே, அரசு அதிகாரிகள் அவரை மறித்து உள்ளே அனுப்ப முடியாதென மறுத்திருக்கிறார்கள். இவர் கத்தி ஊரைக்கூட்டி, நான் இங்கு தொழில் பார்க்கிறேன் என ஆவணங்களையெல்லாம் காட்டி வெளியே வந்திருக்கிறார். வந்தவர் அதோடு விட்டிருந்தால் பரவாயில்லை. அந்த அரசு அதிகாரிகளில் ஒருவனை அழைத்து ஐம்பது டாலர் லஞ்சம் கொடுத்து, திடீரென ஏன் என்னை மறித்தீர்கள் என காரணம் கேட்கும்போது, அவன் தர்முவின் பெயரைப் போட்டுக் கொடுத்து விட்டான். ''உயிர் நண்பனுக்கே இந்தக் கதியா? அப்படி என்ன ஒரு

துரோகத்தை அவர் இவருக்குச் செய்துவிட்டார். இப்படி ஒரு தண்டனை என்றால் வேறு ஏதாவது ஒரு காரணம் இருக்கு மில்லையா?'' என நான் உள்ளே புகுந்தபோது, இரு சொல்றேன் என்கிற மாதிரி கை காட்டிவிட்டு அண்ணன் சொன்ன காரணத்தை, வாழ்நாள் முழுக்க என்னால் மறக்கவே முடியாது. ''அப்படி ஒரு துரோகம் செய்திருந்தால்கூட பரவாயில்லையே. ஒருநாள் என்னுடைய ரெஸ்டாரண்டில் அந்த உயிர்த்தோழர் கால் மேல் கால் போட்டு அமர்ந்திருந்தபோது தர்முவின் மனைவி வந்தார். அப்போதும் அந்தத் தோழர் கால் மேல் கால் போட்டே அமர்ந் திருந்தார். எழுந்து நிற்கவில்லை என்று தர்முவிற்குக் கோபம். அதைப் பிற்பாடு என்னிடம் சொல்லவும் செய்தார்'' என்று அண்ணன் சொன்னபோது எனக்குத் தூக்கிவாரிப் போட்டது. கரும்பே வலியப் போய் ஜூஸ் பிழியும் இயந்திரத்திற்குள் தலையைக் கொடுத்ததைப் போல இருந்தது என் நிலைமை. முபாரக்கிடம் கவனமாக இருந்துகொள் என்று தர்மு என்னை எச்சரித்ததை பதிலுக்கு நான் அவரிடம் போட்டுக் கொடுத்தேன். அதுமுதல் போட்டுக்கொடுக்கும் நண்பர்களாக, அண்ணன் தம்பிகளாக ஆனோம் நாங்கள். இனி இங்கிருக்கும் காலங்களில் அண்ணன்தான் என்னை வழி நடத்தப் போகிறார் என நான் அந்தக் கணத்திலேயே முடிவு செய்திருந்தேன். எங்களுடைய எல்லாத் திட்டங்களையும் அவரிடம் விவரித்தேன். அதில் பல விஷயங்களை அவர் வேலைக்கு ஆகாது என ஒதுக்கித் தள்ளினார். சில விஷயங்களைச் சேர்ந்து செய்யலாம் என்றும் பொறுமையாக இருக்குமாறும் சொன்னார் என்னிடம். அந்த பார்ட்டியில் இரண்டு பேரும் ஒருத்தரை ஒருத்தர் தெரியாத மாதிரியும், எந்த விஷயங்களையும் பகிர்ந்துகொள்ளாதவர்கள் போலவும் நடித்துக் கொண்டிருந்தோம்.

''இங்க என்னண்ணே பண்றதுக்கு வந்துருக்கீங்க?'' முபாரக் அண்ணன் பார்ட்டியில் என்னைப் பார்த்துக் கேட்டார்.

''கவர்மென்ட் கான்ட்ராக்டுகள் எடுக்கப் போகிறோம்'' என்றார் சந்தோஷ்.

''மீன் பிடிச்சு அங்க கொண்டுபோகலாம்லண்ணே. இங்க நிறைய கெடைக்குதே'' என்று தூண்டில் போட்டார் அண்ணன்.

''கப்பல் வசதி இல்லையே. ஃப்ளைட்ல கொண்டுபோக முடியாது. செலவு அதிகம் பிடிக்கும். இங்கேருந்து சிங்கப்பூர் வழியாக கப்பலில் டிரான்சிட் பண்ணிக்கொண்டு போனாலும் 40 நாள் ஆகும்'' என்று நான் விளக்கிக்கொண்டிருக்கும்போது தர்மு என்னைப் பார்த்து முறைத்தவுடன், ''அதெல்லாம் வேலைக்கு ஆகாது'' என

முடித்தேன். இது மாதிரி அண்ணன் விஷயம் தெரிந்திருந்தும் பல தூண்டில்கள் போட்டு விளையாடிக்கொண்டே இருந்தார். முபாரக் அண்ணனுக்கு எதிரே அமர்ந்திருந்த நான் எதற்கு வம்பு என்று ரஷக்கிடோவின் இந்தோனேசியத் தோழிக்கு அருகே நாற்காலியைப் போட்டு அமர்ந்தேன். ரஷக்கிடோ மற்றவர்களைப்போல அல்லாமல் சந்தோஷமாக என்னை அவர் 'இண்டியன் இன்வெஸ்டர்ஸ்' என அவளுக்கு அறிமுகப்படுத்தி வைத்தார். நான் இன்வெஸ்டரா? இருந்த ஒரே வீட்டையும் விற்றுவிட்டுத் தொழில் பார்க்க வந்திருக் கிறேன். நல்ல கதை, சந்தோஷிற்கு சினிமாத் தொடர்புகள் நிறைய இருப்பதால், சினிமா பற்றிப் பேச்சுத் திரும்பியதால், முபாரக் அண்ணனின் தூண்டிலிலிருந்தும் தர்முவின் தூண்டில் பார்வை யிலிருந்தும் தப்பித்தேன்.

ஜூனியர் முபாரக் விஜய்காந்தின் தீவிர ரசிகர் என்பதால் அவருக்கு அங்கே கேப்டன் என்று பெயர் வைத்திருந்தார்கள். வந்ததில் இருந்தே விஜயகாந்த் தமிழக முதல்வர் ஆவாரா என்பதை மட்டுமே அவர் கேட்டுக்கொண்டிருந்தார். சந்தோஷ் தனக்குத் தெரிந்த விஜயகாந்த் குறித்த தகவல்களைச் சொன்னதும் கேப்டன் அடைந்த மகிழ்ச்சிக்கு அளவேயில்லை. ஐந்தாறு ரவுண்டுகளின் முடிவில் ரஷக்கிடோ விடை பெற்றுக்கொள்ளும்போது, தன்னுடைய தோழியை இங்கேயே விட்டுவிட்டுப் போகவா என தர்முவைப் பார்த்துக் கேட்டார். தர்மு தீவிரமாக யோசித்தார். அவர் என்ன சொல்லப்போகிறார் என சந்தோஷ் உட்பட எல்லோரும் காத்திருந்தார்கள். நீண்ட நேர யோசனைக்குப் பிறகு வேண்டாம், உடன் அழைத்துச் சென்றுவிடு என்று சொன்னார் தர்மு. இனிப் பேசிப் பேசிதான் சுகம் காண வேண்டும். வேறு வழி? தீவிர போதையில் இருந்த சந்தோஷ் தனக்குத் தெரிந்த நடிகை ஒருத்தியின் கதையைச் சொல்ல ஆரம்பித்தார்.

80களில் இளைஞர்களின் தூக்கத்தைக் கெடுத்த நடிகை, அவர் இயக்குநராக இருந்த நடிகர் ஒருவரைத் திருமணம் செய்துகொண்டு பின் அவரை விட்டும் பிரிந்தார். தன் அப்பா துணையுடன் தொழிலில் இறங்கினார். அந்த நடிகையின் அப்பாதான் அவருக்கு எல்லாமும், அந்தப் பாசக்கார அப்பா அந்த நடிகைக்கு ஒரு யோசனை சொல்லிக் கொடுத்தார். 'ஆண்கள் எப்போதும் வாய்வழிப் புணர்ச்சிக்கு அடிமைகள். அதனால் நீ உள்ளே போனவுடன் வாயிலேயே எல்லா வற்றையும் பண்ணி முடித்துவிடு. அதிலேயே சில ஆண்கள் திருப்தியாகித் தூங்கிவிடுவார்கள். இப்படிச் செய்தால்தான் நீண்ட காலம் இளமையைக் கையில் வைத்துக்கொண்டு தொழிலில் தாக்குப் பிடிக்கலாம்' என அந்த அப்பா சொன்னதாக, அந்த நடிகை இன்னொரு நடிகையிடம் இந்த யோசனையைக் கைமாற்றி

விட்டாராம். இந்தக் கதையை சந்தோஷ் சொல்லி முடித்தவுடன் ஏரியாவே கலகலப்பானது. அவரவர்க்குத் தெரிந்த இதுபோன்ற கதைகளை எல்லாம் சொல்ல ஆரம்பித்தார்கள். மெல்லிய வெளிச்சத்தில் உற்றுப் பார்த்தேன். தர்மு கிளம்பிப் போயிருந்தார். வெளியே சிகரெட் புகைப்பதற்காக எழுந்து வந்து பார்த்தபோது, அவருடைய லேண்ட்ரோவரில் சாய்ந்து நின்று எதையோ யோசித்துக் கொண்டிருந்தார். என்னைப் பார்த்ததும் நிமிர்ந்து நின்று என்னைப் பார்த்து என் பெயரைச் சொல்லி அழைத்தது எனக்குப் பிடிக்க வில்லை. இந்தியாவில் இருக்கும்போது அவர் என்னை சார் போட்டுதான் அழைத்திருக்கிறார். இப்போது திடீரென பெயர் சொல்லி, அதுவும் கையை அசைத்து அழைப்பதன் பின் உள்ள ஆணவம் என்னைச் சீண்டியது. எனக்குள் இறங்கிய போதை என்னை வேறு மாதிரியாக விளையாற்றத் தூண்டியது என்றாலும், பொறுமை காத்து நெருங்கிப் போனேன். ''எவ்வளவு போதையிலிருந்தாலும் வார்த்தைகளைக் கவனமாகக் கையாளத் தெரிந்தவன்தான் ஒரு நல்ல பிஸினஸ்மேன், அத்தனை பேர் வாயிலிருந்தும் என்ன வார்த்தைகள் வருகின்றன என்பதைக் கவனிப்பதும் அவனுடைய வேலையின் ஒரு பகுதிதான்'' என கோபமாகச் சொல்லிவிட்டு, காரில் ஏறிக் கிளம்பிப் போனார். நான் திரும்பி மேஜைக்கு வந்தபோது, முபாரக் அண்ணன் இது மாதிரி ஏதாவது நடந்திருக்கும் என ஊகித்திருப்பார்போல, சிநேகமாகச் சிரித்தார். காவியனைக் கைகாட்டி, ''இவரைக் கையில் கெட்டியாகப் பிடித்துக் கொள்'' என்றார் கண்ணைச் சிமிட்டிக் காட்டி.

காவியனுக்கும் நல்ல போதை. முள்ளிவாய்க்கால் இறுதிப் போரில் என்ன நடந்தது என அவருக்குத் தெரிந்த விஷயங்களை விளக்கிக் கொண்டிருந்தார். இடையிடையே நான் பாயிண்ட்களை எடுத்துக் கொடுத்துக்கொண்டிருந்தேன். தகவல்கள் கையில் ஏதும் இல்லாத சந்தோஷ் பொத்தாம் பொதுவாகப் பேசிக்கொண்டிருந்ததைப் பார்த்த காவியன் 'விஷயத்திற்கு சட்டுன்னு வாங்கோ' என்றார். பேசிப் பேசிக் களைத்துப்போன காவியன் தலையைக் கொஞ்ச நேரம் தொங்கப் போட்டுக்கொண்டு நாற்காலியில் அமர்ந்தவாறே ஒரு குட்டித் தூக்கம் போட்டார். யாரும் அவரைத் தொந்தரவு செய்யவில்லை. ஆந்திரக்கார கஜேந்திரனும் நாங்களும் நைட் கிளப் போகலாமென திட்டமிட்டோம். சனிக்கிழமை இரவு என்பதால், ஜெகஜோதியாக இருக்குமென்றார்கள்.

காவியனுக்காக ஸ்பெஷலாகத் தருவிக்கப்பட்ட 'க்யூபா சிகர்ஸ்' பிராண்ட் சுருட்டைப் பற்ற வைத்தார் கேப்டன், தனக்கும் ஒன்றைப் பற்ற வைத்துக்கொண்டு எனக்கும் ஒன்றை நீட்டினார். நான் அதை மறுத்துவிட்டேன். அது தங்கக் குண்டூசியே ஆனாலும் அதை

வைத்துக் குத்திக்கொண்டா இருக்க முடியும்? புகை எப்போதும் எனக்குப் பகையில்லை. சுருட்டு எனக்குப் பகை. சின்ன வயதிலிருந்தே சுருட்டு வாடை எனக்கு ஏதோ மரண வாடையை நினைவுபடுத்திக் கொண்டிருப்பது ஏனென்று தெரியவில்லை. சுருட்டை வாங்கிக்கொண்டு அதை ஆழமாக இழுத்துப் புகையை விட்டபடி, ''எங்கட தலைவர் செத்த அன்னைக்கு புலம்பினீங்கோ. அப்புறம் பதினாறாம் நாள் காரியம் பண்ணிட்டு மறந்துட்டீங்கோ'' என்றார் காவியன் என்னைப் பார்த்து. ''அதுக்காக தமிழ்நாட்டுல உள்ள எல்லோரும் ஒப்பாரி வைக்கணுமா என்ன?'' என்று காட்டமாகப் பதிலடி கொடுத்ததும் காவியன் கண்ணைச் சுருக்கி என்னை உற்றுப் பார்த்துவிட்டு, என்ன என்றார். நல்லவேளை, நான் அடித்த கமென்ட் அவருக்குப் புரியவில்லை. கேப்டனுக்கு, முபாரக் அண்ணனுக்கு எல்லோருக்கும் புரிந்திருந்தது. அவர்கள் என்னைத் தள்ளிக்கொண்டு வெளியே போனார்கள்.

காவியன் காரில்தான் கிளப்பிற்குப் போகத் திட்டமிட்டோம். காவியன் பொடிநடையாக ஹோட்டல் திமோருக்குச் செல்கிறேன் என்றார். அவர் உஜ்ஜியைப் பார்க்கதான் போகிறார் என்று முதன் முதலாக இந்தக் கதையை ரகசியக் குரலில் கேப்டன் சொன்னார். எங்கள் வண்டியைக் கிளப்பினோம். போதையில் நான்தான் முதலில் வண்டியை எடுத்தேன். ஆட்டோமெட்டிக் கியர் ஓட்டிப் பழக்க மில்லாததால், வண்டியை அஜயிடம் கைமாற்றினேன். அஜய் கம்போடியா, லாவோஸ் இங்கெல்லாம் வேலை பார்த்துவிட்டு தைமூரில் செட்டிலாகும் ஆசையில் வந்திருக்கும் மலேசியத் தமிழன். அவனும் நானும் குப்பாங் விமான நிலையத்தில் காவலர்களிடம் சிக்கிச் சின்னா பின்னமானது இன்னொரு கதை. வண்டியை அஜய்தான் கிளப்பினான். வண்டி ஒரு வீட்டைக் கடந்து சென்ற போது, 'அதுதான் தர்முவின் வீடு' என எனக்குச் சுட்டிக் காட்டினார் கள். வாசல்படியில் அமர்ந்து அல்பி சிகரெட் குடித்துக் கொண்டிருந்தான். அப்போதே அந்தக் காட்சி என்னை என்னவோ செய்தது.

அந்தக் கிளப்பை நடத்துபவன் ஒரு சிங்களன். அவனை நான் குண்டூரின் நண்டு வளர்ப்புப் பண்ணையின் மேற்பார்வையாளரான அந்தத் தொண்டு நிறுவனத்தின் தலைவியோடு கடற்கரையில் வைத்து ஒரு நாள் பார்த்தேன். சிங்களன் என்னிடம் சிநேகமாகப் பேசினான். நாங்கள் எதற்காக வந்திருக்கிறோம் என்பதுதான் எல்லோருடைய மண்டையையும் குடையும் கேள்வி. நாங்கள் எதற்காக வந்திருக் கிறோம் என, சுட்டுப் போட்டால்கூட யாரிடமும் சொல்வ தில்லையென சபதம் எடுத்திருந்தோம். சிங்களன் என் வாயைக்

கிளறத் திட்டமிட்டான். என்னை அவனுடைய கிளப்பிற்கு விருந்தினராக அழைத்தான். ''மதிப்பான ஒரு இரவு வாழ்க்கையை உனக்குப் பரிசளிக்கிறேன். அதற்காக நீ ஒரு டாலர்கூட செலவழிக்க வேண்டியதில்லை. நீ செய்ய வேண்டியதெல்லாம் உன்னுடைய டாப் லெவல் நண்பர்களை எனக்கு அறிமுகப்படுத்துவது.'' சிங்களன் நேரடியாகவே வியாபாரம் பேசினான். பெரும்பாலும் நேரடியாக இதுபோல் வியாபாரம் செய்பவர்களை நம்பலாம். அவன் சிங்களனாக இருந்தாலும் கூட அமெரிக்கத் தொண்டு நிறுவனத் தலைவி கைகட்டி நாங்கள் பேசுவதை வேடிக்கை பார்த்துக் கொண்டிருந்தாள். நாங்கள் நிறைய விஷயங்கள் பேசினோம். ஈழப் போராட்டம் குறித்தும்கூட பேசினோம். அமெரிக்கை எங்களுடன் அந்த விஷயத்தைப் பேசும்போது மட்டும் கலந்துகொண்டாள். ''உலகின் மிகப் பெரிய மனிதாபிமானமற்ற படுகொலைகளை நடத்திய ஊரில் இருந்து வந்துவிட்டு, போகிற வருகிற பெண்களைப் பற்றி மட்டும் உங்களால் வருத்தமில்லாமல் எப்படிப் பேச முடிகிறது'' என்றாள் கிண்டலாக. உடனடியாக சிங்களனே பதிலடி கொடுத்தான். ''பக்கத்துப் பக்கத்து நாட்டுக்காரர்களைச் சண்டைக் காரர்களாக்கியதே நீங்கள்தான். எங்களது நாட்டில் கொத்துக் கொத்தாக ஜனங்கள் சாவதற்குக் குண்டுகள் கொடுத்ததே நீங்கள்தான். இப்போது இப்படி ஒரு சிநேக பாவனையோடு பேசுவதற்கு இன்னொரு நாட்டிற்கு நாங்கள் வர வேண்டியிருக்கிறது'' என்றான் சிங்கள நண்பன். ''தைமூரின் இன்னொரு பக்கத்தை உனக்கு நான் காட்டுகிறேன்'' என்றான் சிங்கள நண்பன். நானும் கிளப்பிற்கு வருகிறேன் என உத்தரவாதம் தந்தேன். இதோ இப்போது என்னுடைய குழாமோடு அங்கே மையம் கொண்டேன். என்னைப் பார்த்ததும் எடுத்த எடுப்பிலேயே, ''நீ இங்கு வியாபாரம் செய்ய வந்திருக்கிறாயா, அல்லது ஏதாவது ஹோட்டலில் வேலைக்குச் செல்ல வந்திருக்கிறாயா?'' என என்னுடன் வந்த முபாரக் அண்ணனின் ஹோட்டலில் வேலை செய்யும் பையன்களைக் காட்டிக் கேட்டான். நான் அங்கு போவதற்கு முன்பு இருந்த நிலைமையை விளக்கினேன். ''அவர்களை கிளப்பின் பின்னால் அமர்ந்து குடிக்கச் சொல். வேண்டுமானால் கஜேந்திரனையும் அஜயையும் மட்டும் உன்னுடன் வைத்துக் கொள்'' என்றான் சிங்களன். நானும் அதே மாதிரி செய்தேன். குப்பைக் கீரைகள், அரை வயிற்றுச் சோறு, சூப் வைத்துக் குடித்துப் பசியாற்றுபவர்கள் என பார்த்து ஒரு வகை சித்திரத்தை வரைந்து கொண்டிருந்த எனக்கு, தைமூரின் இன்னொரு உலகம் பிரமிப்பை ஏற்படுத்தியது.

நைட் பப்புகளின் நடைமுறைகள் கனகச்சிதமாகப் பின்பற்றப் பட்டிருந்தன. இது ஒரு ஆச்சரியகரமான விஷயம் என்பது பப்புகளுக்குத் தொடர்ந்து போகிறவர்களுக்குத் தெரியும். இந்தியாவிலேயே பப் என்ற பெயரில் பல பேர் பார் மட்டுமே நடத்திக் கொண்டிருக்கிறார்கள். இங்கும் ஒரே இரவில் பல பப்புகளுக்குச் சென்றலையும் பப் ஹாப்பிங் உண்டு என்று சொன்னார்கள். பிராந்தி, விஸ்கிக்கெல்லாம் பப் நடைமுறைப்படி தனித் தனியான கண்ணாடிக் குவளைகள் வைத்திருந்தார்கள். ஐரோப்பிய நடைமுறைப்படி அட்டகாசமாக வடிவமைக்கப்பட்ட பப் அதுவாக இருந்தது. வறுமையான மக்கள் அதிகமுள்ள தைமூரில் இப்படி ஒரு பப்பா என என்னுடைய ஆச்சரியத்தை வெளிப்படுத்தினேன். ''ஆச்சர்யப்படுவதற்கு இன்னும் நிறைய விஷயங்கள் இருக்கின்றன ப்ரோ, உன்னை நம்பி என்னிடம் ஒப்படைத்து விடு. உன் இரவிற்கும் மகிழ்ச்சிக்கும் நான் பொறுப்பு'' என்றான். நான் ஒட்டர்டு கோனியாக்கில் என்னுடைய கணக்கை ஆரம்பித்தேன். சாப்பிட்டுவிட்டுக் குடிப்பதற்கு ஏற்ற பானம் விஸ்கியோ, பிராந்தியோ அல்ல, கோனியாக்தான் என்று சந்தோஷ் எப்போதும் சொல்லிக்கொண்டிருப்பார். நான் அங்கிருந்து சந்தோஷை அழைத்தேன். அவர் காவியனோடு இருப்பதாகச் சொல்லிவிட்டு மிதமாகக் குடிப்பது குறித்த வகுப்பை எனக்கு எடுக்க ஆரம்பித்தார். நான் காதிலிருந்து ஃபோனை எடுத்து டேபிளில் வைத்துவிட்டு, கொஞ்சம் நேரம் கழித்து எடுத்துப் பார்த்தேன். அவர் ஏற்கெனவே இணைப்பைத் துண்டித்திருந்தார். நான் என்னுடைய இரவை அந்தச் சிங்கள இளைஞனிடம் ஒப்படைப்பதென முடிவெடுத்தேன். அஜயும் கஜேந்திரனும் எதற்காகவோ தனியாக ஒதுங்கினார்கள். ஏற்கெனவே முபாரக் அண்ணன் பார்ட்டியில் வேறு குடித்திருந்தேன்; இப்போது இரண்டு ரவுண்ட் கோனியாக் வேறு அடித்திருப்பதால் தலை கிறுகிறுவென்று சுற்றியது. தலையைத் தூக்கிப் பார்த்தேன். இருட்டில் கலங்கலாகத் தெரிந்தன காட்சிகள். எழுந்து நடக்க முடியுமாவென தெரியவில்லை. கஜேந்திரனைத் தேடினேன். அவன் கூட்டத்தில் நின்றுகொண்டு பராக்குப் பார்த்துக் கொண்டிருந்தான். அஜயைக் காணவில்லை.

எனக்கு அறைக்குப் போகவேண்டும் என தோன்றியது. எழுந்தால் விழுந்துவிடுவேன் என்பதால், நாற்காலியோடு சேர்த்து பல்லிபோல ஒட்டிக்கொண்டு அமர்ந்திருந்தேன். அசிங்கப்பட்டுவிடக் கூடாதென எனக்குள் சொல்லிக்கொண்டேன். அரை ஞாபகத்தில் தத்தளித்துக் கொண்டிருந்தபோது, சிங்கள நண்பன் வந்து சேர்ந்தான். என் நிலையை அவன் புரிந்துகொண்டான்போல, என்னை எழுந்திருக்கச் சொல்லி வற்புறுத்தினான். நான் முடியாதென மறுத்தேன். என்னை

நம்பி உன்னுடைய இரவை ஒப்படைப்பதாக ஒத்துக்கொண்டாயே என்றான். எழுந்திருக்கவே முடியவில்லை, இதில் எதை ஒப்படைப்பது என்று விரக்தியாகச் சொன்னேன். சிரித்துக்கொண்டே சுவிங்கம் ஒன்றைத் தந்தான். வேண்டாமென மறுத்த என்னிடம் விடாப்பிடியாக வற்புறுத்தி வாயில் திணித்துவிட்டு, துப்பி மட்டும் விடாதே என சொல்லிவிட்டு அகன்றான். நான் மெல்ல அதைச் சுவைக்க ஆரம்பித்தேன். அடுத்த ஐந்து நிமிடங்களில் எனக்கு என்ன நடந்தது? எனக்கே தெரியவில்லை.

அதுவரை முடங்கிக் கிடந்த நான் கம்பீரமாக எழுந்து நின்றேன். அந்த இருட்டிலும் எல்லா முகங்களும் எனக்குத் தெளிவாகத் தெரிந்தன. ஊதாநிற விளக்குகள் மாறி மாறி அடிக்கும் ஒளி என் கண்ணிற்குள் நேரடியாக வந்து விழுந்த மாதிரி இருந்தது. ஒலித்துக் கொண்டிருக்கும் பாடலில் உபயோகப்படுத்தப்பட்ட வாத்தியங்கள் தனித் தனியாகக் காதுகளில் ஒலித்தன. நான் ட்ரம் சத்தத்தை மட்டும் கவனித்தேன். அது மட்டும் கேட்டது. பாடல் வரிகள் மனதில் நிற்கவில்லை. ட்ரம் ட்ரம் ட்ரம் மட்டுமே. பார்வையைக் குவித்துத் தரையைப் பார்த்தேன். வெளியே விழுந்த ஒளிச்சிதறல்கள் நட்சத்திரங்கள்போல மின்னின. தூரத்தில் நிற்கும் பெண்ணைப் பார்த்தேன். அவளுடைய சிவப்பு நிற மேல் உள்ளாடை தெளிவாகத் தெரிந்தது. அவளது உதடுகள், பற்கள், சிரிப்பு என என் பார்வை அவளை ஸ்கேன் செய்துகொண்டே இருந்தது. எனக்குள் ஒரு மாற்றம். உடல் லேசானதுபோல உணர்ந்தேன். பறப்பதைப்போல ஒரு உணர்வு. எல்லாப் பிரச்சினைகளும் குழப்பங்களும் என்னிடமிருந்து விடுபட்டுப் போயிருந்தன. என்ன வேண்டு மானாலும் செய்கிற மனநிலையில் நான் இருந்தேன். நிமிர்ந்து நடந்தேன் பப்பின் மையத்தை நோக்கி. அங்கு ஆடிக் கொண்டிருந்த வர்கள் நான் நடந்து வரும் தோரணையைப் பார்த்து வியந்தார்கள்.

அவ்வளவு தன்னம்பிக்கையுடன் என் வாழ்க்கையில் ஒரு நாளும் இத்தனை ஆண்கள், பெண்கள் மத்தியில் நான் நடந்ததேயில்லை. என்னைத் தேடி வந்த சிங்கள நண்பன் இப்போது எப்படி இருக்கிறது என்று கேட்டான். ''சுவிங்கத்தில் என்ன வைத்துக் கொடுத்தாய் நண்பா, எக்ஸ்டஸியா, கோகெய்னா?'' என்று கேட்டேன். அவன் சிரித்துக்கொண்டே சொன்னான். ''எக்ஸ்டஸி இங்கு தட்டுப்பாடு. கோகெய்ன்தான்'' என்றான். பெயரைக் கேட்டதும் மூளைக்குள் பூச்சிகள் பறந்தன. ஒயிலாக நடந்தேன், ஆடினேன், பாடினேன். அந்த இரவு எனக்கானதாக இருந்தது. சிங்கள நண்பன் தன் தோழிகளை எனக்கு அறிமுகம் செய்து வைத்தான். அத்தனை பேரும் திமோரியன்கள் என்றாலும் சுத்தமான ஆங்கிலம் பேசினார்கள். நான்

வந்திருப்பதன் நோக்கத்தை அறிந்துகொள்வதிலேயே அவர்கள் அதிக நேரத்தைச் செலவழித்தார்கள். சிங்கள நண்பனின் ஏற்பாடாக இருக்கும் என்று தோன்றியது. போதையின் உச்சத்தில் இருந்தாலும், மூளையும் நினைப்பும் என் கட்டுப்பாட்டில் இருந்தது. நாங்கள் சேர்ந்து ஆடினோம். என்னுடைய அறைக்கு வரவா என்று ஒருத்தி கேட்டாள். கோகெய்ன் அடித்திருக்கும்போது இப்படி ஒருத்தி கேட்டால் என்னவாகும்? கிட்டதட்ட அடுத்த ஒரு மணி நேரத்திற்கு நாங்கள் இருவரும் இதே யோசனையாகவே இருந்தோம். இருந்தோம். இருந்தோம்.

கஜேந்திரனின் கையைப் பிடித்து இழுத்து, காரை நான் ஓட்டுகிறேன் என்றேன். உனக்குதான் முடியவில்லை என்று கொடுத்துவிட்டாயே என்றான் அவன். அஜய் காருக்குப் பின்னே சுருண்டு படுத்துக் கிடந்தான். மற்றவர்கள் ஏற்கெனவே கிளம்பிப் போயிருந்தார்கள். நான் சிரித்துக்கொண்டே காரை வாங்கி, அதை எடுத்த லாகவத்தைப் பார்த்துவிட்டு கஜேந்திரன் கேட்டான், 'அப்போது பொய் சொன்னாயா?' நான் இல்லையென்று சொல்லிவிட்டு இப்போது ஊற்றெடுத்திருக்கிற தன்னம்பிக்கை என்றேன். என்னுடைய தன்னம்பிக்கைக்கு என்ன காரணம் என்று கஜேந்திரனும் கேட்கவில்லை. நானும் சொல்லவில்லை. 'தேவைக்கு அதிகமான விஷயங்களை நீ யாரிடமும் கேட்காதே; தேவைக்கு அதிகமான விஷயங்களை நீயும் யாரிடமும் சொல்லாதே.' என்னுடைய தாத்தா சொன்னது நினைவுக்கு வந்தது. அதற்கடுத்த சந்திப்புகளில் சிங்கள நண்பனும் நானும் தொழில் செய்யும் அளவிற்கு நெருக்கமாகிக் கொண்டிருப்பதை மோப்பம் பிடித்த தர்மு அந்த நெருக்கத்தை உடைத்தெறிந்தார். தேவைக்கு அதிகமான விஷயங்களை அந்தச் சிங்கள நண்பனிடம் நான் சொன்னதுதான் அதற்குக் காரணம்.

9

சீன வாஸ்துப்படி ஒரு அமைப்பை மிகச் சிறந்ததென்று சொல்வார்கள். வேறொன்றுமில்லை. தலைப்பக்கம் மலையும் கால் பக்கம் கடலும் இருப்பது அதிர்ஷ்டத்தைக் கொண்டு வரும் என்று சீனர்கள் கண் மூடித்தனமாக நம்புவார்கள். நமக்கு வடக்கு தெற்கு எப்படி முக்கியமானதோ அதுபோல அவர்களுக்கு மேற்கு கிழக்கு அம்சம் மிக முக்கியமானது. அப்படியொரு கால் பக்கமாகக் கடற்கரை அமைந்த டில்லி (ஆம், தைமூரின் தலைநகர் பெயரும் டில்லிதான்) நகரின் ரஷக்கிடோவிற்குச் சொந்தமான கடற்கரையோர உணவகத்தில் அமர்ந்து ஜெரோமயி சொன்ன கதையைதான் இப்போது நான் உங்களுக்குச் சொல்லப் போகிறேன்.

ஜெரோமயி சிங்கப்பூர் சீனன். சிங்கப்பூரிலேயே பிறந்து வளர்ந்த சீனாவைச் சேர்ந்தவர்களை சிங்கப்பூர் சீனன் என்பார்கள். தன்னுடைய மொபைலை எடுத்து என்னிடம் காட்டிய ஜெரோமயி, 'கூகூ இந்த மரம் உங்கள் ஊரில் நிறைய இருக்கிறதா?'' என்று கேட்டான். எனக்கு புகைப் படத்தில் பார்க்கும்போது தெளிவாகத் தெரிய வில்லை. முதலில் ஏதோ கருவேலம் மரங்களை வெட்டிக் குவித்து வைத்தது மாதிரி தெரிந்தது. அந்த மரத்தின் கதையைத்

தெரிந்துகொள்வதற்கு முன்பாக ஜெரோமயி யார்? அவனது பூர்விகம் என்ன என்கிற கதையைத் தெரிந்துகொண்டால், அது கதைக்கு உபயோகமானதாக இருக்கும்.

ஜெரோமயி, சீனாவின் ஜேஜியாங் மாநிலத்தைச் சேர்ந்தவன். தன்னுடைய முன்னோர்களெல்லாம் அங்குதான் வியாபாரம் செய்தார்கள் என அவனது கதையைச் சொன்னபோது பல்லவி அய்யர் எழுதிய 'சீனா - விலகும் திரை' என்கிற புத்தகத்தின் வரிகள்தான் உடனடியாக நினைவுக்கு வந்தன. சீனாவில் 1980 வரைகூட வியாபாரம் செய்யத் தடை இருந்தது. மாவோ ஆட்சியில் எந்தப் பொருளையும் லாபத்திற்கு விற்பது குற்றமாகக் கருதப்பட்டது. அப்படி லாபத்திற்கு விற்பவர்களுக்கு ஜெயில் தண்டனை தரப்பட்டது. மக்கள் அரசாங்கத்திற்காக உழைக்க வேண்டும். அரசாங்கம்தான் அவரவர் தேவைக்கு ஏற்ப ரேஷன் கொடுக்கும். மக்கள் 'கம்யூன்' எனப்படும் கூட்டு வாழ்க்கை வாழ்ந்தார்கள்.

ஜெரோமயியின் முன்னோர்கள் வாழ்ந்த ஜேஜியாங் மாகாணம் தொழில் முனைவோர்களுக்குப் பெயர் போன இடம். அண்டர் கிரவுண்ட் வியாபாரத்தில் கொடி கட்டிப் பறப்பவர்கள். திருட்டுத் தனமாகவேனும் காசு பண்ணுவதில் கெட்டிக்காரர்கள். இப்படித் திருட்டுத்தனமாகக் காசு பார்க்கும் பழக்கம் ரத்தத்திலேயே ஊறிய சமாசாரம் அவர்களுக்கு. வியாபாரம் செய்வது தடை செய்யப் பட்டிருந்த காலத்தில் செம்படையினர் என கருதப்படும் அரச படையினருக்கே மாவுக் கொழுக்கட்டை விற்ற கில்லாடிகள் ஜேஜியாங் மாகாணத்தினர். அத்தகைய ஜேஜியாங் ரத்தமான ஜெரோமயி ஒன்றைக் குறிப்பிடுகிறான் என்றால், அதில் விஷயமில்லாமல் போகாது என்பதால், அவனுக்குக் காது கொடுக்கத் தயாரானேன்.

''ப்ரோ, இதற்குப் பெயர்தான் செஞ்சந்தன மரம். உங்கள் ஊர் திருப்பதியில் சேஷாசலம் வனப்பகுதியில் இது நிறைய இருக்கிறது. எங்களுக்கு அது வேண்டும். உனக்கேதும் தொடர்புகள் உள்ளனவா?'' என ஜெரோமயி என்னிடம் கேட்டபோது ஒரு கணம் ஆடிப் போய்விட்டேன். அதுவரை பத்திரிகைகளில் வந்த தகவல் களை வைத்துதான் எனக்கே அந்த மரம் பற்றித் தெரியும். ஆங்காங்கே கைது நடவடிக்கைகள், அரசியல் தொடர்புகள் என செய்திகள் படித்திருப்பதால், அது ஒரு சட்ட விரோதமான செயல் என்கிற அளவிலேயே அது பற்றி எனக்குத் தெரிந்திருந்தது. ஒரு சீனன், அதுவும் வேறொரு நாட்டில் போய் அமர்ந்துகொண்டு, அங்கிருந்து உச்சரிக்க வராத திருப்பதி சேஷாசலம் வனப்பகுதியைப் பற்றி நம்மிடம் கேட்கிறானென்றால், இதில் முக்கியமான விஷயம்

இல்லாமலிருக்காது என்பதால், அவனைப் புரட்டியெடுத்து உண்மையைச் சொல்ல வைத்துவிட வேண்டுமென்கிற உறுதி கொண்டேன்.

'உலகம் முழுக்க செஞ்சந்தன மரம் இருக்கிறது. இப்போதெல்லாம் அதை வீடுகளில் தோட்டங்களில் வளர்க்கவும் செய்கிறார்கள். ஆனால் குறிப்பிட்ட அந்த மரம் உங்களுக்கு எதற்குத் தேவை?'' என்றேன். அவன் அதை வைத்து மேஜை, நாற்காலிகள் செய்வோம். அது எங்களுக்கு அதிர்ஷ்டத்தைக் கொண்டுவரும் என்கிற நம்பிக்கை கிறிஸ்து பிறப்பதற்கு முன்பிருந்த எங்களது முன்னோர்களான மன்னர்கள் காலத்திலிருந்து இருக்கிறது என்றான். ''இந்த மரம் உங்களுக்கு அதிர்ஷ்டத்தைக் கொண்டுவரலாம். அதை உன்னை விட பலமாக நான் நம்புகிறேன். ஆனால் குறிப்பிட்ட பகுதியில் உள்ள மரம் மட்டுமே வேண்டும் என்று நீங்கள் சொல்வதில்தான் ஏதோ விஷயம் இருப்பதாகப் படுகிறது. அது என்ன என்று நண்பன் என்கிற முறையில் சொன்னால் போதும்'' என்றேன். ஜெரோமயி சிரித்துக் கொண்டான்.

''இல்லை ப்ரோ, அந்த மரத்தைப் பொடி பண்ணிச் சாப்பிட்டால் செக்ஸ் வைத்துக்கொள்ளும்போது வீரியம் அதிகமாக இருக்கும்'' என்றான். முகத்தைக் கடுமையாக வைத்துக்கொண்டு நான் அவனிடம் சொன்னேன், ''பறவைக் கூடு சூப், கடல் அட்டைகள் என பலவற்றை செக்ஸ் வீரியத்திற்காகதானே நீங்கள் பயன்படுத்து கிறீர்கள். செஞ்சந்தன மர விஷயத்தில் நீங்கள் விடும் கதையை நான் நம்பத் தயாராகயில்லை'' என்று சொன்னவுடன் அவன் சொல்லத் தயாரானான். ''செம்மரத்தை நாங்கள் அணுக்கதிர் வீச்சைத் தடுக்கும் பணிகளில் பயன்படுத்துகிறோம். Nuclear reactor coolant ஆகப் பயன்படுத்துகிறோம். அணு உலைகளில் ஏற்படும் வெப்பம் மற்றும் கதிர் வீச்சுகளைத் தாங்கும் சக்தியுடையவை இந்தச் செஞ்சந்தன மரங்கள். இப்போது வளர்க்கப்படும் மரங்களில் அத்தகைய தன்மைகளைக் காண முடியவில்லை. திருப்பதி சேஷாசலம் வனப் பகுதியில் வளரும் மரங்கள் பல நூற்றாண்டுகள் பழமையானவை. கொடுமையான வெப்பத்தைத் தாங்கியும் வளரக்கூடிய அமைப்பு இந்த மரங்களுக்கு இயற்கையாகவே இருக்கிறது. தவிர இந்த மரங்கள் வளர்வதற்கு அதிக காலம் பிடிக்கும். ஏதேனும் அணு ஆயுதப் போர் வந்தால்கூட தப்பித்துக்கொள்ளும் வகையில் பங்கர்கள் ஏற்பாடு செய்து கொள்வதற்கும் அந்த மரம் பயன்படும். இதைப் புதிதாக நட்டு வளர்க்கிற பட்சத்தில் எங்களுக்குத் தேவையான மரங்களுக்காக நாங்கள் பல நூற்றாண்டுகள் காத்திருக்க வேண்டி

யிருக்கும். உனக்கு ஒரு உண்மை தெரியுமா? உன்னுடைய கையில் ஒரு வெட்டுக் காயம் விழுந்தால், உடனடியாகச் செஞ்சந்தன மரத்தைப் பொடியாக்கி அதைத் தடவிப் பார். மறுநாள் அந்தக் காயம் இருந்த தடமே இருக்காது. அத்தனை சக்தி இந்த மரத்திற்கு இருக்கிறது. செஞ்சந்தன ஆயில், பவுடர் என்று வருவதையும் திருப்பதியில் இருக்கும் மரங்களையும் இணைத்து வைத்துக் குழப்பிக் கொள்ளாதே'' என எனக்கு நீண்ட விளக்கம் அளித்தான் அவன்.

என்னுடைய சந்தேகம் தீர்ந்தது. ஆனால் முக்கியமான அந்தக் கேள்வியைக் கேட்டபோது, நீண்ட நேரம் கழித்துதான் அவனிட மிருந்து பதில் வந்தது. அதற்குள் அல்பி ஒருமுறை குடித்ததுபோல ஆறேழு 'பிண்டான்ங்' பியர்களை அவன் குடித்து முடித்துவிட்டான். ''இந்த மரங்களின் கடைசி உபயோகிப்பாளர் (Buyer) யார் ப்ரோ?'' என்றேன். ''சந்தேகமேயில்லை, எங்களுடைய சீன அரசாங்கம்தான்'' என்றான். ''உங்களது நாட்டின் இணையதளங்களை மேய்ந்தால், அதிர்ஷ்டம், வயாகரா என்றெல்லாம் எழுதிக் குவித்து வைத்திருக் கிறீர்களே'' என்று கேட்டபோது அவன் சொன்ன பதில், ''அடப்பாவி ப்ரோ, இணையத் தணிக்கை பற்றியெல்லாம் நீ கேள்விப்பட்டதே இல்லையா? எங்களுக்கு வேண்டிய செய்திகள்தான் உள்ளே வரும். அதே மாதிரி வெளியேயும் போகும்'' என்றான். எனக்குப் பேச்சு வரவில்லை.

சீன அரசுதான் இந்தச் செஞ்சந்தன மரங்களின் கடைசிக் கொள்முதல்வாதி என அங்கொன்றும் இங்கொன்றுமாய்ச் செய்திகள் ஏற்கெனவே வரத்தான் செய்தன. தவிர, இந்த மரங்கள் அணுக்கதிர் வீச்சைத் தாங்கும் பயன்பாட்டிற்குப் (Nuclear reactor coolant) பயன்படுத்தப்படுவதற்குப் பின்னணியில் உள்ள அறிவியல் காரணங் களையும் இதுவரை யாரும் மறுக்கவில்லை. உலக நாடுகள் பலவும் இதன் கடத்தலைத் தடுத்த பிறகும் உயிரைப் பணயம் வைத்து, மீண்டும் மீண்டும் கடத்தல் நடக்கிறதென்றால், அரசாங்கம் ஒன்றின் கொடூரக் கரங்கள் பின்னணியில் இல்லாமல் இருக்க முடியாது என்று தோன்றியது எனக்கு. சீனாவின் வாதத்தின்படி இந்த மரம் அழகு சாதனப் பொருட்கள் மற்றும் கைவினைப் பொருட்கள் தயாரிக்க மட்டுமே பயன்படுத்தப்படுகிறது என்று வைத்துக்கொண்டாலும், அரசாங்கக் கண்டிப்பிற்குப் பெயர் போன சீன அரசால் ஒரே நாளில் இந்த வியாபாரத்தைத் தடை செய்ய முடியாதா? தடை செய்ய வில்லை என்பதால்தான் இதன் பின்னணிக் காரணங்களைச் சந்தேகிக்க வேண்டியிருக்கிறது. அதையே அவனிடமும் சொன்னேன். ஆச்சரியமான ஒற்றுமையொன்றும் இந்த விஷயத்தில் இருக்கிறது என்பதை நான்

பிற்பாடுதான் தெரிந்துகொண்டேன். ஏனெனில் சீன வாஸ்துப்படிகூட திருப்பதி ஒரு முக்கியமான மற்றும் அதிர்ஷ்டமான இடம். தலைப் பக்கம் மலை, கால் பக்கம் கடல்.

ஜெரோமயி பிறப்பால் சீனன்; வளர்ப்பால் சிங்கப்பூர்க்காரன் என்றாலும், உலகில் உள்ள அத்தனை டபுள்ஸ் வேலைகளைப் பற்றியும் தெரிந்து வைத்திருப்பவன். அவனுக்குத் தமிழ்நாட்டைப் பற்றி எப்படித் தெரியும் என்ற கேள்விக்கு விடையையும் அவனே சொன்னான். சிங்கப்பூரில் அவனுடைய அம்மா தமிழ்க்காரர் ஒருத்தர் வீட்டில்தான் எடுபிடி வேலைகளைச் செய்திருக்கிறார் என்பதால், அவளுக்குத் தமிழ் நன்றாகத் தெரியும். அதனால் ஜெரோமயிக்கு மயிலாப்பூர் கபாலீஸ்வரர், கற்பகாம்பாள் மெஸ்ஸின் மசால்தோசை பற்றி எல்லாம் தெரியாமல் இருக்க வாய்ப்பில்லை. வெளிநாடுவாழ் தமிழர்களைப் பொறுத்தவரை அதுதானே தமிழ்நாட்டுக் கலாசாரத்தைப் பிரதிபலிக்கும் அடையாளம்.

திமோர் வளர்ந்து வரும் நாடு என்பதைப் புரிந்துகொண்ட, சிங்கப்பூரைச் சேர்ந்த சீன நிறுவனம் ஒன்று கட்டுமானத் துறையில் அந்த நாட்டில் கால் பதிக்கக் காத்திருக்கிறது. கோல்ஃப் மைதானம், நவீன உணவகங்கள் அடங்கிய வெளி நாட்டுக் குடியிருப்பை உருவாக்கத் திட்டமிட்டிருக்கிறது அந்நிறுவனம். அதற்குத் தோதான இடமாக அந்நிறுவனத்தால் அடையாளம் காணப்பட்ட இடம்தான் ரஷக்கிடோ சொன்னாரே, அவரே அவருக்கான கடற்கரை, இப்படிதான் ஜெரோமயியும் இந்தக் கதைக்குள் வந்து சேர்ந்து கொண்டான். அவனது இந்த பலத்தை உணர்ந்த தர்முவும் அவனைக் கைக்குள் போட்டுக்கொண்டார். உணவுக்கே குப்பைக் கீரைகளை அவித்துத் தின்னும் இந்த நாட்டில், உயர்தர அடுக்குமாடி உணவகங்கள், கோல்ஃப் கிரவுண்டா என நீங்கள் கேட்கலாம். அதற்கான பதில் எண்ணெய் வளம். அடுத்த இருபத்தைந்து ஆண்டுகள் உலகம் முழுக்கப் பயன்படுத்துமளவிற்கு எண்ணெய் வளம் இந்த நாட்டில் இருக்கிறது. மிகக் குறைந்த விலையில் செல்ஃபோன்களை விற்ற இந்தியாவின் முன்னணி நிறுவனம் ஒன்று முட்டி மோதிப் பார்த்தது. வேகவில்லை பருப்பு. ஆஸ்திரேலியாவும் அப்படியே. அமெரிக்கா நங்கூரம் போட்டு அமர்ந்துவிட்டது. இந்தப் புதிய தேசத்தின் அதிபரும் நம்மூர் காந்தியைப்போல அல்லாமல் ஆயுதம் தாங்கிப் போராடிய சுதந்திரப் போராட்ட வீரரும் இப்போதைய பிரதம மந்திரியுமான ஜனானா ரிஸ்மாவுங்கின் சாய்ஸ் அமெரிக்காதான். அதற்குக் காரணம் அவரது அமெரிக்கக் காதலியாக இருந்து மனைவியாக மாறியவரா என்பது தெரியவில்லை.

இன்னொரு காரணம் அத்தாரோ மலைத்தொடர். கடலுக்கு நடுவேயுள்ள ஒரு மிகப் பெரிய மலைத்தொடரின் நடுவே குகை போன்ற ஒரு அமைப்பு இருக்கிறது. அதற்கு நடுவில் கொண்டுபோய் எந்தக் கப்பலை நிறுத்தினாலும், சாட்டிலைட் மூலம் அதைக் கண்டு பிடிக்கவே முடியாது. அதற்காகதான் அமெரிக்க வெண்ணெய்கள் டாலரைப் பயன்பாட்டில் வைத்துக்கொள்ள அனுமதி அளித்திருக் கின்றனர். இந்தோனேசியாவிலிருந்து பிரிந்த நாடு ரூபய்யாவை தானே தன்னுடைய கரன்சியாக வைத்துக்கொள்ள வேண்டும். டாலரைப் பயன்பாட்டில் வைத்திருக்கிறதென்றால், காரணம் இல்லாமல் இருக்குமா?

இதை இந்த இடத்தில் சொன்னதற்குக் காரணம் இருக்கிறது. ஒரு டாலர், இரண்டு டாலர் நோட்டுகள் முழுக்க டூப்ளிகேட் சாப் குத்தும்போதே வெளியிடங்களில் அதிக மதிப்புள்ள டாலர்களை வாங்கி அனுப்பாதீர்கள் என சொல்லி அனுப்புவார்கள். இது அமெரிக்க அரசிற்கும் தெரியும். விட்டுப் பிடிக்கலாம் என காத்துக் கொண்டிருக்கிறார்கள். அவ்வளவுதான். ''ஏன் உங்கள் ஊரில் இருந்து நீ டாலர் நோட்டுகளைப் போலியாக அச்சிட்டு இங்கு கொண்டு வரக்கூடாது... நான் மணிகிராம் மூலமாகவோ இங்குள்ள பேங்க் வழியாகவோ பணமாக மாற்றி அனுப்பிவிடுகிறேன்'' என ஜெரோமயி ஆழ்ந்த போதையில் கேட்டபோது எனக்குத் தூக்கிவாரிப் போட்டது. இவனுக்கு எப்படி சிவகாசியில் நோட்டடிப்பதைப் பற்றித் தெரியும் என்று யோசிக்கும்போது அது இலங்கையைப் பூர்விகமாகக் கொண்ட, ஆஸ்திரேலியாவைச் சேர்ந்த காவியனின் வேலையாகதான் இருக்கும் என்று தோன்றியது.

காவியனுக்கு ஒரு பழக்கம், எந்த மாதிரி வியாபாரமாக இருந்தாலும் சரி, இரவு சரியாகப் பத்து மணிக்கு 'க்யூபா சிகர்ஸ்' பிராண்ட் சுருட்டோடு காஃபி குடித்தபடி பேசுவதுதான் அவருடைய ஒயில். ஹோட்டல் திமோரில் அமர்ந்துகொண்டு காஃபி குடித்தபடி, ஹோட்டல் பணிப் பெண் உஜ்ஜியை நோட்டம் விட்டபடி அவர் வியாபாரம் பேசுவதில் அவருக்கு எப்போதும் அலாதிப் பிரியம். அவர் பங்கைக் கொடுக்காமல் இருந்தால்கூட கோபித்துக்கொள்ள மாட்டார். உஜ்ஜியிடம் அத்துமீறக் கூட வேண்டாம். கொஞ்சம் வழிந்தாலும்கூட போதும். அடுத்த கணமே வியாபாரத்தையும் உறவையும் முறித்துக் கொள்வார். அதையும் மீறி காவியனுக்குத் தெரியாமல், உஜ்ஜியை சந்தோஷ் தட்டிக்கொண்டு போனது தனிக் கதை. பாலியில் காவியனுக்குக் கொடுப்பதற்காக, அவர் விரும்பும் பிராண்ட் சுருட்டு வாங்கினேன். அதைக் கொடுத்துவிட்டு டாலர்

மேட்டரைப் பேசலாம் என்று திட்டம். காரியம் கைகூடி வந்தால், தயவு தாட்சண்யமில்லாமல் ஜெரோமயியை தட்டி விட்டுவிட வேண்டும் என நினைத்துக்கொண்டேன். ‘ப்ரோ, வியாபாரத்தில் சீனர்களாகிய நீங்கள் எவ்வளவு கெட்டியானவர்களாகவும் இருக்கலாம். நம்பிக்கைத் துரோகத்தில் எங்களை அடித்துக்கொள்ள ஆட்கள் கிடையாது’ என்று என்றாவது ஒரு நாள் சொல்ல வேண்டும் என்று நினைத்துக்கொண்டேன்.

10

ஏமிக்கு இந்திய மீசைமீது கொள்ளைப் பிரியம். அது என்ன கதை என்று தெரிந்துகொள்வதற்குள் ஒரு சுற்று சுற்றிவிட்டு வரலாம். நான் போயிருந்த நேரத்தில்தான் தேர்தல் நெருங்கிக் கொண்டிருந்தது. ஜனானா ரிஸ்மாலூங்தான் அதிபராக ஜெயிப்பார் என்பது தெரிந்த கதைதான். ஜனானா ரிஸ்மாலூங் யார்? அவருடைய பின்னணி என்ன என்பதைப் பற்றியெல்லாம் இணையத்தில் நீங்கள் மேய்ந்தால், ஆயிரக்கணக்கான பக்கங்கள் இருக்கின்றன என்பதால், அவரைப் பற்றிய கதைகளைப் பற்றி மட்டும் சொல்கிறேன். ஆனால் மற்ற பொறுப்புகளுக்கு யார் வெற்றி பெறுவார்கள் என்பதில்தான் போட்டி. ரஷுக்கிடோ எங்களை அத்தாரோ மலைத்தொடரிலுள்ள ஒரு கிராமத்திற்கு அழைத்துச் சென்றார். ஒரு பெரிய கூடாரம் போட்டு எங்களையெல்லாம் வரவேற்று தடபுடல் விருந்து கொடுத்தார்கள். இவர் இந்தியாவில் இருந்து வந்திருக்கிறார். இவர் மலேசியாவில் இருந்து வந்திருக்கிறார். இவர் சென்னையில் இருந்து வந்திருக்கிறார். சென்னை இந்தியாவில்தான் இருக்கிறது என்பது ரஷுக்கிடோவிற்கு நன்றாகத் தெரியும். இவர் ஆஸ்திரேலியாவில் இருந்து வந்திருக்கிறார். இவர் சிங்கப்பூரில் இருந்து வந்திருக்கிறார் என எங்கள் ஐந்து பேரையும் அறிமுகப்படுத்திவிட்டு,

'இவர்கள் நம்முடைய ஆட்களுக்காக நிறைய தொழிற்சாலைகளை ஆரம்பிக்கப் போகிறார்கள். இறால் பண்ணைகளை ஆரம்பிக்கப் போகிறார்கள். நமக்கெல்லாம் டிங்கிரி (வஞ்சிரம் மீன்) பிடிக்கச் சொல்லித் தரப் போகிறார்கள். உங்களுக்கு இதையெல்லாம் செய்து தருவதற்காக இவர்களை நான் இங்கு வரவழைத்திருக்கிறேன்' என்றெல்லாம் பின்னிப் பெடலெடுத்தார் ரஷக்கிடோ.

எனக்கு நீங்கள் வாக்களித்தால், நான் சொன்னதெல்லாம் நிச்சயம் செய்து தருவேன் என சொல்லிவிட்டுக் கிளம்பிய ரஷக்கிடோவை பழைய ராணுவ உடையணிந்திருந்த பெரியவர் ஒருவர் மறித்து சிங்கப்பூரில் இருந்து வந்ததாகச் சொன்ன தர்முவைச் சுட்டிக் காட்டி, இவரை நிறைய முறை நான் டில்லியில் பார்த்திருக்கிறேன் என்று சொன்னபோது, ரஷக்கிடோ அவசரம் அவசரமாக நூறு டாலர் நோட்டு ஒன்றை எடுத்து அவர் கையில் திணித்தார். கிளம்பியபோது சொன்னார். ''அவன் ஜனானா ரிஸ்மாலூங்கோட ஆள். ரிஸ்மாலூங் தான் இந்த நாட்டிற்கு சுதந்திரம் வாங்கித் தந்தார். அவர்தான் போராட்டக் களத்திற்கு இந்த நாட்டை அழைத்துச் சென்று ஆயுதம் தரிக்கவும் சொல்லிக் கொடுத்தார். அவர்தான் எல்லோருக்கும் கடவுள் அங்கே. போராட்டம் மாதிரியே பெண்கள் விஷயத்திலும் அவரை அடித்துக்கொள்ள ஆள் இல்லை'' என்றார் ரஷக்கிடோ கிசுகிசுப்பாக. கடந்த உலகக் கோப்பை கால்பந்து இறுதிப் போட்டியின் நாளன்று 'ஹாமினானினா ஏ ஏ... வக்கா வக்கா ஏ ஏ' என ஷகிரா பாடலுக்குப் பெண் ஒருத்தியுடன் பொது மைதானத்தில் அவர் போட்ட கெட்ட ஆட்டம் இன்னமும் கண்ணுக்குள்ளேயே இருக்கிறது. அவர் இந்த மக்களோடு ஆடுவார். பாடுவார். தன்னுடைய சிகரெட்டுகளைப் பங்கிட்டுக்கொள்வார். எதைப் பற்றியும் அவருக்குக் கவலையில்லை. அவருக்கு அவருடைய மக்கள்தான் சொத்து. தன்னோடு ராணுவத்தில் போராடிய அத்தனை பேருக்கும் கன கச்சிதமாக மாதா மாதம் ஆளுக்குத் தகுந்த மாதிரி 350 டாலரிலிருந்து 2000 டாலர் வரை உதவித் தொகையைக் கொடுத்துக் கொண்டிருக்கிறார். இல்லாதவனுக்குக் கல்யாணத்திற்கு எருமை மாடு கொடுக்கும் திட்டம் கூட அவருடையதுதான்.

குண்டுர் ரிஸ்மாலூங்கின் தீவிர ஆதரவாளன். என் நாடு, என் மக்கள் என்பதில் அவன் ரிஸ்மாலூங்கிற்கு இணையாகத் தீவிரம் காட்டுவான். ரஷக்கிடோவை நம்பாதே என அடிக்கடி குண்டுர் என்னிடம் சொல்லியபடியே இருப்பான். 'உங்களிடம் எல்லாத் தொழில் நுட்பங்களையும் கற்றுக்கொண்டுவிட்டு உங்களை ரஷக்கிடோ மனசாட்சியே இல்லாமல் துரத்திவிடுவான்' என்று சொல்லிக் கொண்டே இருப்பான். குண்டுருக்குச் சொந்தமான இடத்தை ஒட்டிய

காயலில் (கடலும் ஆறும் சேரும் இடம்) அவன் அமெரிக்கத் தன்னார்வத் தொண்டு நிறுவனத்தின் உதவியுடன் Mud Crab என்கிற பச்சை நண்டு வளர்த்துக்கொண்டிருக்கிறான். ஆனால் அந்த அமெரிக்கத் தன்னார்வத் தொண்டு நிறுவனம் வியாபார ரீதியாகச் சிந்திக்க மறுக்கிறது. கடற்பாசியுடன் சேர்த்து, பச்சை நண்டிற்கும் சேர்த்து உலகளாவிய மார்க்கெட் உன் கைகளில் இருக்கிறதென்றால், நாம் இருவரும் சேர்ந்து தொழில் பண்ணுவோம் என்றான். பச்சை நண்டைப் பிடித்து அதன் கொடுக்குகளை அலேக்காகத் தூக்கித் தீக்குச்சியை வைத்து அதன் கொடுக்கை நான் கட்டிப் போட்டுக் காட்டியபோது அதில் அசந்து போய்விட்டான் குண்டுர். அவன் வீட்டிற்கு அழைத்துச் சென்று என்னுடைய வீர தீர பிரதாபங்களை அவனுடைய மனைவியிடம் செய்கையுடன் செய்து காட்டினான். குண்டுருக்குத் தேவை முதலீடு. ஆனால் அவன் பேசிய கொள்கை அவனிடமிருந்து மற்ற எல்லோரையும் அன்னியப்படுத்தியது. நான் அவனோடு தொழில் செய்கிறேன் என உறுதியளித்தேன். நான் கிளம்பும்போது என்னுடன் ஏர்போர்ட்டிற்கு வந்தான். அன்றைக்கு அமெரிக்கத் துணை அதிபர் வந்திருந்ததால், ஊரே விழாக் கோலமாக இருந்தது.

கார்கள் இரண்டு கிலோ மீட்டர் தூரத்திற்கு நெருக்கடியில் அணிவகுத்து இஞ்ச் பை இஞ்ச்சாக நகர்ந்துகொண்டிருந்தன. விமான நிலைய வாசலில் வைத்துக் கைகளைப் பிடித்துக்கொண்டு அழுதான் குண்டுர். ''நீ வரும்போது நல்ல முதலீட்டாளர்களைப் பிடித்துக்கொண்டு வா. நாம் நேர்மையாகத் தொழில் நடத்துவோம். தர்மு, அல்பி, ரஷக்கிடோ மூவரும் கூட்டு சேர்ந்து உன்னை ஏமாற்றிக் கொண்டிருக் கிறார்கள். நீ முதலீட்டாளர்களை அழைத்து வரும் பட்சத்தில் ரிஸ்மாவூங்கை நேரடியாகச் சந்திக்கும் வாய்ப்பை உனக்கு ஏற்படுத்தித் தருகிறேன். என் மீது அவருக்கு நல்ல மதிப்பும் பிரியமும்...'' என ஆஸ்திரேலிய ஆங்கில உச்சரிப்பில் குண்டுர் கிட்டதட்ட என்னிடம் கெஞ்சிக்கொண்டிருந்தான். குண்டுருக்குச் சொந்தமான நிலத்தில் இறால் பண்ணை ஆரம்பிக்கலாம். நூற்றுக்கணக்கானவர்களுக்கு வேலை கொடுக்கலாம். என்னுடைய நாட்டில் நிறைய முதலீட்டாளர் கள் இருக்கிறார்கள். கவலைகொள்ள வேண்டாமென நான் சொன்ன பிறகுதான் கொஞ்சம் சமாதானமானான். என்னுடைய கையிலிருந்த மால்பரோ சிகரெட் பாக்கெட்டைக் கொடுத்தபோது கடைசி வரை அதை வாங்க மறுத்துவிட்டான். பத்து டாலர் நோட்டை நீட்டிய போதும் ''Bro don't insult me'' என்றான். நான் நினைவிற்குக் கொண்டுவந்து பார்த்தேன். குண்டுருடன் பல நாட்கள் இருந்திருக்கிறேன். பல நூறு கிலோமீட்டர்கள் சுற்றி அலைந்திருக்கிறேன். ஆனால் எந்த ஒரு கட்டத்திலும் அவனுடைய தேசத்தின் மானத்தை

என்னிடம் அடகு வைத்ததே இல்லை. இந்த விஷயத்தில் அல்பிக்கு நேரெதிர் குண்டுர். குண்டுர் மாதிரியான ஆட்கள்தான் ரிஸ்மாலூங்கின் பலம்.

அவர் பல வகைகளில் இந்த மக்களுக்காக மட்டுமே சிந்திக்கிறார். அதனால்தான் எண்ணெயைக் குறி வைத்து ஏமாற்றும் நோக்கில் வந்த பல நிறுவனங்களை விரட்டிவிட்டார். கனிமங்கள் நிறைந்த திமோரைக் கழுகுகள் கொத்தக் காத்திருக்கும் நிலையில், அவற்றை அண்ட விடாமல் பாதுகாப்பதும் அவரே. சாலை வசதிகளே இல்லாத ஒரு நாட்டில் 250 கிலோமீட்டருக்கு சாலை போடத் துவங்கியிருக்கிறார். இப்போது வறுமையில் இருக்கலாம். ஆனால் எதிர்காலம் நம்முடையது என மக்களோடு மக்களாக நின்று அவர் சொல்லியபடி, பாடியபடி, ஆடியபடி இருக்கிறார். அங்கு ரிஸ்மாலூங்கைப் பற்றிச் சத்தமாக எதையாவது விமர்சித்தால், காது ஜவ்வு கிழிந்துவிடும். ஹோட்டல் திமோரில் அமர்ந்திருந்த எங்களிடம் ஜனானா கதையைச் சொன்ன ஜெரோமயி, மசாஜ் பண்ண வந்திருக்கும் ஏமியிடம் பார்த்து நடந்துகொள்ளச் சொன்னான். ஏனெனில் ஜனானாவுக்கும் ஏமிதான் மசாஜ் செய்கிறாளாம். ஏமிக்குத் தந்தது போக, அவளை அழைத்து வந்தவனுக்கு வேறு ஒரு சிவாஸ் ரீகல் தர வேண்டியிருந்தது.

''நோ டச்சிங். ஒன்லி மசாஜ்'' என அறைக்குள் நுழைந்தவுடனேயே ஏமி கண்டிப்பாகச் சொல்லிவிட்டாள். இந்தியர்களின் பிரச்சினையே இதுதான் என கோலாலம்பூரில் வைத்து தினேஷன் ஒருமுறை சொன்னார். 'இந்தியர்கள் மசாஜ் என்றாலே ஏதோ தீண்டத்தகாத வேலையைச் செய்வதுபோல பதறுகிறீர்கள். வருடத்திற்கு நான்கு முறையாவது நல்ல மசாஜ் செய்துகொள்ள வேண்டும். அப்போது தான் ரத்தம் சுத்திகரிக்கப்படும். அப்படியே நீங்கள் மசாஜ் சென்டருக்குப் போனாலும் அங்குள்ள பெண்களின் அங்க அவயவங்களைத் தொட்டுத் தடவுவதில்தான் ஆர்வம் காட்டுகிறீர்கள்.' இப்படி தினேஷன் அலுத்துக் கொண்டார். அந்த விஷயம் ஏமிக்கு எப்படி வந்தவுடனேயே தெரிந்தது என்பதில் ஆச்சரியம்தான். ஏமி அரைகுறையாகக் கொஞ்சம் ஆங்கிலம் பேசுவாள். ரிஸ்மாலூங்கிற்கும் அவள்தான் வாராவாரம் மசாஜ் செய்யப் போவதாகவும், அதனால் சுத்தபத்தமாக இருக்கச் சொல்லி இவளுடைய உரிமையாளர் கண்டிப்புடன் சொல்லியிருப்பதாகவும் சொன்னாள். வழக்கமாக முதுகிலிருந்து ஆரம்பிப்பவள் வந்தவுடன் மல்லாக்கப் படுக்கச் சொன்னாள். மார்பில் ஏறி அமர்ந்துகொண்ட அவள் மீசையைப் பிடித்து இழுத்து இழுத்து விளையாடினாள். திமோரியன்களைப் பொறுத்தவரை யாரும் மீசை வைத்துக் கொள்ளவே மாட்டார்கள். இயல்பாகவே சிக்ஸ் பேக் உடல்வாகு கொண்ட அவர்கள், நெஞ்சு

வரை பனியனையோ சட்டையையோ சுருட்டி விட்டுக்கொண்டு வயிற்றைக் காட்டிக்கொண்டுதான் அலைவார்கள்.

கால்பந்து மைதானத்தில் வீரர்கள் அலைவதைப் போலதான் நாள் முழுவதும் அலைவார்கள். கிட்டதட்ட எல்லா திமோரியன்களும் அப்படிதான். ஆனால் விதிவிலக்காக ரிஸ்மாலூங் மட்டும் வெண்ணிற தாடி, மீசையோடுதான் காட்சியளிப்பார். ''இதே மாதிரிதான் ரிஸ்மாலூங் மீசையையும் பிடித்து விளையாடுவாயா?'' என ஒரு ஆர்வத்தில் கேள்வி கேட்டபோது அதுவரை சிரித்துக்கொண்டிருந்த அவள் திடீரென அமைதியானாள். அதற்கப்புறம் மசாஜ் முடிகிற வரை அவள் ஒரு வார்த்தையும் பேசவில்லை. ஆனால் போகும்போது மறுபடியும் செல்லமாக மீசையைப் பிடித்து வலிக்குமளவிற்கு இழுத்துவிட்டு வெளியேறிச் சென்றாள். ஒரு நாட்டின் அதிபரின் மீசையையும் இப்படி இழுத்து விளையாடுவேன் என அவள் சொல்லாமல் சொன்னதாகவே அது எனக்குத் தோன்றியது.

11

அல்பியின் அப்பாவை ஆஸ்பத்திரியில் சேர்த்திருந்தார்கள் என அவன் அட்டை அவித்துக்கொண்டிருக்கும்போது செய்தி வந்தது. ஆஸ்திரேலிய மிஷனரிக்காரர்கள் கட்டிக் கொடுத்தது அது. அத்தனை நாட்டிலிருந்தும் இலவசமாக உபகரணங்கள் கொடுத்திருக் கிறார்கள். இந்தியாவிலிருந்துகூட யாரோ ஒரு புண்ணியவான் எக்ஸ்ரே மிஷின் தந்திருந்தார். பொதுவாகவே அவர்கள் அதிகம் பாதிக்கப் படுவது மார்புச் சளியால்தான். உள்ளூர்ச் சாப்பாட்டின் விலை ஒன்றரை டாலர், மால்பரோ சிகரெட் பாக்கெட் ஒன்றின் விலையும் அதுதான். சிகரெட் இல்லாமல் வாழவே முடியாது என கடவுள் ஒரு இனத்தைப் படைத்துவிட்டார் இந்தப் பூலோகத்தில். சாதாரண ஒரு குடிமகன், விடுவிடுவென நடந்து போய் உள்ளூர்க் கல்வி அமைச்சரிடம் 'ஒரு சிகரெட் எனக்கு கொடுப்பா' என கேட்டுக் குடிப்பது மாதிரியான ஜனநாயக நாட்டில் வாழக் கொடுத்து வைத்திருக்க வேண்டும். மால்பரோ கட்டுப்படியாகாது என்பதால் அதே கம்பெனிக்காரன் மோசமான, மட்டமான சிகரெட் ஒன்றைச் சந்தையில் உலவ விட்டிருக் கிறான். ஒரு இழுப்பு இழுத்தால், இதயம் வரை கிராம்பு மணமும் புகை மணமும் கலந்து ஒட்டிக்கொள்வதை உணர முடியும். அதுவும்

கட்டுப்படியாகவில்லை என்பதால், கிடைத்த பேப்பர் மற்றும் இலைகளைச் சுற்றிப் புகையிலையைப் பொதிந்து வைத்து உறிஞ்சுவார்கள்.

ஒருத்தரின் சராசரி வருமானமே நாளொன்றிற்கு இரண்டு டாலர் மட்டுமே என்று இருக்கிற சூழலில், இப்படிதான் உறிஞ்சியாக வேண்டும். தாய்லாந்திலிருந்து மட்ட ரக உடைசல் அரிசியை இறக்குமதி செய்கிறார்கள். விவசாயமெல்லாம் இனிமேல்தான் செய்யவேண்டும். வாழை மட்டும் வழியெங்கும் குலை தள்ளிக் கிடக்கிறது. ஒரு அடி நீளத்தில் வாழைப்பூவை வேறு எங்கும் நான் பார்த்ததே கிடையாது. அரிசி மட்டும் குறைவான விலையில் கிடைக்கிறது என்பதால், அதை வடித்து மூன்று வேளையும் வைத்துக் கொள்கிறார்கள். குழம்பு என்றெல்லாம் கிடையாது. சாக்கடையின் ஓரம் வளரும் குப்பைக் கீரையை வதக்கி சோயா சாஸ் கலந்து சூப் மாதிரி தயாரித்துக்கொள்கிறார்கள். முட்டையை அவித்து அதை அப்படியே எண்ணெயில் போட்டுப் பொரித்து எடுத்து விடுவார்கள். அதிகமான காரமுடைய ஐமனாஸ் எனப்படும் இந்தோனேசிய வகை சின்னஞ்சிறு மிளகாயை இடித்துச் சோற்றில் பிசைந்து சூப்பை நக்கி, முட்டையைக் கடித்துச் சாப்பிட வேண்டியதுதான். கொஞ்சம் வசதியுள்ளவர்கள் மூன்றரை டாலர் கொடுத்து 800 கிராம் எடையுள்ள பிரேசில் சிக்கனை வாங்கிப் பொரித்துக்கொள்கிறார்கள். விருந்தென்றால், ஆஞ்சிங்தான். வேறென்ன, நாய்க்கறி, அதற்காகவே வீடுகளில் வளர்க்கிறார்கள். தர்மு ஒரு முறை, 'வெளியிடங்களில் சிக்கன் என்று சொல்லி விற்பதை வாங்கிச் சாப்பிட்டுவிடாதே' என தெளிவாகச் சொன்னார். அதையும் மீறி வாய்க் கோளாறில் ஒரு முறை சிக்கன் கிரில் என்று தெருவோரத்தில் குச்சியில் குத்தியிருந்ததை வாங்கிச் சாப்பிட்டவுடனேயே ஆஞ்சிங் ஆவோ என தெரிந்துவிட்டது. முகத்தைச் சுளித்தவுடன், 'காட் பிராமிஸ், காட் பிராமிஸ்' என கதறியதை நம்பவே முடியவில்லை. இந்தோனேசிய ஆளுகைக்கு முன்பு போர்ச்சுக்கலின் காலனியாக இருந்தபடியால், அங்கும் இயேசுவே நீக்கமற நிறைந்திருந்தார். மலேரியா, டெங்குதான் அச்சுறுத்தும், ஆளைப் போட்டுத்தள்ளும் நோய்கள் என்பதால், பப்பாளிக் கீரை தவிர்க்கவே முடியாத உணவு. அங்கே விருந்தினர் களுக்குப் பப்பாளிக் கீரையைக் கொடுப்பதை ஒரு வழக்கமாகவே வைத்திருக்கிறார்கள். கடல் அட்டையை வேக வைக்கும்போது கொஞ்சம் பப்பாளி இலைகளையும் சேர்த்து வேக வைத்தால், மறுநாள் காலையில் அதன் சுண்ணாம்புப் படிவங்களைச் சுரண்டி அழிக்கத் தேவையில்லை என புதிதாக ஒரு பாடம் செய்யும் முறையை எங்களுக்கு அறிமுகப்படுத்தினான் குண்டுர்.

அவனும் அல்பியைப்போல ஒரு ஊர்த்தலைவன்தான். பார்ப்பதற்கு பாப் மார்லே மாதிரி சிகையலங்காரத்துடனும், அதே மாதிரி பூட்ஸ்களுடனும் ஆளே ஒரு மாதிரியாக இருப்பான். குணத்தில் தங்கம் என்பதை ஏர்போர்ட்டில் வைத்து ஒருமுறை உணர்ந்து கொண்டேன். தைமூரிலேயே அத்தனை சுத்தமாக ஆங்கிலம் பேசுவதில் அவனை அடித்துக்கொள்ள ஆளில்லை. அவன்தான் Seaweed கடற் பாசி சாப்பிடுவதன் அவசியத்தையும் நன்மையையும் எனக்குப் போதித்தான். காய்ந்த கடற்பாசிகளைதான் வெளிநாடுகளில் நோன்பு சமயங்களில், நோன்புக் கஞ்சியில் கலந்து குடிக்கிறார்கள். அரபு மற்றும் மலேசிய நாடுகளில் அதற்கு நல்ல மார்க்கெட் இருக்கிறது. ''என்னிடம் 3 டன் கடற்பாசி இருக்கிறது ப்ரோ. அந்த மார்க்கெட்தான் எனக்கு தெரியவில்லை. உனக்கு தெரியுமா? கடற்பாசிதான் எங்களது ஆயுளை அதிகரித்துக்கொண்டிருக்கிறது'' என்றான் குண்டுர். ஒருமுறை கடல் ஆமையை அவனுடைய ஆட்கள் பிடித்து வந்து எனக்கு விருந்தாக்க முயன்றபோது, அது தவறு என சொல்லி அதை மீண்டும் கடலில் விடச் சொன்ன அளவிற்கு சுற்றுச்சூழல் அரசியலிலும் ஆர்வம் கொண்டவன். அவனுடைய பைக்கில்தான் அல்பியின் அப்பாவைப் பார்ப்பதற்கு அந்த மருத்துவமனைக்குச் சென்றேன். போகும்போது வழியில் வியட்நாம்காரன் ஒருவன் நடத்திய சூப்பர் மார்க்கெட்டில் இறக்குமதி ஆப்பிள்களை நான் ஏன் வாங்கினேன் என குண்டுருக்கு நிச்சயம் புரியவில்லை. எங்கள் ஊர் வழக்கம் இது என்று சொன்னதும் சிரித்துக் கொண்டே சொன்னான். ''அதற்குப் பதிலாக இரண்டு மால்பரோ சிகரெட் பாக்கெட்டுகளை வாங்கிக்கொண்டு போய் நீ கொடுத்தால் உனக்குக் கோயில் கட்டிக் கும்பிடுவார்கள்.

குண்டுர் சொன்னது போலதான் மருத்துவமனையில் வரவேற்பும் இருந்தது. ஆப்பிளோடு போன என்னை ஒட்டுமொத்த மருத்துவமனை வளாகமும் வேறு மாதிரியாகப் பார்த்தது. இந்தியர் ஒருவர் தானமாகக் கொடுத்த அந்த எக்ஸ்ரே மிஷின் வேலை செய்யவில்லை என்று நான் அறைக்குள் நுழைந்தபோது சொல்லிக்கொண்டிருந்தார்கள். அல்பியின் அப்பா நைந்து போய்ப் படுத்துக் கிடந்தார். அல்பியின் தங்கையை ஏசாவோடு ஒருநாள் அதிகாலையில் ஹோட்டல் திமோர் வாசலில் வைத்துப் பார்த்திருக்கிறேன். அவள் அதைப் பற்றியெல்லாம் கண்டுகொள்ளவேயில்லை. ஆப்பிள் கவரை கிட்டதட்ட என்னிடமிருந்து கவர்ந்துகொண்டு போனாள். அல்பி கையில் பத்து டாலரைக் கொடுத்தவுடன் கட்டிப்பிடித்துக் கொண்டான். அவன் கண்களில் கண்ணீர் எட்டிப் பார்த்தது. ''தேங்க்யூ மவுங்... தேங்க்யூ மவுங் (அண்ணன்)'' என சொல்லிக்கொண்டே இருந்தான்.

இதே அல்பிதான் தர்முவோடு சேர்ந்துகொண்டு எங்களுக்கு எதிராக அத்தனை வேலைகளையும் செய்துகொண்டிருக்கிறான் என்பது நன்றாகவே எனக்குத் தெரியும். கடல் அட்டையின் விலையை ஏற்றி விடுவது, எடையைக் கூட்டிச் சொல்வது என அத்தனை பித்தலாட்டங் களையும் செய்து வந்தான். தர்மு அதைக் கண்டுகொள்வதே கிடையாது. ஏதாவது கணக்குக் கோல்மால்களைக் கண்டுபிடித்து தர்முவிடம் சொன்னாலும், 'அவன் ஊர் சார் அது, நாமதான் அனுசரிச்சுப் போகணும்' என ஒரே வார்த்தையில் முடித்து விடுவார். தர்மு ஏன் இப்படிக் கண்மூடித்தனமாக அல்பியின் பிடியில் கட்டுண்டு கிடந்தார் என்கிற காரணம் இதை எழுதும் இந்தக் கணம் வரை எனக்குத் தெரியவில்லை. பெண் விஷயத்தில் தர்மு அப்படி இப்படியென்று தகவல் எதுவும் யாரும் சொன்னதே இல்லை. அப்புறம் என்னவாக இருக்கக்கூடும்? இப்படியான கோல்மால் பணம் முழுவதும் அல்பியின் பாக்கெட்டுக்கு மட்டுமே போவதாக அல்பியின் மச்சான் ரோமியோ ஒருமுறை என்னிடம் போட்டுக் கொடுத்த விஷயம் அல்பிக்கும் தெரிந்துவிட்டது. அன்று ஒருநாள் மட்டும் ரோமியோவை அழைத்துப் போய் மூன்று பிண்டாங் பியர்களும் ஒரு பாக்கெட் மால்பரோவும் வாங்கித் தந்தான் என மறுநாள் வந்து என்னிடம் ரோமியோ சொன்னான்.

அல்பிக்கு மூன்று பெண்டாட்டிகள், ஆனால் ஒருத்தியுடன் மட்டும் தான் வாழ்கிறான். மற்ற இரண்டு பேரின் குழந்தைகளுக்கு வாராவாரம் காசு கொண்டுபோய்க் கொடுத்துவிடுவான். கல்யாணம் பண்ணிக் கொள்ளவில்லை மூவரையும். அங்குள்ள பெரும்பாலான ஆண்கள் தங்களது நாற்பது, ஐம்பது வயதில்தான் கல்யாணமே செய்துகொள்வார்கள். ஏனெனில், திருமணத்திற்கு ஒரு எருமை மாடு, நூற்றுக்கணக்கான பியர் பாட்டில்கள், சிகரெட் பாக்கெட்டுகள், வசதிக்குத் தகுந்த மாதிரி டாலர் நோட்டுகள் பெண் வீட்டாருக்கும் ஊர்த் தலைவர்களுக்கும் கொடுக்க வேண்டும். அமைச்சர் சிபாரிசு இருந்தால், எருமை மாட்டைக்கூட அரசு இலவசமாகத் தந்துவிடும். மற்ற விஷயங்களுக்கு எங்கே போவதென பேசாமல் சேர்ந்தே வாழ்ந்துவிடுகிறார்கள். கல்யாணத்திலாவது இப்படியான விதிவிலக்குகள் உண்டு. சாவில் எந்த விதிவிலக்குகளும் கிடையவே கிடையாது. எருமைமாடு தவிர, பட்டியலில் உள்ள மற்ற பொருட்களைத் தந்தே ஆகவேண்டும். சாவில் கடனாளியாகிற ஒரு திமோரியன் தன் வாழ்நாள் முழுவதும் அதை அடைக்கப் பாடுபட்டுக்கொண்டே இருக்கும் கதைகளை அங்கிருந்த நாட்களில் நான் கேட்டுக்கொண்டே இருந்தேன். அல்பியின் கவலையும் இப்போது அதுதான். ''அப்பா செத்துப் போய்விடக்கூடாது. வேண்டிக் கொள்ளுங்கள்'' என என்

கைகளைப் பிடித்து இறைஞ்சினான். எனக்குத் தெரிந்த மருத்துவ அறிவுடன், ''உன் அப்பா நான்கு நாட்களில் எழுந்து நடமாடத் துவங்கிவிடுவார். ஏனெனில் அவருடைய கண்களில் ஒளி மங்கவில்லை'' என்று நான் சொன்னதில் அல்பிக்கு ரொம்ப சந்தோஷம். 'தேங்க்யூ மவுங்... தேங்க்யூ மவுங்' என அரற்றிக் கொண்டிருந்தான். அவன் என்னை அண்ணன் என அழைப்பது இதுவே முதல் முறை. அப்படியொரு உறவை ஏற்படுத்தத்தானே ஆப்பிள் வாங்கிக்கொண்டு போனேன் என நான் நினைத்துக் கொண்டேன். இந்த ஃபார்முலா மட்டும் எந்த நாட்டுக்குப் போனாலும் வொர்க் அவுட் ஆகிறதே... 'துஜே தேக்கா தூ யே ஜானா சனம்...' என சத்தமாகப் பாடிவிட்டு 'இந்தியன் ஃப்ரெண்ட் மை ஷாருக்கான்' என்றான். தியேட்டரே இல்லாத ஒரு நாட்டில் ஷாருக்கான் பெயரை உச்சரிக்கும் விந்தையை அங்குதான் நான் கண்டேன். அங்கு இந்தியர் என்றாலே இந்த ஒரு பாடலை மட்டும் பாடிக் காட்டுவார்கள். முழுப் பாடலையும் தவறேயில்லாமல் பாடியவர்களையும் நான் கண்டிருக்கிறேன். இந்தி சினிமாவின் வீச்சை அனுபவபூர்வமாக நான் உணர்ந்த கணங்கள் அவை. ''என்னுடைய அப்பா அவரது வாழ்நாளில் இப்போதுதான் முதல்முறையாக ஆப்பிள் சாப்பிடப் போகிறார்'' என்று சிரித்துக் கொண்டே சொன்னான், எண்ணெய் வளம்கொண்ட ஒரு நாட்டின் உள்ளூர் அளவிலான அரசியல் பிரதிநிதியான அல்பி. அவனுடைய கண்களில் வழிந்த கண்ணீர் அப்போதும் உலரவில்லை.

ஒரு முறை அல்பியிடம் கேட்டேன். 'உன்னால் மட்டும் எப்படி எல்லா விஷயங்களையும் எளிதாக எடுத்துக்கொள்ள முடிகிறது?' அவன் முதலைக் கதையை என்னிடம் சொல்லிவிட்டு, 'நீரோட்டத்திற்கும் காற்றோட்டத்திற்கும் நாங்கள் எங்களை ஒப்புக் கொடுத்துவிட்டோம்' என்றான். 'ஏற்கெனவே வடிவமைக்கப்பட்ட வாழ்க்கையில் எல்லா உணர்வுகளும் ஒரே மாதிரியானவைதான். கஷ்டம் என்று ஒன்று வந்தால், நல்லதும் நடக்கும் என்று நம்ப வேண்டும். நீரோட்டத்தை நம்ப வேண்டும். காற்றோட்டத்தை நம்ப வேண்டும். அது நமக்கு நல்லது மட்டுமே செய்யும் என்கிற குருட்டுத்தனமான நம்பிக்கைக்கு நம்மை ஒப்புக்கொடுத்துவிட வேண்டும்' என்றெல்லாம் அல்பி சொல்லிக்கொண்டிருந்தபோது, அவனது அசைவுகளில் நான் பார்த்த முதலைக்கான உடலசைவுகள் தெரிந்தன. அவனது கோணலான பேச்சுத் தோரணைகூட அந்த முதலைக்கு உரியதாகவே இருந்தது.

12

விமான நிலையத்திற்கு தினேஷன் வந்திருந்தார். எடுத்த எடுப்பிலேயே என் முகத்தைப் பார்த்து விட்டு, என்ன பிரச்சினை என நேரடியாக விஷயத்திற்கு வந்துவிட்டார். போலீஸ் புத்தியாயிற்றே. தினேஷன் மலேசிய போலீஸில் உயரதிகாரி. ஒன்றும் பிரச்சினை இல்லை என்று சொல்லித் தப்பிக்க நினைத்தேன். ஆனாலும் எதுவாக இருந்தாலும் அப்புறம் பேசிக் கொள்ளலாம் என தினேஷன் சொன்ன பிறகுதான் எனக்கு நிம்மதி பிறந்தது. ஒருவேளை திரும்பவும் தினேஷன் கேட்கும் பட்சத்தில், சந்தோஷ் பற்றி நிறைய சொல்ல வேண்டியிருக்கும். தினேஷனை எனக்கு அறிமுகப்படுத்தியது சந்தோஷ்தான் என்பதால், அது எனக்கு தர்மசங்கடம். தினேஷனுக்கும் எனக்குமான உறவு காஞ்சிபுரம் வரதராஜப் பெருமாள் கோயிலிலிருந்து மங்களகரமாகத் துவங்குகிறது. 'ராமானுஜர் உடலைப் பாடம் பண்ணி ஸ்ரீரங்கம் கோயில் கருவறையில் ரங்கநாதருக்குப் பின்னால் வைத்திருக் கிறார்களா?' என அப்பாவியாய் அர்ச்சகரைப் பார்த்துக் கேட்டுக்கொண்டிருந்தார் தினேஷன். விட்டால், 108வது திவ்யதேசமான பரமபதம் எங்கே இருக்கிறது என வழி கேட்டாலும் கேட்பார் என்று தோன்றுகிற அளவிற்கு அசமந்தமாக நின்று கொண்டிருந்தார் அவர்.

மூன்று நாள் மொட்டை, கழுத்தில் ருத்திராட்சம், தொளதொள வென்று ஒரு சட்டை என ஆள் பார்ப்பதற்கு பஞ்சப் பராரியைப்போல இருந்தார். ஆனால் சந்தோஷ் சொல்லியனுப்பியது வேறு மாதிரியாக இருந்தது. தினேஷுனுடன் இன்னொரு மொட்டைத் தலையும் இருந்தார். உடலெங்கும் டாட்டுக்கள் குத்தி ஆள் பார்ப்பதற்கு டபிள்யூ டபிள்யூ எஃப் வீரரைப்போல இருந்தார். ஆனால் குரல் மட்டும் சன்னமாக ஒலித்தது. நீட்டுகிற தட்டுகளில் எல்லாம் தினேஷன் ஆயிரம் ரூபாய்த் தாள்களை அள்ளி இறைத்துக்கொண்டிருந்தார் என்பதால், சகல அர்ச்சகர்களும் அவரைச் சுற்றி வரவே மையல் கொண்டு அலைந்தனர். திடீரென என்னிடமும் ஒரு நோட்டுக் கட்டைக் கையில் கொடுத்து ஏந்தி வரும் தட்டுகளில் போடச் சொன்னார். தினேஷுனுக்காகவே பிரத்யேகமாகத் தயாரிக்கப்பட்ட இட்லி என்று சொல்லி ஒரு அர்ச்சகர், மூன்று காஞ்சிபுரம் கோயில் இட்லிகளை மட்டையில் கட்டிக்கொண்டு வந்து கொடுத்தார்.

அன்றைக்கு தினேஷன் மறுபடி மலேசியா கிளம்புவதுதான் திட்டம். நான் காஞ்சிபுரத்திலிருந்து அழைத்துக்கொண்டு போய் ஏர்போர்ட்டில் விடவேண்டும். அதுதான் எனக்கு இடப்பட்டிருந்த கட்டளை. சரியான வேளையில் அவரை நான் ஏர்போர்ட்டில் கொண்டுபோய் இறக்கிவிட்டேன். இடையில் காரில் பெரிய அளவிற்கு ஒன்றும் பேசிக்கொள்ளவில்லை. நேரம் கிடைக்கும்போது என்னை மலேசியா வரச்சொல்லி அழைத்தார். நானும் சம்பிரதாயமாக வருகிறேன் என்று சொல்லித் தலையசைத்து வைத்தேன். இப்படி ஒரு அசமந்தமான ஆளா என எனக்குள் சொல்லிக்கொண்டு ஏர்போர்ட்டி லிருந்து டென் டவுனிங்கிற்கு காரைத் திருப்பினேன்.

இடையில் தைமூரில் கம்பெனி ஆரம்பிக்கலாம் என திட்டமிட்ட போது, அநேக முறை தினேஷனை ஃபோனில் பிடிக்க நானும் சந்தோஷூம் எவ்வளவோ முயன்றோம். அந்தச் சமயத்தில் அவரைப் பிடிக்க முடியவில்லை. ஹாங்காங்கில் ஏதோ தீவிரவாத வேட்டைக்குப் போயிருப்பதாகத் தெரிந்தவர்கள் சொன்னார்கள். கடைசி வரை கம்பெனி துவங்கியதிலிருந்து அது மூடப்படும் வரை எந்தப் பங்களிப்பும் இல்லாமல், பார்ட்னராக இருந்தவர் தினேஷனாக மட்டுமே இருக்கும். அவரை நேரில் பார்த்துக் கேட்டபோதுகூட 'சந்தோஷூக்காக மட்டுமே சரி என்று சொன்னேன். என் பங்கு என நீங்கள் எவ்வளவு கேட்டாலும் தரத் தயாராக இருக்கிறேன். ஆனால் என்னால் தர்முவோடு இணைந்து வேலை செய்ய முடியாது. சிங்கப்பூர்க்காரர்களை என்னால் நம்பவும் முடியாது' என்றார் தினேஷன். சிங்கப்பூர்க்காரர்களை ஏன் நம்பக் கூடாது? அதற்கான பதிலை நான் கேட்டபோதெல்லாம் பதில் சொல்லாமல், நான் நைந்து

பிய்ந்து கே.எல். ட்வின் டவரின் அடியில் அதிகாலை மூன்று மணி அளவில் நொறுங்கிப் போன மனநிலையோடு நின்று கொண்டிருக்கும் போது சொன்னார். 'அவர்களது ரத்தத்திலேயே சுயநலம் ஊறியிருக்கும். பிறரை மட்டமாக எடை போடுவார்கள். நாமாக இருந்தால், போகும் போது சொல்லிக்கொண்டு போவோம். அவர்களுக்கு அந்தப் பழக்கமும் இல்லை. அவர்களோடு சேர்ந்து தொழில் பார்ப்பதென்பது கொஞ்சம் கஷ்டமான காரியம்தான்' என்று சொன்ன தினேஷன் என்னை உற்சாகப் படுத்துவதற்காக மேலும் பல கதைகளைச் சொல்ல ஆரம்பித்தார். அவரது கேம்ரி அவருக்குப் பிடித்தமான இளையராஜா பாடலை ஒலிக்க கே.எல்.லிலிருந்து ஜே.பி வரை எனக்கே எனக்காக அது ஓட ஆரம்பித்தது. அப்படியே கதைகளும் ஆரம்பித்தன.

நான் நினைத்த மாதிரி அவர் அசமந்தம் எல்லாம் இல்லை. பி.எம்.டபிள்யூ டிஷர்ட்டில் போலீஸ் மாதிரி ஆஜானுபாகுவாக இருந்தார். உண்மையில் நிஜ போலீஸ்தானே? மலேசியக் காவல்துறையில் உயரதிகாரியாக இருக்கிறார். மிகச் சிறந்த என்கௌன்டர் ஸ்பெஷலிஸ்ட் என அங்கே பெயர் எடுத்திருக்கிறார். தைமூருக்குக் கிளம்புவதற்கு முன்பு நானும் சந்தோஷூம் அவரைத் தொலைபேசியில் பிடிக்க முயற்சி செய்துகொண்டிருந்தபோது, அவர் ஹாங்காங்கில் இருந்திருக்கிறார். சர்வதேச போதைக் கடத்தல் மன்னன் ஒருவனை சர்வதேசக் காவல்துறை உதவியோடு சுட்டோ, உயிரோடோ பிடிக்க வேண்டும் என அவருக்கு அசைன்மென்ட் கொடுக்கப்பட்டிருந்ததால், அந்த வேலையில் அவர் மும்முரமாக இருந்திருக்கிறார். கடைசியில் அவனைப் பிடித்தீர்களா, இல்லையா என நான் கேட்டபோது, வெறுமனே சிரித்துக்கொண்டார். இதுவரை சில பல என்கௌன்டர்களைச் செய்திருக்கிறார் என கேள்விப்பட்டுள்ளதால், அதைப் பற்றிக் கேட்டேன். 'ஆமாம் சட்டப்படி போட்டேன்' என ஒற்றை வரியில் முடித்துக்கொண்டார். நானும் தோண்டித் துருவவில்லை. மனதில் தொக்கிக்கொண்டிருந்த அந்த ஒரு கேள்வியை மட்டும் கேட்டேன். 'என்கௌன்டர் போன்ற சமயங்களில் உங்கள் மன நிலையை எப்படித் தயார் செய்துகொள்வீர்கள்? ஏதாவது முன் தயாரிப்பு வேலைகளில் ஈடுபடுவீர்களா?' நான் கேட்டதும் யோசிக்காமல் அவர் சொன்ன பதில்: 'அதெல்லாம் ஒன்றும் செய்ய மாட்டேன். காரில் எனக்குப் பிடித்த நாலைந்து இளையராஜா பாடலைச் சத்தமாக வைத்துக் கேட்பேன்' என்றார். நான் ஒன்றும் பேசவில்லை. ஜே.பி.யை நோக்கி ஓடிக்கொண்டிருந்த காரில் 'இளமையெனும் பூங்காற்று...' என இளையராஜா இசை மிதந்துகொண்டிருந்தது.

நான் சோர்ந்து போய் அமர்ந்திருந்ததைக் கண்ட தினேஷன் ''நான் ஒரு கதை சொல்கிறேன். இல்லையில்லை, நிஜம் சொல்கிறேன். குறுக்கிடாமல் கேள்'' என்றார். நானும் தலையசைத்தேன்.

உலகின் பத்தாவது பெரிய பணக்காரர் அவர், தென் கிழக்காசியாவின் இரண்டாவது பெரிய பணக்காரர் என்று சொல்லி தமிழகத்தின் சர்ச்சைக்குள்ளான மலேசியத் தொழிலதிபர் ஒருவரின் பெயரைச் சொன்னார். அவர் தமிழகத்தில்தான் சர்ச்சைக்குள்ளான நபராகப் பார்க்கப்படுகிறார். மற்றபடி உலகமெல்லாம் அவர் விரும்பப்படும் வியாபாரி. அவர் வீட்டில் இருந்து அலுவலகத்திற்குக் கிளம்பும் போது வழியில் ட்ராஃபிக் என்று தகவல் வந்தால், தன்னுடைய சொந்த ஹெலிகாப்டரில் கிளம்பி தன்னுடைய அலுவலகத்தின் வாசலிலேயே போய் இறங்கிக்கொள்வார். சாதாரண ஆசிரியர் ஒருவரின் மகனாகப் பிறந்த அவர் இன்று பல சாம்ராஜ்ஜியங்களுக்கு அதிபதி. ஆனாலும் அவரது டாம்பீகங்களை மீறி ஒரு எளிமை ஒரு சின்ன நரம்புபோல் ஒட்டிக்கொண்டிருப்பதை நெருங்கிப் பார்ப்பவர்களால் அறிய இயலும். அவர் படிக்கும்போது, அவருடன் அரபு நாட்டைச் சேர்ந்த ஒரு தொழிலதிபர் மகன் அவருக்குப் பழக்கமாகிறான். படிப்பு முடிந்ததும் அந்தத் தொழிலதிபரின் மகன் தன்னுடைய அப்பாவிடம் மலேசியத் தொழிலதிபரை அறிமுகப்படுத்தி வைக்கிறார். பார்த்தவுடனே அந்த அரபுத் தொழிலதிபர் முடிவு செய்துவிடுகிறார் இந்தப் பயிர் நன்றாகச் செழித்து வளருமென்று. அங்கு அவருக்கு ஒரு கயிறு கிடைக்கிறது. அந்தக் கயிற்றைப் பிடித்து கவனத்தோடு அவர் முன்னேறியதில் இன்று தென் கிழக்காசியாவின் இரண்டாவது பெரிய பணக்காரராகத் தன் நிலைமையை மாற்றிக் காட்டியிருக்கிறார். அவரைப் பற்றிதான் தினேஷன் என்னிடம் பேசியது. நேரமும் வாய்ப்பும் கிடைத்தால் நான் ஒரு நபரை உனக்கு அறிமுகப்படுத்துகிறேன் என்றார்.

''யார் அது? எங்கே இருக்கிறார் அவர்?'' என்றேன்.

''நாம் நினைத்தால் இப்போது நாம் இருக்கும் இடத்தில் இருந்து சில கிலோமீட்டர் தூரத்தில்தான் அவர் இருக்கிறார்'' தினேஷன் பீடிகை போட்டார். தினேஷன் ஒரு விஷயத்தைச் சொல்கிறார் என்றால், அதில் சாரம் இல்லாமல் இருக்காது என்பதால், நான் யார் எவர் என்று கேள்விகள் கேட்டு நேரத்தை வீணாக்காமல் உடனடியாகப் போகலாம் என்றேன்.

''அவர் தாய்லாந்து காடொன்றில் ஒரு புத்த மடாலயம் ஒன்றில் இருக்கிறார். இங்கிருந்து நம்மால் சாலை வழியாகவே போய்விட முடியும். இன்னொரு சந்தர்ப்பத்தில் அவரைச் சந்திக்க உன்னை அழைத்துப் போகிறேன்'' என்றார். எனக்கு இந்த முறை உண்மையிலேயே அதிக ஆர்வம் வந்துவிட்டது. யார் அவர் என்றேன் மீண்டும்.

''அஜாங்ஹன் சிறீபனோ'' என்றார்.

''யார்? ஏதேனும் புத்தத் துறவியா?'' என்றேன்.

''புத்தத் துறவியில்லை. அவர்தான் இந்த நூற்றாண்டின் வாழும் புத்தர் என பல அமைப்புகளால் கொண்டாடப்படுகிறார். ஊருக்குதான் அவர் அஜாங்ஹன் சிறீபனோ. ஆனால் என்னைப் பொறுத்த வரை என்றைக்கும் என்னுடைய தரணிஸ்ரீதான்'' என்று கண்களை இடுக்கிக் கொண்டு தினேஷன் சொன்னவுடன் நான் துள்ளி எழுந்தேன். எனக்கு அந்தக் கதை தெரிந்தே ஆகவேண்டும். அவர் சிறீபனோ என்கிற தரணிஸ்ரீ பற்றிய கதையைச் சொல்ல ஆரம்பித்தார்.

uµOÿயின் தாயார் தாய்லாந்துக்காரர். தரணி லண்டனில் பட்டப்படிப்பு முடித்தவர். கிட்டதட்ட 8 மொழிகளை அவரால் பேச முடியும். தந்தை தமிழர் என்பதால் தமிழும் அவருக்கு அத்துப்படி. அவருடைய தந்தைக்கு வேறொரு தாய் மூலம் இரண்டு சகோதரிகள். தாய்லாந்து வழக்கப்படி குடும்பத்தின் ஆண்மகன் ஒரு வார காலமாவது புத்த சங்கத்தில் சேர்ந்து துறவறம் மேற்கொண்டுவிட்டு, மீண்டும் இயல்பு வாழ்க்கைக்குத் திரும்பவேண்டும். அதன்படியே தரணியும் தாய்லாந்தின் காடுகளுக்கு வருகிறார். ஒரு வார காலம் என்பது ஒரு மாதம் ஆகிறது. எப்படியும் திரும்பி வந்துவிடுவான் என தந்தையும் தாயும் காத்திருக்கிறார்கள். மூன்று மாத காலமாகிறது. இந்த முறை தந்தை பீதியடைகிறார். தன்னுடைய ஹெலிகாப்டரைத் தட்டிக்கொண்டு தேடியலைகிறார். தாய்லாந்துக் காடுகளில் ஒரு துறவிபோல தன்னுடைய மகன் பிச்சையெடுத்து வருவதாகத் தகவல்கள் வருகின்றன. அதிர்ந்துபோய்விடுகிறார் அந்தத் தந்தை. அந்தச் சிறிய புத்த மடாலயத்தினுள் ஒரு அதிநவீன பி.எம்.டபிள்யூ நுழைவதைக் கண்ட துறவிகள் அதிர்கிறார்கள். அதிலிருந்து துப்பாக்கிகள் ஏந்திய காவலர்கள் துணையுடன் இறங்கிய அந்தத் தந்தையைக் கண்ட தனயனின் முகத்தில் எந்தச் சலனமுமில்லை. வந்தவரின் மகன்தான் இந்த இளம் துறவி என்பதை முதிய துறவிகள் உணர்ந்துகொள்கிறார்கள். உலகின் பத்தாவது பெரிய பணக்காரரான தென் கிழக்காசியாவின் இரண்டாவது பெரிய பணக்காரரான மலேசியத் தொழிலதிபரான அந்தத் தந்தை, அந்த எளிய புத்தத் துறவியின் முன் கைகட்டி நின்றுகொண்டிருந்தார். ஒரே செல்ல மகன் அவன். அத்தனை சாம்ராஜ்ஜியங்களுடைய ஒரே வாரிசு. மகனே மகனே என அரற்றிக் கொண்டிருந்த அவருடைய கண்களிலிருந்து வழிந்த கண்ணீரைத் துடைக்கும் தைரியம் யாருக்கும் இல்லை அங்கே. அவர் தன்னுடைய மகனிடம் மண்டியிட்டு 'என்னோடு ஒரு முறை உணவருந்த வருவாயா?' என்று கேட்டார். 'இல்லை

தந்தையே. நான் இப்போது உங்கள் மகனல்ல. நான் ஒரு துறவி. என் துறவு வழக்கப்படி நாளொன்றிற்கு ஒரு முறைதான் உணவருந்த வேண்டும். அதுவும் பிச்சையெடுத்தே அதை அருந்த வேண்டும்' என்றார் அந்தப் பலம் பொருந்திய உலகப் பணக்காரர்களுள் ஒருவரான தனது தந்தையைப் பார்த்து. ''உலகத்தின் கடைசி எளிய பிச்சைக்காரத் துறவியான மகனும் உலகின் பெரிய பணக்காரரான தந்தையும் சந்தித்துக்கொண்ட தருணம் எப்படி இருந்திருக்கும்? அது என்ன உணர்த்துகிறது உனக்கு?'' என கேள்வி கேட்டு முடித்தார் தினேஷன்.

அதற்கடுத்து பத்து நிமிடங்கள் காரில் அமர்ந்திருந்த இருவரும் பேசிக் கொள்ளவில்லை. காரை ஒரு ஓரம் நிறுத்தி இருவரும் சிகரெட்டைப் பற்ற வைத்தோம். 'இவ்வளவு பெரிய வாழ்வியல் உண்மையைச் சொல்லும் இவரிடம் போய் சந்தோஷ் பற்றிய சில்லறைச் சண்டைகள் பற்றிச் சொல்லவேண்டுமா என்ன?' என என் மனதில் யோசனைகள் ஓடிக்கொண்டிருந்தன. இந்தக் கதையின் மூலம் தினேஷன் எதையோ சொல்ல வருகிறார் என்று மட்டும் புரிந்தது. காரின் கதவுகளை அவரே எனக்குத் திறந்துவிட்டபோது, எனக்குச் சங்கடமாக இருந்தது. ஆனால் ஒரு மகாராஜாவை வரவேற்கும் பாவனையை அவர் எனக்குக் காட்டியபோது நான் சிரித்துவிட்டேன். என்னுடைய இறுக்கம் தளர்ந்தது. நான் சிறீபனோவைச் சந்திக்கும் வாய்ப்புக் குறித்து கனவு காணத் துவங்கினேன். ''வாழ்க்கை ஒரு காட்டாறுபோல இருக்கும்பட்சத்தில் அதில் மிதக்கும் தக்கையைப் போல உன்னுடைய எண்ணங்களை மாற்றிவிடு. ஒரே விஷயத்தைப் பிடித்துத் தொங்கிக்கொண்டிருக்காதே. அதுவும் ஒரு அனுபவம் என கடந்து விடு'' என்றார் தினேஷன். எனக்குள் ஒரு தெளிவு கிடைத்தது மாதிரி இருந்தது.

''உன்னை மாறன் அழைத்து வரச் சொன்னான்'' என்று சொல்லி விட்டு, என் அனுமதிக்குக் காத்திருக்காமல் காரை ஒரு நைன் ஓ கிளாக் (மலேசியாவில் திசையை இப்படிதான் குறிப்பார்கள்) போட்டுத் திருப்பி கே.எல்.லை நோக்கித் திருப்பினார். வழியில் ஒரு திருமண நிகழ்ச்சியொன்று இருக்கிறது. அங்கேயும் சென்றுவிட்டுப் போகலாம் என்றார். அவர் எதற்குமே என்னுடைய அனுமதியைக் கேட்கவில்லை. அவர் முடிவு செய்துவிட்டார். நான் தக்கையைப்போல என்னுடைய எண்ணங்களை மாற்றிக்கொண்டேன் என அவரிடம் சொன்னபோது, நீண்ட நேர இறுக்கத்தைக் களைந்து வாய்விட்டுச் சிரித்தார். எனக்காக வரவழைத்த மருவானாவை இருவரும் புகைக்கத் தோதான இடம் பார்த்துக்கொண்டு வந்தோம். நாங்கள் போகிற கல்யாணம் ஒரு பதிமூன்றாம் நம்பர் கையினுடையது. மலேசியாவைப் பொறுத்தவரை கேங்ஸ்டர்களை எண் வைத்து அழைப்பார்கள்.

கைகளைப் பிடித்துக் குலுக்கும்போதே, அவன் எந்த நம்பர் கை என்று எல்லோரும் உணர்ந்துகொள்வார்கள். திருமணத்தில் அந்தப் பதிமூன்றாம் நம்பர் கை, முகமெல்லாம் சிரிப்பாக வளைய வந்து கொண்டிருந்தார். 'ஒரு காலத்தில் கே.எல்.லைக் கலக்கியவர் இந்த நபர் என நான் சொன்னால் உனக்கு நம்பும்படியாக இருக்கிறதா' என்று தினேஷன் கேட்டுவிட்டு, மாறனும் இப்போது அப்படி மாறிவிட்டான் என்றார். மாறனை எங்கே சந்திக்கலாம் என்றேன். மதுரை கிளப் என்றார் அவர்.

வழியெங்கும் அரேபியப் பெண்கள் குதிரைகளைப்போல தங்களது கணவர்களுடனோ ஆண் நண்பர்களுடனோ நடந்து கொண்டிருந்தார் கள். பொதுவாகவே ரம்ஜான் மாதத்தில் இங்கு குவியும் இவர்கள் வந்த அடுத்த நிமிடத்திலிருந்து தங்களைப் பிணைத்திருக்கும் சங்கிலிகளை அறுத்து எறிவார்கள். குறிப்பாகப் பெண்கள் பர்தாவை யெல்லாம் தூக்கி எறிந்துவிட்டு, வேறு ஒரு ரூபத்திற்குத் தங்களை மாற்றிக்கொள்வார்கள். ஆண்களும் நவநாகரிகத் தோற்றத்தை ஏற்படுத்திக்கொள்வார்கள். உலகிலேயே அதி அழகான பெண்கள் அரேபியப் பெண்கள்தான் என்றார் தினேஷன் என்னிடம், அவர்களைச் சுட்டிக் காட்டியபடி. நான், ஹை ஹீல்ஸ் அணிந்து நடந்து போகும் அந்த அரேபியப் பெண்ணைப் பார்த்தேன். அச்சில் வார்த்ததுபோல இருந்த அவளது உடலில் எந்த இடத்திலும் தேவைக்கு அதிகமான சதை இல்லவே இல்லை. அவளது உடல் குதிரைகளுக்கு இருப்பது போலவே இருந்தது. குதித்துக் குதித்து நடந்தபோது அவளது மார்புகள் மட்டுமே குலுங்கின. அவளது உடலில் அசைந்து குலுங்கிய ஒரே தசைத் துணுக்கு அவளது மார்புகள் மட்டுமே.

மருவானா போதை, மெல்லிய குளிர், இளையராஜா இசை, ரசனையாக கேம்ரியில் உலா வரும்போது என்னை நானே சக்கரவர்த்திபோல உணர்ந்துகொண்டேன். நிமிர்ந்து அமர்ந்தேன். கால் மேல் கால் போட்டுக்கொண்டேன். ஒரு கையை இடுப்பிலும் ஒரு கையை முழங்காலிலும் ஊன்றி ஒரு மகாராஜாவுக்கான தோரணையுடன் அமர்ந்தேன். உள்ளுக்குள் ஒரு இனம் புரியாத ஆனந்தம். சக்கரவர்த்தி போல உணர்ந்த மனதின் எண்ணங்களை, சிறீபனோ மாதிரி என்னைக் கற்பனை செய்து நினைத்துத் திருப்பினேன். கண்களில் கண்ணீர் எட்டிப் பார்த்தது. சந்தோஷ் பற்றி நினைத்தபோது மன்னிக்கும் மனநிலைக்கு வந்திருந்தேன். தாய்லாந்து காடுகளுக்குள் சிறீபனோவைத் தேடிப் போவதைப்போல எண்ணிக்கொண்டேன். தர்முவைப் பற்றி யோசிக்கும்போது, அவர் என்ன வைத்துக்கொண்டா வஞ்சகம் செய்கிறார் என தோன்றியது. காவியன் ஒரு ஹீரோபோல தோன்றத் துவங்கினார். எல்.டி.எல் நிறுவனத்தைக் கைப்பற்றுவதைப்போல

எண்ணம் கொண்டேன். ஊருக்குத் திரும்பிவிடலாமா என ஒரு கணம் தோன்றியது. இன்னொரு கணத்தில் மகாராஜாக்கள் போரில் தோற்றுப் போய்த் திரும்பக்கூடாது என தோன்றியது. மொத்தத்தில் என்னுடைய எண்ணங்களைத் தக்கையாக்கினேன். அது தக்கையாவதற்கான முதல் புள்ளியை தினேஷன் போட்டார். முழுக் கோலத்தையும் மருவானா போட்டது. தினேஷனும் என்னுடைய அசைவுகளைக் கவனித்த படியேதான் வந்தார். ''ஸ்வீட் ஏதேனும் சாப்பிடுகிறாயா?'' என்றார். ''இல்லை, நான் ஸ்வீட் சாப்பிடுவதில்லை. ஒரு வேண்டுதல் நிமித்தம் அதை நிறுத்திவிட்டேன்'' என்றேன். ''நான் காரணம் எதையும் கேட்கவில்லையே'' என்று சிரித்தார்.

''இந்த மனநிலைக்குத் தகுந்த மாதிரி ஒரு விஷயம் சொல்லவா...'' என்றார்.

''சொல்லுங்கள்'' என்றேன்.

''நாசி கரங் என்று மலேசியா, இந்தோனேசியா பக்கமெல்லாம் ஒரு பழக்கம் இருக்கிறது. ஒருவேளை உங்களது ஊரில்கூட இப்படியான பழக்கம் இருக்கலாம். அதுபற்றி எனக்குத் தெரியவில்லை. தனக்குப் பிடித்த ஆண்மகனைத் தன் முந்தானையில் முடிந்து பக்கத்திலேயே வைத்துக்கொள்வதற்காகப் பெண்கள் செய்யும் கைங்கர்யம்தான் அது. அப்படித் திட்டமிடும் பெண்கள் சில மந்திரங்களை உச்சரித்து சோறு பொங்கி, அந்தப் பானையை நடு வீட்டில் வைத்துக் கீழாடையைத் தூக்கி, மந்திர உச்சாடனங்களை உச்சரித்தபடி தங்களது பிறப்புறுப்பில் கொதிக்கிற சோற்றின் ஆவி படும்படி குத்த வைத்து அமர்ந்துகொள்வார்கள். அந்தச் சூட்டில் வியர்வை உருவாகி அந்தச் சோற்றினுள் உள்ளிறங்கிவிடும். அதை அப்படியே தனது மனதைக் கவர்ந்த ஆண்மகனுக்குக் கொடுப்பார்கள். அதைச் சாப்பிடும் ஆண் அவன் சாகிற வரை அவளுடைய பிடியிலேயே சிக்கிக்கொண்டு கிடப்பான்'' என்று பலத்த சிரிப்பிற்கிடையே சொல்லி முடித்தார். ''நான் அப்படிதான் ஒரு ஃபிலிப்பைன்ஸ்காரியின் பிடியில் சிக்கிக் கொண்டிருந்தேன்'' என்று சொல்லிவிட்டு என்னிடம், சொல்லவா என்று கேட்காமலேயே அந்தக் கதையையும் சொல்ல ஆரம்பித்தார். ''பொதுவாக ஃபிலிப்பைன்ஸ் பெண்களுக்கு இந்தியர்கள் என்றால் கொள்ளைப் பிரியம். இயற்கைச் சீற்றங்களுக்குப் பழகிப் பழகி ஃபிலிப்பைன்ஸ்காரர்களிடம் பொதுவாகவே ஒரு பக்குவம் வந்துவிட்டது. வாழ்க்கையில் அத்தனையையும் பார்த்துவிட்டார்கள் என்பதால், எந்தச் சூழலிலும் வாழ்க்கையைக் கொண்டாட்டமாக அணுகத் தெரிந்தவர்கள் அவர்கள். ரசனையாய் வாழ்வதிலும் அவர்களை அடித்துக்கொள்ள ஆள் கிடையாது. அந்தப் பெண்கள்

ஒவ்வொரு சனிக்கிழமையும் தன்னுடைய ஆண்மகனை வெளியிலேயே அனுப்ப மாட்டார்கள். எண்ணெய்க் குளியல் செய்வித்து, நகங்களை யெல்லாம் வெட்டிச் சீராக்கி ஒரு குழந்தையைப்போல தன்னுடைய ஆண் மகனைப் பாவித்து சீராட்டுவார்கள்'' என்று சொல்லி முடித்தார்.

''இந்தக் கதையெல்லாம் என்னிடம் ஏன் சொல்கிறீர்கள்?'' என விளையாட்டாய் நான் வம்பிழுத்தேன்.

''மதுரை கிளப் போகிறோம் இல்லையா? அங்கே ஏதாவது மலாய்க்காரியிடம் நீ சிக்கிக்கொள்ளக் கூடாதல்லவா? அதற்காகச் சொன்னேன்'' என்று என்னைச் சீண்டினார்.

''சோறு இல்லை. சாதாரண சிப்ஸ் கொடுத்தால்கூட வாங்கிச் சாப்பிட மாட்டேன்'' என்றேன்.

''அதையும் பார்க்கதானே போகிறேன்'' என்றார் அவர்.

மதுரை கிளப் வாசலிலேயே எங்களுக்காக புளூ லேபிளுடன் காத்திருந்தார் மாறன். அவருடன் ஒரு மலாய்க்காரியும் நின்றிருந்தாள். அநேகமாக நான் தினேஷனிடம் தோற்றுப்போக வேண்டியிருக்கும் என்று அந்தக் கணத்தில் எனக்குத் தோன்றியது. மாறன் பதிமூன்றாம் நம்பர் கை என்று ஏற்கெனவே எனக்குத் தெரிந்திருந்ததால், லாகவமாக அந்தக் கைகள் செய்கிறபடி கைகளைக் குவித்து அவனுக்குக் கரம் கொடுத்ததைப் பார்த்த மாறன் அசந்து போய் விட்டார். கோலாலம்பூரில் நிறைய கிளப்புகள் இருந்தாலும், மண்ணின் மணம் மாறாமல் தமிழ்ப் பாடல்களைப் போட்டு ஆடும் மதுரை கிளப்பிற்கு தமிழ்ப் பொடியன்கள் மத்தியில் நல்ல மதிப்பு. சீனர்களைச் சில விஷயங்களில் தமிழ்ப் பொடியன்கள் மிஞ்ச ஆரம்பித்துவிட்டார்கள் என்பது தெளிவாகவே எல்லா அம்சங்களிலும் தெரிந்தது. வந்திருப்பவர் தினேஷன் என்றதும் அந்த கிளப்பில் மெல்ல சலசலப்பு எழுந்து அடங்கியது. அவர் மாறனின் காதைக் கடித்தவுடன் அவன் ஆபத்தில்லை என எல்லோருக்கும் செய்தி அனுப்பியவுடன் கிளப் சகஜ நிலைக்கு வந்தது. மாறன் வந்திருந்த விருந்தாளியான எனக்கு வாழ்த்துச் சொல்லி புளூ லேபிளை உடைத்தான். தினேஷனின் பார்வையைப் பெற்றுவிடத் துடித்த சில டான்கள் முழங்காலிட்டு எனக்கு பியர் சப்ளை செய்யும்போது, நீண்ட நேரத்திற்கு முந்தைய சக்கரவர்த்திக்கு உண்டான மனநிலை மீண்டும் எனக்குள் முட்டிக்கொண்டு வந்தது.

மீண்டும் ஒரு ட்ரிப் மருவானா புகைத்தவுடன் புகை மண்டலமாக இருந்த அந்தக் கிளப்பில் நான் பறக்க ஆரம்பித்தேன். அது என்னை உயரே உயரே அழைத்துச் சென்றது. சின்னதாய் அந்தப் பெண்ணின்

கன்னத்திலுள்ள மச்சம் மட்டும் ஜூம் செய்து காட்டியது. தள்ளாடியபடி சிறுநீர் கழிக்கப் போய் முடித்து விட்டுத் திரும்பிப் பார்த்தபோது மூன்று மலாய்க்காரப் பெண்கள் எனக்குப் பாதுகாவலர் களாக நின்று கொண்டிருந்தார்கள். மச்சக்காரன் மாறன் என நினைத்துக்கொண்டேன். என்னுடைய கைகளை எடுத்துத் தோளில் போட எத்தனித்தவர்களைத் தட்டிவிட்டு, சக்கரவர்த்தியான நான் அந்தக் கிளப்பில் நடுநாயகமாகப் போடப்பட்டிருந்த என்னுடைய டேபிளை நோக்கி நடந்தேன். தூரத்திலிருந்து பார்த்துக்கொண்டிருந்த தினேஷன் எனக்கு சியர்ஸ் சொல்லிச் சிரித்தார். அந்தக் கூட்டத்திலும் பியர் பாட்டிலைப்போல உயரமாக இருந்த தினேஷன் தூக்கலாகத் தெரிந்தார். நான் அந்தக் கன்னத்து மச்சம் கொண்ட பெண்ணைத் தேடினேன். நான் அவளைத்தான் தேடுகிறேன் என மாறன் புரிந்துகொண்டான். ரவுண்ட் முடித்துவிட்டு, அடுத்த ரவுண்டிற்காகத் திரும்பினேன். கன்னத்து மச்சக்காரி தன் கையில் புளூ லேபிளைத் தாங்கியபடி எனக்கு அடுத்த ரவுண்டை ஊற்றிக் கொடுத்தாள். மாறன் கண்ணடித்துச் சிரித்தான். ஆட்டம், பாட்டம், கொண்டாட்டம். நான் என்னை ஒரு சிறகைப்போல உணர்ந்தேன். டேபிளுக்கு மேலே காலைத் தூக்கினேன். கிட்டதட்ட பறப்பதுபோல உணர்ந்தேன். எனக்குக் கவலைகளே இல்லை. நான் சுதந்திரமானவன். இந்த உலகில் என்னை வீழ்த்துவதற்கு யாரும் இல்லை. ‘நான் சக்கரவர்த்தி, நான் சக்கரவர்த்தி’ என எனக்குள் சொல்லிக்கொண்டே இருந்தேன். ஒரு முறை திரும்பி தினேஷன் உச்சரிப்பதைக் கூர்ந்து கவனித்தேன். அவரும் என்னைப் பார்த்து நீ சக்கரவர்த்தி என்று சொல்வதைப்போல இருந்தது. அதிகாலை மழைநீர் சாலைகளில் பெருக்கெடுத்தபடி ஓடிக்கொண்டிருந்தது. நான் நடக்க விருப்பப்பட்டேன். அவரும் சம்மதித்து எனக்குத் துணைக்குச் சில ஆட்களை அனுப்பினார்.

மீண்டும் அவர் என்னை நான் தங்கியிருந்த இடத்திற்குக் கொண்டுவந்து விடும் வரை நான் சக்கரவர்த்தி, நான் சக்கரவர்த்தி என அதையே திரும்பத் திரும்பச் சொல்லிக்கொண்டிருந்தபோது பக்கத்தில் அமர்ந்து அதை ரசித்துக்கொண்டு வந்தார் தினேஷன். மறுநாள் நான் மீண்டும் தைமூருக்குக் கிளம்பினேன். விமான நிலையத்தில் என்னிடம் 5000 டாலரை எடுத்துக் கொடுத்தார். நான் எவ்வளவோ மறுத்தும் விடாப்பிடியாக என்னுடைய கைகளில் திணித்தார். எனக்கு இப்போது பணத்தேவை கடுமையாக இருக்கிறது என்பதை எப்படிக் கணித்தார் என விளங்கிக்கொள்ள முடியவில்லை. கடைசியாக விடைபெறும் தருணத்தின்போது அவர் கொஞ்சம் தயங்கிக் கொண்டே இதைச் சொன்னார். ‘‘உனக்கு எல்.டி.எல் நிறுவனம் சரிப்பட்டு வரும் என்று எனக்குத் தெரியவில்லை. நீ

தொட்டால்சிணுங்கிச் செடிபோல இருப்பதால் உனக்குக் கூட்டுத் தொழில் வராது. ஆனால் தனியாகச் செய்தால் உன்னை அடித்துக் கொள்ள ஆள் இருக்காது. ஒரு விஷயத்தில் தீர்வு என்ற ஒன்றிற்கு நீ நெருக்கமானவனாக இல்லாவிட்டால், பிரச்சினையே நீதான் என்பதை உணர்ந்து கொள்'' என்று சொல்லிவிட்டு எனக்காக வாங்கி வந்தவற்றை என்னுடைய கைகளில் திணித்துவிட்டுத் திரும்பிப் பார்க்காமல் கடந்து சென்றார் தினேஷன். நவநீதம் பிள்ளை ஜோதிடர் தாத்தா இதையேதானே சொல்லி என்னுடைய ஜாதகத்தைக் கணித்தார் என ஒரு கணம் மனதிற்குள் வெளிச்சம் வந்து போனது. விமானத்தில் ஏறும்போது பணிப்பெண்கள் என்னைப் பார்த்துச் சிரித்தபோது, நான் சக்கரவர்த்தி என மீண்டும் மனதிற்குள் நினைத்துக்கொண்டேன். ஒரு சக்கரவர்த்தி மட்டமான ஒரு விமானத்தில் எகனாமிக் கிளாஸில் வேறு வழியில்லாமல் பயணம் போகிறார் ஒரு புது தேசத்தை வென்றெடுக்க.

13

‘‘**தை**மூரில் நாம் ஏன் பர்கர் மேன் மாதிரி வடைச் சங்கிலி போடக்கூடாது?’’ இந்தக் கேள்வியை சந்தோஷ் கேட்டு முடித்த மறுகணமே, காவியன் வாய்விட்டுச் சிரித்துவிட்டார். ‘‘சந்தோஷ் வெளையாடாதீங்கோ. என்னைக்குப் பத்து பத்து சென்ட்டாக சம்பாதித்து கோடீஸ்வரன் ஆவது? தயவுசெய்து கதைக்கணும்ங்கறதுக்காக இது மாதிரி கதைக்காதீங்கோ’’ என காவியன் நக்கலான புன்னகையுடன் சந்தோஷிடம் சொன்னதும், சந்தோஷ் என்னை ஏறிட்டுப் பார்த்தார். உண்மையில் இந்த யோசனை என்னுடையதுதான். ஆனால் தைமூர் வந்து பார்த்த பிறகு அந்த யோசனையின் முன்னாலும் பின்னாலும் உள்ள அபத்தங்களை உணர்ந்து யோசனையை மனதிற்குள்ளேயே பூட்டி வைத்துக்கொண்டேன். சந்தோஷ்தான் மிகச் சிறந்த வியாபாரக் காந்தம் ஆயிற்றே... ‘ஐடியாக்களை பன்ச் செய்ய மட்டும் ஒரு நல்ல பிஸினஸ்மேன் தயங்கவே கூடாது’ என ஏற்கெனவே எனக்கு வகுப்பெடுத்திருந்த சந்தோஷ் இந்த யோசனையைச் சொன்னதன் காரணமாக காவியன் எடுத்த வகுப்பில் கலந்துகொள்ள வேண்டியதாகிவிட்டது. விருதுநகரில் இருந்து ஒரு வடை மாஸ்டரைப் பிடித்து அங்கே கொண்டு போய் பட்டையைக் கிளப்புவது என்பதுதான்

திட்டம். ஒரு வகையில் என்னுடைய வாழ்க்கையையும் வடையையும் பிரிக்க முடியாது என்பதும் இந்த யோசனை எழுவதற்கான காரணம்.

அவனுக்கு எல்லாமே அவனுடைய ஆச்சிதான். அவன் பிறக்கும் போது அவனுடைய அம்மாவுக்கு வயது பதினாறு. ஆஸ்பத்திரியில் குழந்தை செத்துவிட்டதாக அறிவித்துத் தாய் உயிரைக் காப்பாற்றப் போய்விட்டார்கள். தலைச்சன் பேரன் என்பதால் ஆச்சிதான் உட்கார்ந்து அழுது கொண்டிருந்திருக்கிறது. 'கீ...' என்ற சின்ன முனகல் சத்தம் கேட்டவுடன் ஆச்சிதான் சந்தோஷமாய் ஓடிப் போய்த் தாதிமாரை இழுத்து வந்திருக்கிறது. அப்புறம் சுடுதண்ணீரில் தலைகீழாகப் போட்டு, முதுகைத் தொட்டுத் தடவிய பிறகு வந்திருக்கிறது அழுகை. குளிர்கால இரவுகளில் போர்வைக்குள் அவனைப் பதுக்கிக்கொண்டு இந்தக் கதையை ஆச்சி சொல்லும்போது வரும் பட்டணம் பொடி வாசனை அவனுக்கு ரொம்பவே பிடிக்கும்.

தலையும் வாலும் ஒட்டாதென அவன் ஊர்ப்பக்கம் ஒரு பழமொழி சொல்வார்கள். அப்படிதான் இருந்தது ஆச்சியின் வாழ்வு. தாத்தா அவர் குடும்பத்தில் தலைச்சன் பிள்ளை, ஆச்சி கடைக்குட்டி. அவர்கள் வாழ்வு முழுக்கப் போர் மட்டும்தான் இருந்தது. அமைதி இருந்ததே இல்லை. ஒரு தடவை இவன் பைனாகுலர் வாங்கித் தரவில்லையென தாத்தா மீது கோபமாக இருந்தபோது, ஆச்சிதான் தாத்தா மீது போடச் சொல்லி சின்னக் குழவிக் கல்லை எடுத்துக் கொடுத்தது. இன்னொரு முறை தாத்தா இரும்பு வியாபாரி என்பதால், வீட்டிலிருந்த பால்ரஸ் குண்டுகள். இப்போது நினைத்துப் பார்க்கையில் ஒடிசலான தேகம்கொண்ட கூடிய ஆச்சியை நான்கு குழந்தைகள் பெற வைத்ததைத் தாத்தா வெறும் கடமையாகதான் செய்திருப்பார் என தோன்றுகிறது.

அவன் போனபோது தாத்தாவைக் கூடத்தில் மர நாற்காலியில் சாய்த்து வைத்திருந்தார்கள். அவர் எப்போதும் அணிவதுபோல காலருக்குள்ளே, கர்சீப்பை மடித்துத் திணித்திருந்தார்கள். பிணமாகத் தாத்தாவைப் பார்க்க இவனுக்குப் பயமாக இருந்தது. 'என்னப் பெத்த ராசாவே...' 'என்னப் பெத்த ராசாவே...' ஆச்சியைச் சுற்றி அமர்ந்து மாரடித்துக் கொண்டிருந்தார்கள். ஆச்சி மூக்கை மட்டும் சிந்திக்கொண்டிருந்தது. தாயம்மா பெரியம்மாதான் உக்கிரமாக அழுதுகொண்டிருந்தது. வள்ளிக்கண்ணு பெரியப்பா ஒரு ஓரத்தில் பரிதாபமாக உட்கார்ந்திருந்தார். இவனுக்குப் பக்கத்தில் போகலாமா வேண்டாமாவென குழப்பம். ஆச்சிதான் கைகாட்டி அழைத்தது. இவன் போனபோதும் 'என்னப் பெத்த ராசாவே...' என கட்டிப் பிடித்துக்கொண்ட ஆச்சி, காதோரமாய் மெதுவாய்ச் சொன்னது, பட்டணம் பொடி வாசனையோடு...

''அண்டாவுக்கடியில அல்வா வாங்கி வச்சிருக்கேன், போய் எடுத்துக்க ராசா.''

ரமலோவ் ஹோட்டலில் படுத்திருந்த இவனது காலை யாரோ வருடுவதுபோல உணர்வு. எழாமலேயே கண்ணைத் திறந்து பார்த்தான். செத்துப்போன ஆச்சிதான் இவனது காலை அமுக்கி விட்டுக்கொண்டிருந்தது. ஓங்காரமாய் அழுதபடி அப்பாவுக்கு ஃபோன் செய்து விஷயத்தைச் சொன்னான். அவர் புரிந்துகொண்டார் போல, ''போய்ப் படுப்பா, காலைல தலைவலிக்கப் போவுது'' என்றார் அனுபவஸ்தர் தொனியில்.

இவ்வளவு நேரம் இங்கே அவன் இவன் என்று சொல்லிக் கொண்டிருந்தது என்னைப் பற்றிதான். என்னுடைய தாத்தாவின் இழப்பு எப்போதுமே எனக்குப் பேரிழப்பு என்றே உணரச் செய்கிறது. என்னுடைய தாத்தா மிலிட்டரியில் இருந்து பல ஊர்த் தண்ணீர் குடித்தவர் என்பதால், ஊர் சுற்றுவதைக் கற்றுத் தந்தவர் அவர்தான்.

சிறு வயதிலேயே தனியாகப் பயணம் செய்ய வைத்ததும் அவர்தான். அதிகாலை ஐந்து மணிக்கு எழுந்து யாருடைய தயவும் இல்லாமல், பாத்திரம் ஒன்றை எடுத்துக்கொண்டு கதவைத் திறந்துகொண்டு சாலாச்சியம்மாள் பணியாரக் கடையில் போய் நிற்பேன். அப்போது எனக்கு இரண்டரை வயதோ என்னவோதான். தாத்தா இரும்பு வியாபாரி என்பதால், அவருடன் சைக்கிளில் தொத்திக்கொண்டு அந்த வயதிலேயே வியாபாரம் பார்க்கப் போவேன். உண்மையி லேயே சொல்கிறேன். ஒரு முறை நான் மழலை மொழியில் மூன்று என சொன்னதாலேயே, ஐயாயிரம் ரூபாய் மதிப்புள்ள பொருள் ஒன்றை வெறும் மூன்றாயிரம் ரூபாய்க்கு விற்றிருக்கிறார் தாத்தா. வியாபாரமும் படிப்பும் தாத்தாவிடமிருந்துதான் வந்து ஒட்டிக் கொண்டது என்னிடம். எழுத்துகளை அறியாத வயதிலேயே தினத்தந்தி பேப்பரை மடியில் கிடத்திப் படிப்பதுபோல் பாவனை செய்துகொண்டிருப்பது இன்னமும் ஞாபகத்தில் இருக்கிறது. மார்க்கெட்டே கதி என்று கிடப்பதால், தாத்தாவை எப்போதும் வடையும் கையுமாகதான் பார்க்க முடியும்.

அதிகாலை நான்கு மணிக்கெல்லாம் விழித்துவிடும் மதுரை. சந்தைக்கடை உக்கடைகளில் காத்துக் கிடப்பார்கள் வியாபாரிகள். முதல் கட்ட பேரங்கள் முடிந்து அடுத்த கட்டத்திற்காக வந்து சேரும் லாரிகளுக்காகக் காத்திருக்கும் இடைவெளிகளில்தான் கடையை மொய்ப்பார்கள். அந்த வகையிலேயே எனக்கு ஏலம் அத்துப்படி யாகத் தெரிந்ததற்குத் தாத்தாதான் காரணம். அவருடைய கம்பெனிக்கு ஃபைவ் ஸ்டார் என பெயர் வைத்திருந்தார். ஒருவேளை நான்

விரும்பிச் சாப்பிடும் சாக்லெட் கம்பெனியின் பெயர் என்பதால் வைத்திருப்பாரோ என்னவோ! சாலாச்சியம்மாள் பணியாரக் கடையில் முறைவாசலை முடித்துவிட்டுத் தாத்தாவோடு கிளம்பிப் போய் நிற்பது முத்தையாண்ணன் டீக்கடைதான். அண்ணன் அந்த நேரத்திலேயே குளித்து விபூதிப் பட்டையடித்து அம்சமாக நின்று கொண்டிருப்பார். ஆரம்பமாகும் அண்ணனின் வடை வேட்டை. காலை ஆறு மணிக்கு ரவைப் பணியாரத்தில் துவங்குவார் கணக்கை, சரியாக ஏழு மணிக்கு அரிசிக்கார வடை, எட்டு மணிக்கு ஆமை வடை, ஒன்பது மணிக்கு வெங்காய வடை, பத்து மணிக்கு வெள்ளையப்பம், பதினொரு மணிக்கு வாழைக்காய் பஜ்ஜி. மறுபடி மூன்று மணிக்கு வெள்ளையப்பம், அரிசிக் கார வடை மிளகாய்ச் சட்னியுடன், நான்கு மணிக்குக் கீரை வடை, பீட்ரூட் போட்டு காய்கறி வடை, மாலை ஆறு மணிக்கு வாழைக்காய், உருளைக் கிழங்கு பஜ்ஜி போட்டு வியாபாரத்தை முடிப்பார். கூட்டம் அள்ளும் கடையைச் சுற்றி. அக்னி நட்சத்திர வெய்யில் காலம் ஒன்றின் உச்சி வெய்யிலில், பெரிய வடைச் சட்டியில் எண்ணெய் கொதித்துக் கொண்டிருக்கும் போது அருகில் நின்று வடை தின்றுகொண்டிருந்த லோடுமேன் அண்ணன் ஒருவரின், கண்ணிமைக்கு அருகில் உப்பரிந்த தடம் இருந்த காட்சியையும் அந்த அண்ணன் வடையைப் பாவமாகத் தின்று கொண்டிருப்பதுபோல தோன்றிய காட்சியையும் இன்று வரை என்னால், மறக்க முடியாது.

அதே மாதிரியான பல காட்சிகளை ரோமியோ எனக்குக் காட்டினான். ஒரு முறை காலையுணவாக எனக்கு அளிக்கப்பட்ட டோனெட் ஒன்றை ரோமியோவிற்கு எடுத்துக்கொண்டு வந்து கொடுத்தபோது, அவன் பசியில் அதை மென்று தின்றபோது எனக்கு அந்த லோடு மேன் அண்ணன்தான் நினைவுக்கு வந்தார். நான் பார்த்த பெருமளவு திமோரியன்கள் எப்போதும் பசியோடே அலைந்துகொண்டிருப்பார் கள். கிடைக்கும் எதையும் அவித்துத் தின்றுகொண்டிருப்பார்கள். ஒரு முறை அட்டையை அவித்துத் தின்றுகொண்டிருந்தபோது, நான்தான் ஓடிப்போய் நிறுத்தினேன். இதை இப்படிச் சாப்பிடக்கூடாது என்று நான் சொன்னதை அவர்கள் நம்பவில்லை. முழுவதுமாக எடுத்துச் சாப்பிட்டு விடுவார்கள் என நான் பயந்து அப்படி அவர்களை ஏமாற்றியதாக நம்பிக் கொண்டிருந்தார்கள். எனக்குத் தெரியாமல் அதை வேக வைத்து சாப்பிட்டுக்கொண்டிருந்தார்கள். அப்படிச் சாப்பிடக்கூடாது என்பது தெரிந்தும் நான் அதை அனுமதித்தேன். ரப்பர் சுவிங்கம்போல அதை எனக்குத் தெரியாமல் கடைவாய்ப் பற்களுக்குள் ஒதுக்கி மென்றுகொண்டிருப்பதைப் பார்க்கையிலும் அந்த லோடுமேன் அண்ணன்தான் எனக்கு ஞாபகத்திற்கு வருவார்.

பசியோடே அலைந்துகொண்டிருக்கும் இம்மக்களின் நடுவே வடை வியாபாரமா என காவியன் யோசித்தது சரியா தவறா என்பதை நீங்களே சொல்லுங்களேன்.

என்னுடைய தாத்தா அந்த வயதிலேயே ஒரு விஷயத்தை எனக்குச் சொல்லித் தந்திருந்தார். 'தேவைக்கு அதிகமான விஷயங்களை நீ யாரிடமும் கேட்காதே. தேவைக்கு அதிகமான விஷயங்களை நீயும் யாரிடமும் சொல்லாதே.' இதுதான் என் தாத்தா சொல்லிக் கொடுத்திருந்த வாழ்க்கை மந்திரம். இதை நான் எங்களது எல்.டி.எல் கம்பெனி நிர்வாகத்தில் பயன்படுத்தியதால்தான் சந்தோஷ்போல காமெடியன் ஆகாமல் தப்பித்தேன். அந்த வகையில்தான் இந்த வடை வியாபார யோசனையிலும் தப்பித்தேன். ஆனால் எந்த ஒரு விதைக்கும் அதற்கு ஏற்ற மண் என்ற ஒன்று இருக்கத்தானே செய்யும். வடை யோசனையைக் கோலாலம்பூரில் செய்து பார்த்துவிடுவது என தீர்மானித்தேன். எனக்கு ஜாதகம் எழுதிய நவநீதன் பிள்ளை ஜோதிடரை ஒருமுறை தாத்தா வீட்டிற்கு அழைத்து வந்த ஞாபகம் நன்றாக இருக்கிறது. நடுக்கூடத்தில் அமர்ந்து ஜோதிடம் பார்க்கத் துவங்கிய அவருக்கு, ஆச்சி நீச்சத் தண்ணீரும் அகத்திக் கீரைப் பொரியலும் தந்தது. அதை அவர் பக்குவமாகச் சாப்பிட்டதைப் பார்த்ததில் இருந்து இன்றைக்கும் நீச்சத் தண்ணீரும் அகத்திக் கீரைப் பொரியலும் எனக்கு விருப்ப உணவு. அதே விஷயத்தைதான் நான் தைமூரிலும் அரங்கேற்றினேன். அங்கு மலேரியா, டெங்கு அதிகம் என்பதால், இயற்கையிலேயே அவர்கள் பப்பாளிக் கீரையை உணவில் அதிகம் சேர்த்துக்கொள்வார்கள். கிட்டதட்ட அகத்திக் கீரையின் கசப்பில் இருக்கும் பப்பாளிக்கீரைப் பொரியலுடன் நீச்சத்தண்ணீர் குடித்துதான் அங்கும் என்னுடைய காலைகள் புலரும். மடியில் கிடத்தி வைத்திருந்த ஜாதகத்தில் கட்டங்களை ஆராய்ந்த நவநீதன் பிள்ளை தாத்தா என்னுடைய தாத்தாவிடம் சொன்னது இதுதான். 'இந்தப் பையன் எதிர்காலத்தில் எல்லா நாடுகளுக்கும் பறந்து கொண்டே இருப்பான், எதிர்காலத்தில் டாலர்களில் சம்பாதிப்பான். ஆனால் கூட்டுத் தொழிலுக்குச் சரிப்பட்டு வரமாட்டான்.' எங்களது கூட்டு நிறுவனமான எல்.டி.எல் நிறுவனம் உடையப் போகிறது என்பதை எப்படி இந்த ஜோதிடர் தாத்தா முன்கூட்டியே கணித்தார்?

பர்கர் கிங்போல வடை கிங் செயின் ஆரம்பித்துவிடலாம் என்கிற யோசனையில் இருந்த எனக்கு தர்முவின் மூலம் அந்த வாய்ப்பு வேறொரு வகையில் கிடைத்தது. தைமூரில் 90 நாட்களுக்கு ஒருமுறை நாட்டை விட்டு வெளியேறிவிட்டு மீண்டும் உள்நுழைய வேண்டும். தைமூரில் வந்து செட்டிலான கஜேந்திரன் என்கிற ஆந்திராக்காரத் தம்பி என்னை இந்தோனேசிய-தைமூர் எல்லையில்

உள்ள குப்பாங் வரை அழைத்துச் சென்று அங்கே சாப் குத்திவிட்டு மீண்டும் உள்ளே அழைத்து வருகிறேன் என யோசனை சொன்னான். அதற்காகும் மொத்தச் செலவே நூறு டாலர்களுக்கும் உள்ளேதான். ஆனால் தர்மு அதற்கு மறுத்துவிட்டார். வேறு ஏதாவது பிரச்சினை வந்துவிட்டால், அதற்கு நான் பொறுப்பாளி ஆக முடியாது என அவர் சொன்னாலும், அவரது நோக்கம் என்னைப் பழி வாங்குவதுதான். ஏற்கெனவே நிறைய செலவழித்துவிட்டதால், அப்போது எனக்குக் கொஞ்சம் பணம் முடையாக இருந்தது. முதலீட்டாளர் என்கிற போர்வையில் வந்திருப்பதால், யாரிடமும் கடன் கேட்க முடியாது. இந்த விஷயத்தைத் தெரிந்துகொண்ட தர்மு, அப்போது லாகவமாகச் சதுரங்கம் ஆடினார். கடைசி வரை என்னுடைய குப்பாங் திட்டத்தை அவர் அங்கீகரிக்கவே இல்லை. அதற்கு எதிரான அத்தனை முட்டுக் கட்டைகளையும் போட்டுக்கொண்டிருந்ததால், எனக்குள் வீறாப்பு ஊற்றெடுக்கவே நான் மலேசியா போகிறேன் என்றேன் அவர்களிடம். என்னுடைய வடை கிங் யோசனையோடும், சொல்வதற்கு நிறைய கதைகளோடும் கேட்பதற்குத் திறந்த காதுகளோடும் நான் இன்னொரு முறை மலேசியாவிற்குப் புறப்பட்டேன் தினேஷ னைச் சந்திக்க. ஆமாம், மலேசியாவில் டாலர் கிடையாதே… ரிங்கட்தானே?

14

அதிக விலை போகும் வெள்ளை அட்டைகளின் வரத்து குறைவாகதான் இருந்தது. கறுப்பு அட்டைகள் எனப்படும் நூல் அட்டைகளின் வரத்துதான் அதிகமாக இருந்தது. ஒரு சீசனில்தான் வெள்ளை அட்டைகள் நிறைய கிடைக்கும் என என்னுடன் வந்திருந்த ராம நாட்டுக்காரர்கள் அடித்துச் சொன்னார்கள். ஒரு கடலில் வெள்ளை அட்டை இருந்தால், அதன் எண்ணிக்கையும் இருக்கதான் செய்யும் என்று சொன்னார் வந்திருந்தவர்களில் அண்ணன்காரனான ராமு. நூல் அட்டை விலை போகாது என எவ்வளவோ நானும் ராம நாட்டுக்காரர்களும் சந்தோஷிடம் எடுத்துச் சொன்னோம். அவர் கேட்பதாகத் தெரியவில்லை. 'உங்களுக்குத் தெரிந்தது அவ்வளவுதான். மார்க்கெட் இல்லை என்று சொல்லாதீர்கள். நீங்கள் நேரடியாக விலை பேசியிருக்கிறீர்களா? பேசவில்லைதானே? அப்படியானால் வாயை மூடுங்கள். எனக்கு ஒருத்தர் சொல்லியிருக்கிறார். எல்லா அட்டைகளும் நல்ல விலைக்குப் போகுமென்று' என்று சந்தோஷ் உக்கிரமாகப் பேசிக்கொண்டிருந்தார். காவியனிடமும் தர்முவிடமும் அதையே சொன்னார். அவர்கள் சந்தோஷை நம்பினார்கள். நான் அப்போது ஒதுங்கி நின்று வேடிக்கை பார்த்துக்கொண்டிருந்த காலகட்டம். அட்டை

அவிக்கிற தொழில் நுட்பம் எனக்கும் ராம நாட்டுக்காரர்களுக்கும் மட்டுமே கைவந்த கலை.

வந்து சேரும் அட்டைகளை முதலில் தரையில் கொட்ட வேண்டும். அவை கழிவாக மண்ணைக் கக்கும். அவை மண்ணைக் கக்குவது எப்படி இருக்கும் தெரியுமா? வசதியான மீனவ வீட்டுப் பெண்கள் போட்டிருப்பார்களே இரட்டைவட தங்கச் சங்கிலி, அதே மாதிரி சங்கிலிபோல வாயிலிருந்து மண்ணைக் கக்கும். அந்த மண் சங்கிலி ஒரு மீட்டர் நீளம்கூட மிருதுவாக இருக்கும். மண்ணைக் கக்கியவுடன் அட்டை ஒவ்வொன்றையும் கையில் எடுத்து, அதன் வாய்ப்புறம் கத்தியைக் கொண்டு மெல்லிய கோடொன்றைப் போடவேண்டும். பெரிய பிரியாணி அண்டாவில் கடல் தண்ணீரைக் கொதிநிலை வரும் வரை சூடு பண்ணி, அதில் வெட்டியிருக்கிற அட்டையைப் போட்டு உடனடியாக உப்புமா அல்லது அல்வா கிண்டுவதுபோல இரண்டு நிமிடத்திற்கு ஒருமுறை கிண்டிக்கொண்டே இருக்கவேண்டும். கிண்டுவதை நிறுத்தினால் அட்டை வளைந்துவிடும். அட்டை ஆண்குறிபோல வளையாமல் நிமிர்ந்து நிற்க வேண்டும். அப்போது தான் நிறைய விலை போகும். அவித்த அட்டையை எடுத்து ஒரு சட்டியில் போட்டு, அதனோடு அதிக உப்பு போட்டு மூடி வைத்து விடவேண்டும். சரியாக எட்டு மணி நேரம் கழித்து எடுத்து அந்த அட்டையின் வயிற்றுப் பகுதியில் இருக்கும் வெள்ளையான சுண்ணாம்புப் படிவங்களைக் கடலில் கிடக்கும் கற்கள் அல்லது பவளப் பாறைகள் கொண்டு சுரண்ட வேண்டும். சுரண்டி முடிக்கும் போது அட்டை ஆண்குறிபோல துவண்டு சுருங்கிவிடும். மீண்டும் அதைக் கொதிக்கிற தண்ணீரில் போட்டுக் கிண்டும்போது அது பழைய வடிவத்திற்கு உருண்டையாகக் குறிபோல திரண்டு வந்துவிட வேண்டும். அதை அப்படியே வெய்யிலில் கருவாட்டைக் காயப் போடுவதைப்போல காயப் போடவேண்டும். சீனாவில் அட்டைகளைக் காயப் போடுவதற்கென்றே அதி வெப்பத்தை உமிழும் இயந்திரங் களைக் கண்டுபிடித்திருக்கிறார்கள். அட்டை காயக் காயச் சுருங்கிக் கொண்டே வரும். உதாரணத்திற்கு 100 கிராம் எடையுள்ள அட்டை சுருங்கும்போது 10 கிராம் எடையுள்ளதாகச் சுருங்கிவிடும். பத்து சென்டி மீட்டர் நீளம் இருந்தால் அது 3 சென்டி மீட்டராகச் சுருங்கிவிடும். அட்டையைத் தயாரிக்கும்போது எப்படி மூன்று நாட்களை எடுத்துக்கொள்கிறதோ, அதைப்போல இறுதியாக அதைச் சமைத்து உண்பதற்கும் மூன்று நாட்கள் எடுக்கும். முதல் நாள் கருவாடுபோல இருக்கும் அட்டை மூன்றாம் நாள் அதை நாம் பிடிக்கும்போது இருந்த உருவத்திற்கு விரிந்து வந்துவிடும். வெந்து விரிந்துபோன அவற்றை வெண்ணெயை வெட்டுவதுபோல வெட்டி

சீன மூலிகைகள் சேர்த்து சூப் போல தயாரிப்பார்கள். ஒரு சூப்பைக் குடித்து முடிப்பதற்குள் வியர்த்து விறுவிறுத்துவிடும். அட்டை பபுள்கம்போல ரப்பர் மாதிரி இருக்கும். அதை நன்றாகக் கடித்து விழுங்குவதற்கே இரண்டு மணி நேரம் பிடிக்கும். ஒருமுறை மலேசியாவில் உள்ள உணவகத்தில் இந்தச் சூப்பைக் குடித்தபோது, ரத்த ஓட்டத்தை உடனடியாகச் சரி செய்யும் என்பதை அனுபவபூர்வ மாக உணர்ந்தேன். அதனால்தான் சீனர்கள் இதன் மேல் காதலாகிக் கசிந்துருகுகிறார்கள். அட்டைத் தயாரிப்பைப் பொறுத்த வரை உலகம் முழுக்க இதுதான் நடைமுறை. ஆனால் சந்தோஷ் 100 கிராம் எடையென்றால், சுருங்கிய பிறகும் அதே எடைதான் இருக்கும் என அடித்துச் சொன்னார். எங்களுக்கு அதை அவிக்கிற தொழில்நுட்பம் சரியாகத் தெரியவில்லை என்று வாதிட்டுக் கொண்டிருந்தார்.

உண்மையில், நான் நேரடியாகச் சென்று ராம நாட்டில் ஒரு வார காலம் தங்கியிருந்து அவிக்கிற இந்தத் தொழில்நுட்பத்தைக் கற்றுக் கொண்டேன். இந்தியாவில் இது தடை செய்யப்பட்டிருந்த போதிலும், மீனவர்கள் இந்தத் தொழிலை மறைவாகச் செய்துகொண்டுதான் இருந்தனர். மீன்பாடு குறைவாக இருப்பதால், ராமேஸ்வரம், பாம்பன் பகுதி மீனவர்களின் முக்கியமான ஆதாரமே அட்டை பிடிப்பதுதான். ஆழமான கடலில் முத்துக் குளிப்பதுபோல, முங்கி தரையில் கிடக்கும் அட்டைகளைப் பொறுக்கி வருவார்கள். நான் ஏற்கெனவே சொல்லியிருந்ததுபோல அட்டை அத்தனை சாதுவானது என்பதால், பொறுக்கும்போது பயம்கொள்ளத் தேவையில்லை. உலகிலேயே அதிக விஷமுள்ள கடல் பாம்புகளிடம் நீங்கள் மாட்டிக் கொள்ளக்கூடாது என்பதுதான் இதிலுள்ள ஒரே பயம். என்னுடன் வந்திருந்த ராம நாட்டுக்காரர்களும் இதே தொழில்தான் செய்து கொண்டிருந்தார்கள் என்பதால்தான் நான் அவர்களை ஆராய்ச்சி செய்து அழைத்து வந்திருந்தேன். மண்டபத்தில் இப்படிப் பிடிக்கப்பட்டுப் பாடம் பண்ணுகிற (பண்ணப்படும்???) அட்டைகள் கடல் வழியாக இலங்கை போய் அங்கிருந்து சிங்கப்பூர் மற்றும் தைவான் நாடுகளைச் சென்றடைகின்றன. அதன் மூலம் ஒருமுறை சிங்கப்பூர் போனபோது எனக்கு முகம்மது பாயின் தொடர்பு கிடைத்தது. நான் போகப் போகும் தைமூர் நாட்டில் அட்டை வளம் மிகுந்திருக்கிறது என்று சொன்னதும் அவர் அடைந்த மகிழ்ச்சிக்கு அளவேயில்லை. எவ்வளவு விலை போகும் என்று நான் அவரிடம் கேட்டபோது, அட்டையைப் பார்த்தவுடன்தான் சொல்ல முடியும் என கைவிரித்துவிட்டார்.

அட்டைகளின் எடை விஷயத்தில் நாங்கள் எங்களுக்குள் முரண் பட்டுக்கொண்டே இருந்தோம். நான் எவ்வளவோ சொல்லியும்

சந்தோஷ் குழந்தைபோல இந்த விஷயத்தில் முரண்பட்டுக் கொண்டே இருந்தார். அவர் எந்தத் தொழிலுக்கும் லாயக்கில்லை என்று நான் ஒரு முடிவுக்கு வந்தது இதன் மூலமாகவும்தான். எங்களுக்குள் இருக்கும் இந்த முரண்பாடுகளை தர்மு கவனித்துக் கொண்டிருந்தார். ஒருமுறை சிங்கப்பூர் போய் சந்தையில் காட்டி முடிவெடுத்து விடலாம் என்றார் தர்மு. இன்னும் வெள்ளை அட்டைகள் கைக்கு வந்து சேரவில்லை. அது வரட்டும். அதன் பிறகு போகலாம் என்று நான் சொன்னதை யாரும் சட்டை செய்யவில்லை. கறுப்பு அட்டைகளையும் காயாத ஒரு சில வெள்ளை அட்டை களையும் கையில் எடுத்துக்கொண்டு சிங்கப்பூர் செல்லலாம் என முடிவெடுத்தார்கள். நான் காவியனிடம் இது வேலைக்கு ஆகாது என்று சொன்னபோது, தர்மு முடிவெடுத்துவிட்டால் நான் செய்வதற்கு ஒன்றுமில்லையென அவர் கை விரித்துவிட்டார். தேவையில்லாத செலவு இதன் மூலம் ஏற்படும் என்பதை யாரும் யோசித்ததாகவே தெரியவில்லை. தர்மு குடும்பத்தோடு சிங்கப்பூர் கிளம்பினார். அட்டைகளை பேக் செய்துகொண்டு நானும் அவரோடு கிளம்பினேன். அட்டை அவிக்கிறது மட்டும்தான் எங்களுடைய வேலை. அதைச் சந்தைப்படுத்துவது அவர்களுடைய வேலை என்று சொன்னார்கள். ஆனால் தர்மு, அப்படி நான் சொல்லவேயில்லை என மறுத்துப் பொய் சொன்னார். வேறு வழியில்லாமல் நான் முகம்மது பாயை தொலைபேசியில் அழைத்து விவரத்தைச் சொன்னேன். அவரும் வரச் சொன்னார்.

முகம்மது பாய் சிங்கப்பூர் தேக்காவில் செல்வாக்கோடு இருந்தார். அட்டை மட்டுமல்லாமல், இந்தியாவில் இருந்து சிங்கப்பூர் வந்திறங்கும் எல்லா பொருட்களும் முகம்மது பாயைத் தொட்டு விட்டே செல்லும், தவிர, முகம்மது பாய் தேக்கா சந்தையில் வட்டிக்கும் விட்டுக் கொண்டிருந்தார். செத்தாலும் அவர் தமிழர்களுக்கு வட்டிக்கு விடுவதில்லை என்று முடிவு செய்திருந்தார். ஞாயிற்றுக் கிழமைகளில் தேக்கா பகுதிகளில் தமிழர்கள் செய்யும் அத்துமீறல் களை வருத்தத்தோடு என்னிடம் பலமுறை பகிர்ந்துகொண்டிருக் கிறார். அவர் தமிழர் என்றபோதிலும், இந்த விஷயத்தில் அவருக்குத் தமிழர்கள் மீது மதிப்பே இல்லை. அவர் அங்கு கடை விரித்திருக்கும் பர்மியர்கள், வியட்நாம்காரர்கள், மலேயாக்காரர்கள், சீனர்களுக்கு தான் வட்டிக்கு விட்டுக்கொண்டிருந்தார். இவர்களுக்குப் பணம் கொடுத்தால் நியாயமாக வட்டியுடன் திருப்பிச் செலுத்திவிடுவார்கள் என்றார். சிங்கப்பூர் தேக்கா சந்தையில் கிடைக்காத பொருள் என்று எதுவுமே கிடையாது. பொதுவாகவே சிங்கப்பூர் அரசு தன் நாட்டில் வந்திறங்கும் பொருட்களுக்கு எந்தக் கெடுபிடிகளையும்

காட்டுவதில்லை. ஐந்து சதவிகித வரியை மட்டும் பொருளின் விலையில் செலுத்திவிட்டால் போதும், அதை உள்ளே அனுமதித்து விடுவார்கள். இந்தியாவில் அட்டை தடை செய்யப்பட்டிருக்கிறதா? அதைப் பற்றி சிங்கப்பூர் அரசிற்குக் கவலை இல்லை. தன் நாட்டில் அது தடை செய்யப்படவில்லை என்பதால், விற்பதற்கு எந்தப் பிரச்சினையுமில்லை.

நான் தர்முவை அழைத்துக்கொண்டு தேக்கா சந்தைக்குள் நுழைந்தேன். சீனர்கள் அட்டையை மலைபோல் குவித்து வைத்துக் கொண்டிருந்தார்கள். தர்முவிற்கு சீன மொழி தெரியும் என்பதால், நாங்கள் கொண்டுபோயிருந்த அட்டையைக் காட்டி சீனாக்காரி களிடம் கொஞ்சிக்கொண்டிருந்தார். அவள் என்ன சொல்கிறாள் என்று எனக்குப் புரியவில்லை. ஆனால் தர்முவின் முகம் மெல்ல மெல்லக் கடுப்பாகிக் கொண்டிருப்பதை மட்டும் என்னால் புரிந்துகொள்ள முடிந்தது. என்னிடம் அவர் ஒரு வார்த்தை கூட பேசாமல் வந்து கொண்டிருந்தார். நான் பேச்சுக் கொடுத்தபோது கூட முகத்தைச் சுளித்தார். சீனாக்காரியிடம் அவர் காட்டியது கறுப்பு அட்டைகளை. அவள் கடையில் குவிந்து கிடந்தவை அனைத்தும் வெள்ளை அட்டைகள். வெள்ளை அட்டைகள் அவித்த பிறகு மேல் பகுதி கறுப்பாகவும் அடிப்பகுதி வெள்ளையாகவும் மாறி விடும். கவிழ்ந்து கிடந்தால், வெள்ளை அட்டைகளும் கறுப்பாகதான் தெரியும். தவிர, சீனாக்காரியின் கடையில் இருந்த வெள்ளை அட்டைகள் ஒவ்வொன்றும் சுமார் இருநூறு கிராம் எடையில் இருப்பவை. இந்த அளவு அட்டைகளை நான் தைமூர் கடலில் பார்த்ததே இல்லை.

''கறுப்பு அட்டைகளை அவள் கிலோ ஐந்து டாலருக்குதான் கேட்கிறாள். நாம் வாங்கி அவித்துக்கொண்டு வந்த செலவே பத்து டாலருக்கும் மேல்'' என்றார் தர்மு.

''நீங்கள் காட்டியது கறுப்பு அட்டைகளை. அது விலை போகாது என்றுதானே நான் ஆரம்பத்தில் இருந்து சொல்லிக்கொண்டிருக்கிறேன். கையிலிருக்கிற வெள்ளை அட்டைகளை அவளிடம் காண்பியுங்கள்'' என்றேன். அவர் அதை அவளிடம் காட்டியபோது அவள் முகம் மலர்ந்து அவரிடம் ஏதோ சொன்னாள். அது என்ன என்பது எனக்குப் புரியவில்லை. முகமது பாய் என்னைக் கட்டியணைத்து வரவேற்றார். தர்முவைக் கட்டியணைத்தபோது தர்மு விலகியபடி தன் உடலை விடுவித்துக்கொண்டதை நான் ரசிக்கவில்லை. வந்ததில் இருந்து தர்மு அமைதியாக அமர்ந்திருந்தார்.

நாங்கள் காட்டிய வெள்ளை அட்டைகளைப் பார்த்துவிட்டு, ''அதிக பட்சமாக கிலோ 80 டாலருக்குப் போகும். அது தவிர நீங்கள்

கொண்டுவந்த அட்டைகள் இன்னும் காயவேண்டும். காய்ந்தால் எடை குறையும்'' என்று சொல்லி தர்முவின் பக்கம் அந்த அட்டைகளைத் தள்ளிவிட்டார் முகம்மது பாய். தர்மு என்ன நினைத்தாரோ, 'அது எப்படி அட்டைகளை நீங்கள் தள்ளிவிடலாம்' என முகம்மதுவிடம் சண்டை போட்டுக்கொண்டு வெளியே போய் நின்று கொண்டார். எனக்கு ஒரு மாதிரியாகிவிட்டது. இந்த முட்டாள் பயலை வைத்துக்கொண்டு என்ன செய்வது? முகம்மது பாயை நான் சமாதானப்படுத்தினேன். இதுபோல் எத்தனை பேரை நான் பார்த்திருக்கிறேன் என்பதுபோல சாதாரணமாக அவர் எடுத்துக் கொண்டார்.

''இவருடன் இணைந்து நீ வியாபாரம் செய்வதை மறு பரிசீலனை செய். இவர் வியாபாரத்திற்கு ஏற்ற ஆள் கிடையாது. புரிந்து கொள்ளும் பக்குவம் இவரிடம் கிடையவே கிடையாது'' என்று முகம்மது பாய், தர்முவைப் பற்றிய சரியான கணிப்பைச் சொன்ன போது நான் வாயடைத்துப் போனேன். முகம்மது பாயே மேலும் தொடர்ந்து சொன்னார்:

''அட்டை அவிக்கிற தொழிலைக் கற்றுக்கொள்வது கடினம். அது உனக்கு எளிதாகக் கைகூடி வந்திருக்கிறது. இந்தோனேசியாவில் உள்ள சுரபயா தீவில் இவை அதிகமாகக் கிடைக்கின்றன. உனக்கு அங்கு தொடர்பிருந்தால் அங்கு போ!'' என்றார். எனக்கு உடனடியாக தினேஷனின் ஞாபகம் வந்தது. நாங்கள் பேசிக்கொண்டிருக்கும் போது தர்மு திரும்பவும் உள்ளே வந்தார். அவர் என்னைப் பார்த்து, கிளம்பு போகலாம் என்றார். முகம்மது பாய் தர்முவை அமரச் சொன்ன போது 'உங்களோடு நான் எந்த விதத்திலும் வியாபாரம் செய்ய விரும்பவில்லை' என்றார் முகத்தில் அடித்தாற்போல. முகம்மது பாய் பொறுமையாக, நாங்கள் கொண்டு போயிருந்தவை களை எல்லாம் ஒரு துணிப் பையில் கட்டி என்னுடைய கையில் கொடுத்தார். நாங்கள் வெளியேறினோம். நான் தர்மசங்கடத்துடன் முகம்மது பாயைப் பார்த்துச் சிரித்தபோது, அதே தர்ம சங்கடத்துடன் அவரும் என்னைப் பார்த்துச் சிரித்தார்.

தர்முவுடனும் எல்.டி.எல்.லுடனுமான என்னுடைய ஆட்டம் முடிவுக்கு வந்துவிட்டதை நான் உணர்ந்தேன். பழைய இந்த ஆட்டத்தைப் பற்றி இனி யோசித்துப் பயனில்லை. தேர்வு எழுதி முடிவுகளும் வந்த பிறகு எழுதிய தேர்வைப் பற்றி யோசித்துப் பயனில்லை. இனி இதை மாற்ற முடியாது. முடிவுகள் வந்த தேர்வைத் திரும்பவும் எழுத முடியாது. இனிப் புது ஆட்டம்தான் என்கிற உறுதியான முடிவிற்கு நான் வந்தேன். இனிப் பழைய

ஆட்டத்தைப் பற்றி ஒருபோதும் கவலை கொள்ளக்கூடாது என்கிற முடிவிற்கும் நான் வந்து சேர்ந்தேன். இப்படியாகதான் அட்டை வியாபாரத்தில் தர்முவின் ஆர்வம் வடிந்துபோனது. பாய் சொன்ன சுரபயா கதைகளினால் அட்டை வியாபாரம் குறித்த புது ஆர்வம் எனக்குள் ஊற்றெடுத்தது. நாங்கள் திரும்பி வருகிற வரை ஒரு வார்த்தை கூட ஒருவருக்கு ஒருவர் பேசிக் கொள்ளவேயில்லை. காஃபி குடிக்கும்போது கூட தர்மு தனியாகதான் போய்க் குடித்தார். நாகரிகத்திற்காகக் கூட அவர் எனக்கு அழைப்பு விடுக்கவில்லை. மொத்தத்தில் தர்மு எங்களுக்கு எதிரானவராக ஆகிப்போனதற்கு சிங்கப்பூர் பயணமும் ஒரு காரணம். நாங்கள் இல்லாமலேயே அட்டை அவிப்பதற்கு அந்தச் சீனாக்காரியிடம் ஆட்களைப் பேசியிருக்கிறார் என்று, நான் வந்த பிறகு முகம்மது பாயிடம் அவரிடம் வட்டிக்கு வாங்கியிருக்கிற அவள் சொல்லியிருக்கிறாள். பிற்பாடு முகம்மது பாய் என்னிடம் சொன்ன இந்த உண்மை இரண்டாவது காரணம்.

15

மேகி நூடுல்ஸ் பற்றி இந்தியாவில் பிரச்சினை பற்றியெரிந்தது உங்களுக்கு ஞாபகம் இருக்கலாம். அதற்கு எதிராக எல்லா வகைகளிலும் எப்படி யெப்படி கொடி பிடித்தார்கள் என்பதும் உங்களுக்குத் தெரிந்ததே. என்னுடைய பிரச்சினை அதுவல்ல. அதைவிட கொடூரம் தைமூரில் நடப்பதை யாரும் உணர்ந்ததாகவே தெரிய வில்லை. விலை குறைவாகக் கிடைக்கிறது என்பதற்காக, அந்த மக்கள் குப்பைக் கீரையைக் கூட உண்ணத் தயாராக இருக்கிறார்கள் என்கிற போது, நூடுல்ஸ் பற்றி கேட்கவே வேண்டிய தில்லை. இந்தோனேசியாவில் இருந்து இறக்குமதியாகும் செடாப் என்கிற நூடுல்ஸிற்கு அவர்கள் அடிமையாகக் கிடந்தார்கள். குழம்பு என்று எதுவும் இல்லாமல் சோற்றையும் நூடுல்ஸையும் ஒன்றாகப் பிசைந்து சாப்பிடுபவர் களைப் பார்த்திருக்கிறீர்களா? நான் பார்த்தது மட்டுமில்லை, இந்தியா திரும்புவதற்கு முந்தைய சில நாட்கள் வேறு வழியில்லாமல் நானும் அதைச் சாப்பிட்டிருக்கிறேன். 15 சென்ட் விலையில் கிடைக்கும் உணவு அது. அதைவிட குறைவான விலையில் எதையாவது சாப்பிட வேண்டுமானால், நாய்க்கறித் துண்டுகளைதான் வாங்கிச் சாப்பிடவேண்டும். என்னுடைய இந்தப் பத்திய உணவுப் பழக்கத்தில் அஜயும் வந்து ஒட்டிக்கொண்டான். அவனுக்கும்

அப்போது வேலையில்லை. தர்முவால் அவனும் அப்போது ஏதோ ஒரு காரணத்திற்காக வேட்டையாடப்பட்டிருந்தான் என்பதால், எதிரிக்கு எதிரி நண்பன் என்ற வகையில் இருவரும் வழக்கத்தை மீறி நெருக்கமான நண்பர்களாகி இருந்தோம்.

தர்மு எடுக்கும் வெப்சைட் டிசைன் வேலைகளுக்கு மேற்பார்வை யாளராக இருந்தான் அஜய். தர்முவிற்கும் அவனுக்கும் முட்டிக் கொண்டதால், காவியனின் இன்னொரு தொழிலில் அவன் வேலை யாளாகச் சேர்ந்தான். ஆனால் அந்த நிறுவனத்திலிருந்தும் அவனை நீக்கிய பிறகுதான் தர்மு ஆசுவாசமடைந்தார். வறுமை குத்திக் கிழிக்காத ஆர்வம் அஜயினுடையது. நான் போயிருந்தபோது தைமூரில் வந்து குவிந்திருக்கிற ஐக்கிய நாடுகள் சபை காவலர்களின் தயவில் அஜயின் வாழ்க்கை ஓடிக்கொண்டிருந்தது. அஜய் மலேசியாவைச் சேர்ந்த தமிழன் என்பதால், தைமூருக்கு வரும் மலேசியக் காவல்துறையினர் முதலில் சந்தித்து இந்த தேசத்தைப் பற்றி அஜயிடம்தான் அப்டேட் செய்துகொள்வார்கள். தைமூரில் காலத்தைக் கழிக்கப் போகும் அத்தனை நல்ல உள்ளங்களுக்கும் உற்ற நண்பனாக அஜய்தான் இருந்தான். நானும் அவனிடம் இப்படி மாட்டிக்கொண்டதில் ஆச்சரியம் இல்லைதானே?

அஜய் என்னைத் தைமூரின் மூலை முடுக்குகளுக்கெல்லாம் அழைத்துச் சென்று பல்வேறு தொழில் வாய்ப்புகளை எனக்கு அறிமுகப் படுத்தினான். தர்முவிற்கு ஆகாத ஆள் என்பதால், நாங்கள் அந்தக் குட்டியூண்டு தலைநகரான டெல்லியில் தலைமறைவாகச் சுற்றிக் கொண்டிருந்தோம். பெரும்பாலும் நள்ளிரவு பார்ட்டிகளில்தான் நாங்கள் சந்தித்துக்கொள்ள முடிந்தது. அஜய் ஒரு வித்தியாசமான பேர்வழி. கவலை என்பது அவனது அகராதியில் கிடையவே கிடையாது. உன்னால் மட்டும் எப்படி இப்படி இருக்க முடிகிறது என்று கேட்டால், பல நாட்டுத் தண்ணீர் குடித்தவன் பாஸ் நான் என்பான் சிரித்துக்கொண்டே. உண்மையில் அவன் பல நாட்டுத் தண்ணீர் குடித்தவன்தான். அவன் பல தேசத்து நண்பர்களைக் கொண்டிருந்தான். லாவோஸ், கம்போடியா, பப்புவா நியூகினியா என தொழில் நிமித்தமாக அஜய் ஒரு சுற்று சுற்றி வந்து கடைசியில் தைமூரில் நிலை கொண்டிருந்தான். என்ன தொழில் என்று கேட்கிறீர்களா? அது ஒரு தினுசான தொழில். அதைப் பற்றிச் சொல்வதற்கு முன்பு நான் அசிங்கப்பட்ட கதையொன்றைச் சொல்லிவிடுகிறேன்.

ஒருமுறை நள்ளிரவு பார்ட்டி ஒன்றிற்கு ஒரு ஃப்ரெஞ்சுக்கார நண்பனை அழைத்து வந்திருந்தான். அஜய் அவன் தோழியோடு ஒதுங்கிக்கொண்டதால், நான் அந்த ஃப்ரெஞ்சுக்காரனோடு

மாட்டிக்கொண்டேன். ஃப்ரெஞ்சுக்காரன் தனக்கு மருவானா என்கிற கஞ்சா வேண்டும் என்று ஒற்றைக்காலில் நின்றான். நான் அல்பியிடம் கேட்டு வாங்கிக் கொடுக்க வேண்டும் என நினைத்துக் கொண்டேன். அதை நான் அவனிடம் சொன்னபோது ஏமாற்றமடைந்தான். நான் கண்டிப்பாக வாங்கித் தருவதாகச் சமாதானம் சொன்னேன். அவன் உடனடியாக வேண்டும் என்று அடம் பிடித்ததால் அந்த நள்ளிரவில் நாங்கள் ரோமியோவைப் போய்ப் பார்ப்பது என முடிவு செய்தோம்.

ஏற்கெனவே இருவரும் போதையில் இருந்தோம். அவனால் எழுந்து நடக்கவே முடியவில்லை. நான் அவனை மெல்ல என் தோள் மீது சாய்த்து காருக்கு அழைத்துச் சென்றேன். நான் கார் ஓட்டியபடி, அவனிடம் பேச்சுக் கொடுத்துக்கொண்டே வந்தேன். அவன் ஆம்ஸ்டர்டாம் காஃபி ஷாப்புகளிலேயே கஞ்சா விற்பார்கள் என்று சொல்லிவிட்டு அதை அவன் வாங்கி வந்து ஃப்ரான்ஸில் வைத்து அடிப்பதைப் பற்றிச் சொல்லிக் கொண்டிருந்தான். ஃப்ரான்ஸில் கஞ்சா புகைப்பவர்களை ஒன்றும் செய்ய மாட்டார்கள். விற்பவர் களைதான் தண்டிப்பார்கள் என்று சொல்லிக் கொண்டிருந்தவன் திடீரென ஸ்பானிய தேசத்தைப் பற்றிப் பேச ஆரம்பித்தான். நானும் அவனிடம் எதையாவது சொல்ல வேண்டும் என்பதற்காக, உலகிலேயே அழகான ஆண்கள் ஸ்பானியர்கள்தான் என்றதும் அவனது முகம் வெளிறியது. வண்டியை நிறுத்தச் சொன்னான். இல்லை போகலாம் என்று சொன்னபோதும் அவன் அதைச் சட்டை செய்யவில்லை. என்னைத் திரும்பவும் பாருக்கு அழைத்துச் செல்வதிலேயே குறியாக இருந்தான். திரும்பி வரும்போது அவன் என்னிடம் எதையும் பேசவில்லை. அப்புறம் ஒருநாள் ஓய்வாக இருக்கும்போது அஜயிடம் அவன் ஏன் அன்று அப்படி நடந்துகொண்டான் என்று கேட்டுவிட்டு நான் சொன்னதையும் சொன்னேன். அதற்கு அஜய் சிரித்துக்கொண்டே சொன்னான். ''ப்ரோ, ஸ்பானியப் பெண்கள்தான் மொராக்கோ தேசப் பெண்களுக்கு நிகராக அழகானவர்கள். நீ ஸ்பானிய ஆண்கள் அழகானவர்கள் என்று சொன்னதால், உன்னை அவன் ஹோமோ செக்ஸ் தேர்வாளன் என்று புரிந்து கொண்டான். அந்த நள்ளிரவில் உன்னிடம் சிக்கிக்கொள்ளக் கூடாது என்பதால், தப்பித்து வந்தது கடவுள் புண்ணியம் என்று சொல்லிக் கொண்டிருந்தான்'' என்று அஜய் சொன்னபோது நான் ஒரு முடிவெடுத்தேன். இனிப் பேச்சுக்காக என்றுகூட தெரியாத விஷயங்களை யாரிடமும் பேசக் கூடாதென்று.

அஜய் அந்த ஃப்ரெஞ்சுக்காரனோடு இணைந்து ஏதோ தொழில் வாய்ப்பை உருவாக்கப் போவதாகச் சொல்லிக் கொண்டிருந்தான். இந்த இடத்தில் அஜயின் தொழிலைப் பற்றிச் சொல்வதுதான்

பொருத்தமாக இருக்கும். அவன் ஏன் லாவோஸில் இருந்து துரத்தப்பட்டான்? அவன் ஏன் கம்போடியாவில் இருந்தும் பப்புவா நியூகினியாவில் இருந்தும் தைமூருக்கு ஓடி வந்தான் என்கிற கதையை இந்த இடத்தில் சொன்னால்தான் பொருத்தமாக இருக்கும். ஒவ்வொரு நாட்டிற்கும் சென்று அங்குள்ளவர்களோடு நெருக்கமாகப் பழகுவான் அஜய். அங்கு அவர்களிடம் மலேசியாவில் வேலை வாங்கித் தருவதாகச் சொல்லி பணம் வாங்கி சிலரைப் பொறுப்பாக மலேசியாவிற்கும் அனுப்பி வைப்பான். இங்குள்ள ஆட்களை மலேசியாவிற்கு ஏற்கெனவே போன ஆட்களோடு பேச வைப்பான். அங்கு போய்ச் சேர்ந்தவர்கள், தாங்கள் வந்து சேர்ந்த நாட்டில் பாலாறும் தேனாறும் ஓடுவதாகச் சொல்வார்கள். மேலும் பலரை அங்கு அழைத்துப் போவதாகச் சொல்லிப் பணம் வசூல் செய்ய ஆரம்பிப்பான் அஜய்.

இதில் என்ன சுவாரஸ்யம் என்கிறீர்களா? இதுதான் பல தேசங்களிலும் நடக்கிறதே என்கிறீர்களா? அங்கேதான் அஜயின் சாமர்த்தியம் ஒளிந்திருக்கிறது. மலேசியாவில் துப்பாக்கி முனையில் மிரட்டி பாலாறும் தேனாறும் ஓடுவதாகச் சொல்ல வைத்திருப்பான். இந்த விஷயம் தெரிந்து ஏமாந்தவர்கள் அவனைப் பல நாடுகளில் தேடிக் கொண்டிருக்கிறார்கள். பிரச்சினையில்லாத நாடு தைமூர்தான் என்று முடிவெடுத்து இங்கு வந்து நிலை கொண்டிருந்தான். அவன் ஏமாந்ததும் இங்கேதான். 15 சென்ட் கொடுத்து செடாப் நூடுல்ஸ் வாங்கிச் சாப்பிடும் நாட்டில், வெளிநாட்டு வேலைக்கென்று டாலர்களை எப்படிக் குவிப்பது? அதிலும் தைமூரில் பலரிடம் பாஸ்போர்ட் எடுக்கவே காசில்லாத நிலையில், அஜய் சோர்ந்து போயிருந்த நேரத்தில்தான் நான் அங்கு போய்ச் சேர்ந்தேன். என்னுடன் சேர்ந்து நேர்மையான தொழில் ஒன்றைச் செய்யலாம் என்கிற முடிவிற்கு வந்து சேர்ந்தான் அஜய். எனக்கும் தைமூர் பற்றியும் பிற நாடுகள் பற்றியும் தெரிந்தவன் ஒருத்தன் என்னுடன் இருந்தால் நல்லது என்பதால் அவனை என்னோடு இணைத்துக்கொண்டேன். அவனை என்னோடு இணைத்துக் கொண்டதற்கு இது மட்டும் காரணமில்லை. அவன் என்னை எப்போதும் உற்சாகமாக வைத்துக் கொண்டான். எந்தநேரமும் பறவைபோல் பிற தேசங்களுக்குப் பறப்பது குறித்த கனவுகளை எனக்குள் விதைத்துக்கொண்டே இருந்தான். அஜயின் காதலியான அந்த மலாய்க்காரி என்னை அவளது சொந்த சகோதரன் போல பாவித்தாள் என்பதும் இன்னொரு காரணம். சீன மொழியில் அவளை நான் 'அம்மாயிங்க்' என அழைக்கும்போது உண்மையில் அவளது கன்னங்கள் பூரிப்பில் சிவந்து போகும். அவள் அஜய் இல்லாத நேரங்களில் என்னை வெளியில் அழைத்துச் செல்வாள். பிற

தேசத்துப் பெண்கள் என்றாலே, உடனடியாகப் படுக்கைக்கு அழைப்பார்கள் என்கிற என்னுடைய பத்தாம் பசலித்தனத்தை மடை மாற்றியவள் அவள்தான். அவள் அங்குள்ள தொண்டு நிறுவனம் ஒன்றில் ஆசிரியையாகப் பணிபுரிந்து கொண்டிருந்தாள்.

வறுமையில் உழலும் குடும்பத்தைச் சேர்ந்த அவளுக்கு இந்தியாவின் வளமையை அனுபவிக்க வேண்டும் என்பதே வாழ்நாள் இலட்சியம். நான் அவளை இந்தியாவிலுள்ள அத்தனை இடங்களுக்கும் அவர்களது திருமணத்திற்குப் பிறகு அழைத்துச் செல்வதாக வாக்குறுதி கொடுத்திருந்தேன். அவள் ஒரு முறை என்னிடம் சொன்னாள். 'அஜய் என்னுடைய காதலன்தான். அவனைதான் நான் திருமணமும் செய்துகொள்ளப் போகிறேன். அதிலெல்லாம் மாற்றுக் கருத்தில்லை. ஆனால் அவனிடம் நீ கொஞ்சம் பார்த்துப் பழகு. ஏனெனில் அவன் பிரச்சினைகள் சூழ்ந்தவன். அதிலிருந்து தப்பிக்கும் வித்தை அவனுக்கு நன்றாகத் தெரியும். உனக்கு அந்த வித்தை சுட்டுப் போட்டாலும் வராது. ஏனெனில் நீ தொழில்காரன் இல்லை. கனவுலகச் சஞ்சாரி.' இதைதான் அவளுக்குத் தெரிந்த மொழியில் என்னிடம் சொன்னாள். அவள் சொன்னதைப் புரிந்துகொள்ளும் படியான சந்தர்ப்பமும் எனக்கு வெகு சீக்கிரத்திலேயே வாய்த்தது.

அஜய்க்கும் எனக்கும் நீண்ட நாள் ஆசை ஒன்றுண்டு. குட்டிச் சாத்தான்களை எங்கள் மீது ஏற்றிக்கொள்ள வேண்டும் என அதைப் பற்றித் தொடர்ந்து பேசிக்கொண்டிருந்தோம். அதன் மகிமையை உணர்த்தும்படியாக அஜய் எனக்கு ஒரு கதையையும் சொன்னான். அவனுக்குத் தெரிந்த சீனன் ஒருவன் அத்தனை தில்லுமுல்லு வேலைகளையும் செய்பவன். அவனை மலேசிய போலீஸில் வலை விரித்துத் தேடிக்கொண்டிருந்தார்கள். அவன் ஒரு முறை பாங்காங்கில், அவனுடைய தோழன் ஒருவனைச் சந்தித்தபோது, தங்கள் மீது குட்டிச்சாத்தானை ஏற்றிக்கொள்வது பற்றிப் பேசியிருக்கிறார்கள். அதன்படி அந்தச் சீனனும் பல்வேறு ஆராய்ச்சிகளில் ஈடுபட்டு சுரபயா தீவில் இது மாதிரி குட்டிச் சாத்தான்களை ஏற்றித் தரும் நாட்டுப் பூசாரிகள் இருக்கிறார்கள் என்று கண்டடைந்தார்கள். அதன்படியே கிட்டதட்ட இரண்டு மாதங்கள் சுரபயாவிலேயே காலத்தைக் கழித்துக் கடைசியில் பூசாரிகளைக் கண்டடைந்திருக்கிறார்கள். சீனன் மீது படுபயங்கரமான கூடு விட்டுக் கூடு பாயும் குட்டிச் சாத்தான் ஒன்றை ஏவி ஏற்றி வைத்திருக்கிறான் பூசாரி. ஏற்றிய பிறகு, பாட்டில்களை நொறுக்கி அதில் உருளச் சொல்லியிருக்கிறார்கள். உருண்டு எழுந்தால் உடம்பில் ஒரு இடத்தில்கூட ரத்தம் இல்லை. தண்ணீரில்லாத பாழும் கிணறொன்றிற்குள் குதிக்கச் சொல்லியிருக் கிறார்கள். வெறும் கால்களோடு குதித்திருக்கிறான் சீனன். பூக்களைக்

கொட்டி வைத்த மேடையில் குதிப்பதுபோல இருந்திருக்கிறது. குட்டிச் சாத்தானோடு விமானம் ஏறி மலேசியா வந்த அந்தச் சீனனை அதற்கடுத்து போலீஸால் நெருங்க முடியவில்லை. போலீஸின் தோளைத் தட்டிச் சீனன் அழைக்கும்போதுகூட போலீஸால் அவன் இருக்கும் இடத்தை அறிந்துகொள்ள முடியவில்லை என இந்தக் கதையை அஜய் என்னிடம் சொல்லி, நாமும் நம் மீது ஆளுக்கொரு குட்டிச் சாத்தானை ஏற்றிக்கொள்வோம் என்றான்.

''உன்னைதான் போலீஸ் தேடுகிறது. அதனால் நீ ஏற்றிக் கொள்ளலாம். எனக்கெதற்கு குட்டிச் சாத்தான்?'' என்றேன்.

''ப்ரோ, பிரச்சினைகளில் உழல்பவர்கள் மட்டுமே ஏற்றிக்கொள்ள வேண்டும் என்றில்லை. உன்னைப்போல காதல் பித்துப் பிடித்தவர்கள் ஒரு நல்ல காதல் வயப்படும் குட்டிச் சாத்தானை ஏற்றிக் கொண்டால், இன்னும் ரசனையாக இருக்கும் வாழ்க்கை'' என்றான் அஜய்.

''அது என்ன காதல் வயப்படும் குட்டிச் சாத்தான்?''

''ப்ரோ, காதல் ஆசை நிறைவேறாமல் செத்துப் போய் சாத்தான்களான ஆவிகளை ஏற்றிக்கொண்டால், அது உன் வழியாக தீவிரமாக இந்தப் பிறவியில் காதலிக்க ஆரம்பிக்கும். பார்க்கிற பெண்களெல்லாம் உன் மேல் மையல் கொள்வார்கள்'' என்று சொன்ன அஜய் குப்பாங்கில் குட்டிச் சாத்தான்களை ஏற்றித் தரும் பூசாரிகள் இருப்பதாகவும் சொன்னான். தவிர இன்னொன்றையும் எனக்குச் சொன்னான். காஃபி லுூவாஃக்குகள் தைமூரில் விலை அதிகம் என்பதால், இந்தோனேசியப் பணத்தில் குப்பாங்கில் மலிவாகக் கிடைக்கும் என்பதால் அங்கு போகலாம் என்றான். ஒருவேளை தர்மு என்னை குப்பாங் அனுப்பக் கூடாது என இதற்காகதான் தடுத்தார் போலிருக்கிறது என்று நினைத்துக்கொண்டேன். ஒரு வேளை குட்டிச் சாத்தானை என் மீது ஏற்றிக்கொண்டு அவருக்குக் குடைச்சல் கொடுக்க ஆரம்பித்து விடுவேனோ என்றுகூட அவர் பயந்திருக்கலாம் என்று தோன்றியது. ஒருவழியாக குப்பாங் போவதென தீர்மானித்தோம். தர்மு தனிப்பட்ட பயணமாக அவருடைய மனைவியுடன் சிங்கப்பூர் போயிருந்த காலத்தை நாங்கள் அவருக்குத் தெரியாமல் போவதற்குப் பயன் படுத்திக்கொள்ளலாம் என திட்டமிட்டோம். பயண ஏற்பாடுகளை அஜய் செய்ய ஆரம்பித்தான். நான் குட்டிச் சாத்தான் பற்றியும் என் மேல் மையல் கொள்ளப்போகும் பெண்களைப் பற்றியும் கனவு காண ஆரம்பித்தேன்.

''உங்களை அனுமதிக்க முடியாது'' என்று என்னை விமான நிலையக் காவலர் வழிமறித்தபோது எனக்கு ஒன்றும் விளங்கவில்லை.

''ஏன்? எதற்காக? என்னுடைய பாஸ்போர்ட், விசா எல்லாம் சரியாகதானே இருக்கின்றன. தவிர, தைமூரில் உள்ள நிறுவன மொன்றின் பங்குதாரர் நான். அதற்கான ஆவணங்களும் அதை உறுதி செய்வதற்கான தொலைபேசி எண்களும் என்னிடம் இருக்கின்றன'' என நான் விளக்கிக்கொண்டிருப்பதை அவன் காதிலேயே வாங்கவில்லை. என்னை அழைத்துச் செல்வதிலேயே குறியாக இருந்தான். தொடர்ந்து நான் பேசிக்கொண்டிருந்ததால், ஒரு கட்டத்தில் எரிச்சலாகி என்னைத் தள்ளிக்கொண்டு போக முயன்றான்.

''நான் இந்தியாவில் இருந்து வருகிறேன். பன்னாட்டளவில் எங்களால் பெரிய பிரச்சினைகளை உங்கள் மீது உருவாக்க முடியும். எங்கள் நாட்டில்தான் காவல்துறை முரட்டுத்தனமாக நடந்துகொள்ளும். வெளி நாடுகளில் காவல்துறையினர் பதமாக நடந்து கொள்வார்கள் என்றுதானே நான் கேள்விப்பட்டிருக்கிறேன்'' என்றேன் நான்.

''அது நீங்கள் செய்கிற வேலையைப் பொறுத்த விஷயம். இனி நான் சொல்வதை மட்டும்தான் நீங்கள் செய்ய வேண்டும் என்பது என்னுடைய மேலதிகாரிகளின் உத்தரவு'' என்று சொன்ன காவலன் கிட்டதட்ட என்னை இழுத்துக்கொண்டு போய் ஒரு அறைக்குள் தள்ளினான். என்னை அவன் தள்ளிக்கொண்டு போனபோது கவுன்ட்டரின் அந்தப் பக்கம் நின்றிருந்த அஜய் பரிதவிப்புடன் பார்த்துக் கொண்டிருந்தான். அந்தக் காவலரிடம் ஏதோ பேசுவதற்காக நெருங்கி வந்தவன், என்ன நினைத்தானோ அப்படியே பின்வாங்கி விட்டான். அவன் நின்றுகொண்டிருப்பதை என்னால், கண்ணாடிச் சாளரத்தைத் தாண்டிப் பார்க்க முடிந்தது. விமான நிலையக் காவலனுக்கு பாஷா மொழி மட்டுமே நன்றாகத் தெரிந்திருந்தது. ஆங்கிலம் அவனுக்கு அவ்வளவாக வரவில்லை. நான் சொன்னது எதுவும் விளங்கவில்லை என்பது அவன் என்னுடன் தொடர்ந்து பாஷாவில் பேசிக் கொண்டிருக்கும்போதே புரிந்தது.

எனக்குப் பதற்றத்தில் உள்ளங்கைகள் வியர்த்தன. என் உடல் பூராவும் ஒரு மெல்லிய நடுக்கம் பரவியது. நடுக்கத்தை மறைப்பதற்காக, அமர்ந்திருந்த நாற்காலியை இறுகப் பற்றிக்கொண்டேன். அடிக்கடி எச்சில் முழுங்குவதை இதுபோன்ற சமயங்களில் தவிர்க்க வேண்டும் என எங்கோ படித்தது நினைவிற்கு வந்தது. ஆனால் முடியவில்லை. அஜய் நின்றிருப்பது எனக்கு நன்றாகத் தெரிந்தது. என்னை அவனால் பார்க்க முடியாது. வேறு வழியில்லை. நான் என்ன குற்றம் செய்தேன்? யோசித்துப் பார்த்தேன். ஒருவேளை இதெல்லாம் தர்முவின் வேலையாக இருக்குமோ என்றெல்லாம் யோசித்தேன். அப்படி நடப்பதற்கும் வாய்ப்புகள் இருக்கின்றன. ஏற்கெனவே

தர்முவின் சிங்கப்பூர் நண்பருக்கு நடந்ததில்லையா இதுபோல்? ஒருவேளை நாங்கள் குட்டிச் சாத்தான் ஏற்றிக்கொள்ளப் போகும் விஷயம் இவர்களுக்குத் தெரிந்துவிட்டதோ?

''எங்கிருந்து வருகிறீர்கள்? நீங்கள் யார்? எதற்காக எங்களது நாட்டிற்கு வருகிறீர்கள்?'' என்று விசாரணையைத் துவக்கினார் அந்த உயரதிகாரி.

எனக்கு இந்தோனேசியாவின் சட்டங்களைப் பற்றி நன்றாகத் தெரியும். போதைப் பொருள் கடத்தினால் மரண தண்டனை. ஆனால் நான் போதைப் பொருள் எதையும் கடத்தவில்லை. என்னுடைய கைப்பை இது அல்ல. என்னுடைய நண்பனுடையது என்று சொல்லவும் மனமில்லை. ஏனெனில் எதற்காக நான் தடுத்து நிறுத்தப்பட்டிருக்கிறேன் என்றும் அவர்கள் சொல்லவில்லை. என்னுடைய சந்தேகமெல்லாம் தர்முவைச் சுற்றி மட்டுமே இருந்தது.

''நீங்கள் ஏதேனும் தீவிரவாதக் குழுவின் அங்கத்தினரா அல்லது ஆதரவாளரா?'' என்று அந்த உயரதிகாரி கேட்டபோது பயம் என் உச்சந்தலையை அடைந்தது.

''இல்லை. நான் தொழில் நிமித்தமாக தைமூர் வந்தேன். அதே தொழில் நிமித்தமாகதான் இங்கும் வருகிறேன். எனக்கும் நீங்கள் கேட்பவற்றுக்கும் எந்த சம்பந்தமும் இல்லை. அதோ என்னுடைய நண்பன் அங்கேதான் இருக்கிறான். அவனிடம் வேண்டுமானால் கேட்டுப் பாருங்கள்'' என நான் சொல்லி முடித்த அடுத்த ஐந்தாவது நிமிடத்தில் அஜயை அந்த இடத்திலிருந்து தூக்கிக்கொண்டு வந்து எனக்குப் பக்கத்து அறையில் போட்டார்கள். அங்கு அஜய்க்கு அடிகூட விழுந்தது என பின்பு என்னிடம் சொன்னான்.

''நீங்கள் உண்மையைச் சொல்லிவிட்டால் உங்களுக்கு நல்லது. உங்களை நாங்கள் எந்த விதத்திலும் சித்திரவதை செய்ய மாட்டோம் என என்னால் உறுதி சொல்ல முடியும். உங்களது நாட்டுத் தூதருக்கு இன்னமும் நாங்கள் விஷயத்தைச் சொல்லவில்லை. உங்களுக்குத் தேவைப்பட்டால், அழைக்கலாம்'' என்றார் அவர்.

''தேவையில்லை. ஏனெனில் நான் ஒரு குற்றமும் செய்யவில்லை என்றுதான் நினைக்கிறேன். எதற்காகத் தேவையில்லாமல் என்னுடைய பெயரை எங்களுடைய தூதரகத்தில் கெடுத்துக்கொள்ள வேண்டும். நான் தொழில் பார்க்க வந்திருக்கிறேன். நிறைய முதலீடுகளை உங்களது நாட்டிற்கு அழைத்து வரக்கூடிய அளவிற்கான வல்லமை என்னிடம் இருக்கிறது. நீங்கள் உங்களது நாட்டில் தொழில் செய்ய வரும் முதலீட்டாளர்களை இப்படியா நடத்துவது?'' நான் பேசியதைக் காது கொடுத்துக் கேட்டான் அந்த உயரதிகாரி.

''முதலீட்டாளர்களை எங்களது நாடு சிவப்புக் கம்பளம் விரித்து வரவேற்கிறது. ஆனால், முதலீட்டாளர்கள் போர்வையில் வந்த தீவிரவாதிகளை என்ன செய்வது?'' என்று சொன்னதும், ''என்னை எப்படி நீங்கள் தீவிரவாதி என்று சொல்ல முடியும்?'' என நான் கத்தியதை சைகையால் அமர்த்திய அந்த உயரதிகாரி என்னுடைய செல்ஃபோன், பாஸ்போர்ட் உள்ளிட்டவைகளைக் கேட்டான். நான் தயக்கமில்லாமல் எடுத்துக் காட்டினேன்.

''எதற்காக மலேசியாவிற்கு அடிக்கடி போய் வருகிறீர்கள்?'' என்றான்.

நான் மலேசிய போலீஸ் அதிகாரி தினேஷனை சந்திக்கப் போவது பற்றிச் சொன்னதும் ஒரு கணம் அந்த உயரதிகாரி யோசித்தான். தினேஷனின் எண்ணைக் கேட்டான். நான் செல்ஃபோனை எடுத்து நோண்டி அதை எடுத்துக் கொடுத்ததும், இருங்கள் என்று புன்னகையுடன் சொல்லிவிட்டு எழுந்து போனான். அந்த அறையில் நான் தனித்து விடப்பட்டேன். சுவர்களைப் பார்த்தேன். விட்டத்தைப் பார்த்தேன். கடிகாரத்தைப் பார்த்தேன். கிட்டதட்ட ஆறு மணி நேரம் அங்கேயே அமர வைக்கப்பட்டிருந்தேன். இடையில் சாண்ட்விச்சும் காஃபியும் கொண்டுவந்து கொடுத்தாள் ஒரு விமானப் பணிப்பெண் போலிருந்தவள். நான் எந்தத் தயக்கமுமில்லாமல் அதை எடுத்துச் சாப்பிட்டேன். நன்றாகவே உள் இறங்கியது. எந்தப் பிரச்சினையுமில்லாமல், என்னுடைய பயம் மெல்ல அடங்கி அடுத்த கட்டத்தை எதிர் நோக்கியிருந்தது. கொஞ்சம் துணிச்சல் வந்தது. கைகள் நடுங்குவது மட்டுப்பட்டாலும், வியர்ப்பது மட்டும் அடங்கவில்லை. எதற்காக இங்கே வந்தேன்? எதற்காக இந்த அஜய் பயலைச் சந்தித்தேன்? அஜயின் காதலி என்னை எச்சரித்ததும் நினைவிற்கு வந்தது.

அதே சமயம் அஜய் என்னை விட்டு எங்கும் ஓடிப் போகவில்லை என்பதும் நினைவிற்கு வந்தது. ஆனால் ஏன் அஜய் எனக்காகப் பேசாமல் நின்றுவிட்டான் என்பது மட்டும் உறுத்திக்கொண்டே இருந்தது. ஒருவேளை அவன் பேச முற்பட்டு அவனது பழைய கதைகள் காவல் துறையினருக்குத் தெரிய வந்து விடுமோவென அவன் பயந்துகூட போயிருக்கலாம். அஜய் என்னுடைய நண்பன். ஒருபோதும் என்னைச் சிக்கலில் ஆழ்த்தமாட்டான் என என் உள்மனம் சொன்னது. நாங்கள் எங்களுடைய எல்லாத் துயரங்களையும் பகிர்ந்து கொண்டிருந்திருக்கிறோம். பசியைப் பகிர்ந்திருக்கிறோம். கனவுகளைப் பகிர்ந்திருக்கிறோம். என் யோசனைகள் விரிந்தபடியே இருந்தன. எதிலும் ஒரு நிலைகொள்ள முடியவில்லை. அப்போதுதான் கதவைத் திறந்துகொண்டு திமுதிமுவென காவலர்கள் உள்

நுழைந்தார்கள். காவலர்களுக்குப் பின்புறம் நின்றுகொண்டிருந்த நபரை எனக்கு நன்றாகத் தெரியும். அஜயுடன் தைமூரில் வைத்துச் சந்தித்த ஐக்கிய நாடுகள் சபைக்காகப் பணியாற்ற வந்த மலேசிய காவல்துறை அதிகாரி. தெரிந்த முகத்தைப் பார்த்த பிறகுதான் எனக்கு மூச்சு நன்றாக ஏறி இறங்கியது.

''நீங்கள் விடுவிக்கப்படுகிறீர்கள். தொந்தரவிற்கு மன்னிக்கவும்'' என்றான் அந்த உயரதிகாரி.

எனக்குக் கோபம் பொத்துக்கொண்டு வந்தது. ''எதற்காக என்னை இவ்வளவு நேரம் சித்திரவதை செய்தீர்கள்? அதற்கு நீங்கள் பதில் சொல்லியே ஆகவேண்டும். உங்கள் நாட்டு உயரதிகாரிகளிடம் நான் உங்களைப் பற்றிப் புகார் செய்வேன்'' என்றெல்லாம் நான் பேசிக் கொண்டிருந்தபோது, அஜயின் நண்பரான அந்தக் காவல்துறை அதிகாரி என்னை மறித்து அமைதியாக இருக்கச் சொன்னார். நான் விட்டால் போதும் என்கிற மனநிலையில் இருந்ததால், அமைதியானேன். அந்த அறையை விட்டு வெளியே வந்ததும், என்ன நடந்தது என வெளியில் அப்பாவியாய் நின்று கொண்டிருந்த அஜயிடம் கேட்டேன்.

அந்தக் கப்பி முண்டை என்ன செய்திருக்கிறான் தெரியுமா? ஊருக்குப் போவதற்காகக் கைப்பையை இனாமாக ஒரு ஐக்கிய நாடுகள் சபைக் காவலனிடம் கேட்டிருக்கிறான். தன்னுடைய துப்பாக்கியில் பொருத்தப்படும் மேகசினும் மறதியாகக் கைப்பையில் வைத்துக் கொடுத்ததை இந்தக் கப்பி முண்டை கவனிக்கவே இல்லை. மேகசின் கையுமாகப் பார்த்ததால் தீவிரவாதி என்று முத்திரை குத்திவிட்டார்கள். அஜயினுடைய செல்ஃபோனிலிருந்து எண்களை எடுத்துப் பரிசோதித்து அழைத்துப் பேசிய பிறகு இந்த விவரமெல்லாம் தெரிய வந்திருக்கிறது. என்னுடைய இந்திய எண்களுக்கெல்லாம்கூட அழைத்துக் களேபரம் செய்திருக்கிறார்கள். கடைசியில் தைமூரில் உள்ள ஐக்கிய நாடுகள் சபைக் காவலர், அந்தத் துப்பாக்கி வைத்திருந்ததற்கான சான்றிதழ் மற்றும் பிற விவரங்களை நேரில் கொண்டுவந்து தந்து விளக்கியதால் நாங்கள் விடுவிக்கப்பட்டோம். நான் இந்தக் கதையைக் கேட்டதும், அஜயைப் பார்த்து முறைத்தேன். அவன் வழக்கம்போல 'ப்ரோ, இதுவும் ஒரு அனுபவம்' என சிரித்தான். நாங்கள் கிளம்ப எத்தனிக்கையில், என்னைத் திரும்பவும் உள்ளே அழைப்பதாகக் காவலன் ஒருவன் வந்து சொன்னான். நான் யோசனையோடு உள்ளே நுழைந்தேன். அந்த உயரதிகாரி இந்த முறை எழுந்து நின்று என்னை வரவேற்றார். எனக்கு இப்போது அவர் மீதான பயம் விடுபட்டுப் போயிருந்தது. அவரைச் சாதாரணமாக எதிர்கொண்டதை அவரும்

கண்டுகொண்டார். அவரும் என்னைச் சாதாரணமாகவே அணுகினார். அவர் திரும்பவும் என்னுடன் கைகுலுக்கினார். இப்போது அதில் சிநேகம் இருந்தது. ஒரு கட்டத்தில் அவருடைய தோற்றம் எனக்கு யாரையோ நினைவுபடுத்தியது. மீண்டும் மீண்டும் நினைவிற்குக் கொண்டுவந்தேன். ஆமாம். சரியாக ஞாபகம் வந்துவிட்டது. அலுவலகத்தில் என்னுடைய உயரதிகாரி அந்த மேனன் போலவே இருந்தார். நான் நெருங்கிப் பார்க்கும்போது அவர் ஒரு தந்தையைப் போலவே தெரிந்தார் எனக்கு.

ஒரு எண்ணைக் காட்டி, ''இந்த நபர் உன்னுடைய நண்பரா?'' என்று கேட்டார்.

நான் எண் குறிப்பிடப்பட்டிருக்கிற காகிதத்தை வாங்கி உற்றுப் பார்த்தேன். அது தர்முவினுடைய எண். ''நண்பர் இல்லை. தொழில் பங்குதாரர்'' என்றேன்.

''நீ அவருடன் தொழில் செய்வதைப் பற்றி மீண்டும் பரிசீலனை செய்'' என்றார் அந்த அதிகாரி.

''எதற்காக அப்படிச் சொல்கிறீர்கள்?'' என்றேன்.

''நாங்கள் அவரை அழைத்து உன்னைப் பற்றி விசாரித்தபோது, நீ யாரென்றே தெரியாது என்று சொன்னார் இவர்'' என்றார் அவர்.

16

'கப்பல்கள் கட்டப்படுவது கடலில் நீந்துவதற் காகவே, கரையில் நிறுத்தி வைப்பதற்காக அல்ல.' கேப்டன் கோபிநாத்தின் 'சிம்ப்ளி ஃப்ளை' புத்தகத்தில் உள்ள இந்த மேற்கோளைத் தற்செயலாகக் காகிதம் ஒன்றில் எழுதி வைத்திருந்தேன். ஒருமுறை நான் வேலையாக இருக்கும்போது, அந்தக் காகிதத்தை என்னுடைய மேசையில் வைத்துவிட்டு உள்ளே சென்றிருந்த போது காவியன் அதைப் படித்துவிட்டு, அந்தப் புத்தகம் என்னிடம் இருக்கிறதா என்று கேட்டார். நானும் இருக்கிறதென சொல்லி, புத்தகத்தைக் கொடுத்தேன். அதிலிருந்து காவியன் என்னிடம் நெருக்கமாகப் பழகத் துவங்கினார். அவர் விமான சர்வீஸ்களை பாலியில் நடத்தி வந்த விஷயமெல்லாம் தெரியும் என்றாலும், அதற்கப் புறம்தான் அது பற்றிய மேலதிக விஷய மெல்லாம் எனக்குத் தெரிய வந்தது. தர்முவும் காவியனும் நெருக்கமான நண்பர்கள் என்பது போல் வெளித் தோற்றத்திற்குத் தோன்றினாலும், முரண்பாடுகளின் மூட்டையாய் இருவரும் அலைந்து கொண்டிருப்பதை நான் ஒரு சில சம்பவங்களிலேயே கணித்துவிட்டேன்.

மாதாந்திரப் பங்குத் தொகையை ஒவ்வொரு வரிடமும் வசூலித்து அதை ஏசாவின் வழியாகச் செலவு செய்வது, அட்டையைக் கொள்முதல்

செய்வது, ஊழியர்களுக்குச் சம்பளம் போடுவது எல்லாம் என்னுடைய வேலைகளாக இருந்தன. ஒவ்வொரு மாதமும் தனக்கான பங்குத் தொகையை வெகு தாமதமாகதான் என்னிடம் தருவார் காவியன். தர்முவிற்கு இந்த விஷயத்தில் காவியன் மீது வருத்தம். நான் சில மாதங்கள் காவியனுக்கான பங்குத் தொகையை அவர் தரும் வரை என் கையில் இருந்து போட்டுச் செலவழித்தேன். இந்த விஷயத்தை எப்படியோ தர்மு மோப்பம் பிடித்துவிட்டார். எதற்காக காவியனுக்கான பணத்தை நீ போட்டாய் என்று ஒரு முறை என்னிடம் கேட்டார். இது ஒன்றும் உங்கள் ஊரில் விளையாடப்படும் சிறுபிள்ளை விளையாட்டல்ல, மாதா மாதம் சரியாகத் தனது பங்குத் தொகையைக் கொடுக்க வக்கில்லாதவனெல்லாம் பிஸினஸிற்கு வரவே கூடாது என ஒரு முறை காட்டமாகக் குறிப்பிட்டார். ஒரு முறை காவியனின் சுருட்டு வைபோகத்தின்போது தர்மு சொன்னதை நான் காவியனிடம் போட்டுக் கொடுத்தபோது அவர் அதைப் பற்றி அலட்டிக் கொள்ளவில்லை. மேலும் மேலும் நான் வலியுறுத்திச் சொன்னபோது, 'தர்மு எதாவது நல்லபடியாகச் சொன்னார் என்று என்னிடம் நீ சொல்லியிருந்தால்தான் நான் ஆச்சரியப்பட்டிருப்பேன்' என்றார் காவியன் சர்வ சாதாரணமாக. 'தனிப்பட்ட முறையில் ஆராய்ச்சி செய்து கொண்டிருக்காதே. நீ மனநல மருத்துவன் கிடையாது. வணிகன். ஏறி மிதித்துப் போய்க்கொண்டே இருக்க வேண்டும்' என தீவிரமாக எனக்கு ஆலோசனைகள் சொன்னார். தர்முவிற்கும் எனக்கும் விரைவில் முட்டிக்கொண்டுவிடும் என்பதை முன்கூட்டியே கணித்தார் காவியன். தனியாக நாம் இருவரும் செய்வதற்கு நிறைய விஷயங்கள் இங்கே இருக்கின்றன. ஆனால் கொஞ்சம் பொறுமை யாக இரு என்று என்னிடம் அடிக்கடி சொல்லிக்கொண்டே இருப்பார் காவியன். இந்தியாவில் இருக்கும் என்னுடைய தொடர்புகளைப் பயன்படுத்தி முதலீட்டாளர்களைக் கவர்ந்து வரச் சொல்லி என்னைத் தயார்படுத்திக்கொண்டே இருந்தார். அதற்கான வாய்ப்புகள் சிலவற்றையும் எனக்குக் கொடுத்தார். அந்த வாய்ப்புகளை என்னால் பயன்படுத்திக்கொள்ள முடியாமல் போனதற்கு நான் காரணம் இல்லை. பேராசை கொண்ட காவியனின் வணிக மந்திரம்தான் அதற்குக் காரணம்.

ஒக்காசியாவில் நான் அட்டை பிடித்துக்கொண்டிருந்தபோது ஒருமுறை காவியன் அவசரமாக அழைத்தார். காவியன் தொலைபேசியில் அழைக்கிறாரென்றால், அதில் முக்கியத்துவம் கண்டிப்பாக இருக்கும். அங்கு லோக்கல் தொலைபேசி அழைப்பிற்கான கட்டணம் ஒரு நிமிடத்திற்கு 25 சென்ட்கள் என்பதால், பெரும்பாலும் காவியன் எந்த விஷயத்திற்காகவும் யாரையும் அழைக்கமாட்டார். ஒவ்வொரு

நாள் இரவும் பத்து மணிக்கு அவர் எங்களைக் கண்டிப்பாகச் சந்தித்து விடுவார் என்பதால், அந்த நேரத்தை நாங்கள் பேசுவதற்குப் பயன்படுத்திக்கொள்வோம். மற்றபடி அவசரம் என்றால்தான் அவர் தொலைபேசியில் அழைப்பார். சிக்கனம் என்பதை அவரிடம்தான் கற்றுக்கொள்ள வேண்டும். அதைப் பற்றிக் கேட்டால், 'வீணாக்கும் ஒவ்வொரு தம்பிடிக் காசும் என் குழந்தைகளின் சிரிப்பு' என்பார். 'எங்கே இருக்கிறாய்? உடனடியாகக் கிளம்பி வா. யாரிடமும் இதைப் பற்றிச் சொல்லாதே. நடந்த பிறகு சொல்லிக்கொள்ளலாம்' என்றார் என்னிடம். நானும் அரக்கப் பரக்க ஓடிப் போனேன் காவியனிடம்.

அரசாங்கம் தன்னுடைய ஆரம்ப சிகிச்சை மைய ஊழியர்களுக்கு இரு சக்கர வாகனங்களை வழங்கத் திட்டமிட்டிருக்கிறது. மொத்தமாக 300 பைக்குகள் வாங்கப்போகிறார்கள். இந்தியாவிலிருந்து அதை இறக்குமதி செய்ய முடியுமா என்றார். நானும், 'முடியும் அதற்கான தொடர்புகள் என்னிடம் இருக்கின்றன' என்றேன். அது போக அரசாங்கத்திற்காகச் சில மென்பொருள் சேவைகளையும் செய்து தரவேண்டும். தற்சமயம் பிரேசிலில் இருந்துதான் கோழி இறைச்சியையும் முட்டைகளையும் இறக்குமதி செய்துகொள்கிறார்கள். எனவே இந்த மூன்று விஷயங் களையும் செய்கிற மாதிரி நல்ல முதலீட்டாளர்கள் உன்னிடம் இருக்கிறார்களா என்று கேட்டார். இந்த மூன்று விஷயங்களுமே என்னால் செய்யப்பட முடிந்தவை என்று நான் அவருக்கு விளக்கிய போது அவர் என்னைக் கிட்டதட்ட கட்டிப் பிடிக்காத குறையாக உச்சி மோந்தார். நான் உடனடியாக காவியன் கேட்ட வேலைகளுக்கான அடிப்படைப் பணிகளைத் துவங்கினேன். நான் யாரிடமும் இது குறித்து மூச்சு விடவில்லை. முபாரக் அண்ணன் மட்டும் நான் தீவிரமாக எதையோ செய்து கொண்டிருப்பதைப் பார்த்துவிட்டு, என்னிடம் விஷயத்தைப் போட்டு வாங்கிவிட்டார். 'காவியனை நம்பி நீ பாழும் கிணற்றில்கூட குதிக்கலாம்' என முபாரக் அண்ணன் எனக்கு நம்பிக்கை கொடுத்தார்.

அதற்கடுத்த பத்து நாட்கள் நான் அந்த வேலையிலேயே மூழ்கி விட்டேன். சந்தோஷ்கூட இரண்டொரு முறை என்னிடம் என்ன செய்துகொண்டிருக்கிறாய் என்று கேட்டார். நான் பிறகு சொல்கிறேன் என்று மட்டும் சொல்லி அவ்வப்போது தப்பித்துக் கொள்வேன். இடையில் தனிப்பட்ட வேலை என்று சொல்லிவிட்டு இது சம்பந்தமாக நான் இந்தியா வந்து போனேன். தமிழகத்தின் மிகப் பெரிய மோட்டார் இரண்டு சக்கர வாகன நிறுவனத்திடம் பேச்சு வார்த்தை நடத்தினேன். சிக்கன் விஷயத்திலும் தமிழ்நாட்டின் மிகப் பெரிய அந்த நிறுவனத்தைத் தொடர்புகொண்டு முதல்கட்டப் பேச்சு வார்த்தைகளை முடித்தேன். மென்பொருள் நிறுவனம் ஒன்றின்

பணியாளர்கள் சிலரை என்னுடைய தொடர்புகள் மூலம் பிடித்தேன். அவர்கள் ஒரு மாதம்கூட எனக்காக விடுமுறை எடுத்துக்கொண்டு வந்து தைமூர் அரசாங்கத்தின் மென்பொருள் தேவையைப் பூர்த்தி செய்வதாக எனக்கு உறுதி தந்தார்கள். கிட்டதட்ட எல்லா வேலைகளும் முடிந்துவிட்டன என்பதால், மறுபடி தைமூருக்கு விமானத்தைப் பிடித்தேன்.

நான் போனபோது காவியன் ஆஸ்திரேலியாவிற்குச் சென்றிருந்தார். போனதிலிருந்தே யாரையும் தொடர்புகொள்ளவில்லை என்று சொன்னார்கள். காவியன் ஒருபோதும் இது மாதிரி இருந்ததேயில்லை. அவருடைய எல்லா தொலைபேசி எண்களையும் நான் தொடர்பு கொண்டபோதும் காவியனைப் பிடிக்க முடியவில்லை. ஒரு வாரம் கழித்து காவியன் திரும்பி வந்தபோது, இரண்டு நாள் தாடியுடன் இருந்தார். இந்தத் தோற்றத்திலும் அவரை நான் பார்த்தது இல்லை. அவர் யாரிடமும் எதையும் பேசவில்லை. தனிமையை அதிகமாக நாடினார் என்பதை அவரைப் பார்க்கும்போதே தெரிந்தது. அந்த மாதத்திற்கு மட்டுமல்லாமல், அடுத்த மாதத்திற்கான பங்குத் தொகையை யும் முன்கூட்டியே என்னிடம் அவர் தந்தபோது, என்னாச்சு என்று கேட்டேன். அவர் நீண்ட தயக்கத்திற்குப் பிறகு என்னிடம் மட்டும் அந்த உண்மையைச் சொல்லிவிட்டு, வேறு யாரிடமும் சொல்லிவிட வேண்டாம் என்று கேட்டுக்கொண்டார் என்பதால், அந்த உண்மையை நான் உங்களுக்கும் சொல்லப்போவதில்லை.

அடுத்த ஒரு வாரத்திற்குள் காவியன் சகஜநிலைக்கு வந்துவிட்டார். இடையில் திமோர் ஓட்டலில் பணிபுரியும் அந்தப் பெண்ணைக் கூட போய்ச் சந்தித்தார் என்று எனக்கு கேப்டன் சொன்னார். பழைய காவியன் களத்தில் இறங்கியபோது, நான் இந்தியா போய் எல்லா ஏற்பாடுகளையும் செய்துவிட்டு வந்திருப்பதைச் சொன்னேன். அதற்காக எனக்கு நேரம் ஒதுக்கித் தந்தார் காவியன். நான் மறுபடியும் எனது முதலீட்டாளர்களை அழைத்துப் பேசினேன். எல்லோரிடமும் உத்தரவாதங்களைப் பெற்றுக்கொண்டேன். அவர்கள் என்னிடம் பொருளாதார ரீதியாகச் சில உத்தரவாதங்களையும் கேட்டார்கள். நான் காவியன் பற்றி எடுத்துச் சொல்லி, பக்கா புரஃபஷனலிஸ்ட் அவர் என்றேன். என்னுடைய முதலீட்டாளர்களுக்கு, காவியன் அனுப்பிய மெயில்களைக் காண்பித்தேன். காவியன் பயன்படுத்திய ஆங்கிலத்திலேயே என்னுடைய இந்திய முதலீட்டாளர்கள் மிரண்டு விட்டார்கள் என்பதை அவர்களுடைய கேள்விகளிலிருந்தே என்னால் உணர முடிந்தது. காவியனை அவர்கள் ஆஸ்திரேலியாக்காரராக நினைத்துக்கொண்டார்கள். அவர் தமிழர் என்று சொல்லியபோது அதை ஏமாற்றத்துடன்தான் எதிர்கொண்டார்கள்.

ராசிப்படி வழக்கமான ரஷக்கிடோவின் கடற்கரையோர உணவகத்தில் எனக்காக முன்னமே வந்து காத்துக்கொண்டிருந்தார் காவியன். அவருக்கு நேரம் தவறுவது எப்போதும் பிடிக்காது என்பதால், அட்டை அதிகமாக அன்று வந்து இறங்கியிருந்ததால் தாமதமாகி விட்டது என்றதை அவர் ஏற்றுக்கொண்டார். நான் என்னுடைய யோசனைகளை அவருக்குச் சொல்ல ஆரம்பித்தேன். முதலீட்டாளர் கள் பற்றிச் சொன்னேன். அவர்கள் தாங்கள் அனுப்பும் பொருட்களுக்கு வங்கிகள் வழியாக உத்தரவாதம் கேட்பதைச் சொன்னேன். இதைக் கேட்டதும் காவியன் நக்கலாகச் சிரித்தார்.

''ஏன் உங்களது முதலீட்டாளர்கள் உங்களை நம்புவதில்லையா?'' என்றார்.

''நம்பிக்கை கொள்வதற்கு இது என்ன லட்சக்கணக்கிலான பரிமாற்றமா? கோடிக்கணக்கான ரூபாய்க்கான பொருட்களின் பரிமாற்றம்'' என்றேன்.

காவியன் என்னுடைய வாதத்தை ஏற்றுக்கொள்ளவேயில்லை. தொடர்ந்து சம்பந்தமேயில்லாமல் பல விஷயங்களைச் சொல்லி வாதிட்டுக்கொண்டிருந்தார். முதல் முறையாக காவியன் முட்டாள் தனமாகப் பேசிக்கொண்டிருப்பதைப் பார்த்தேன். பொருட்களை காவியனின் கம்பெனி பெயரில் அனுப்ப வேண்டும். அவர் கம்பெனி சார்பாக அரசுக்கு அந்தப் பொருட்களை விற்பார். அரசு 3 மாதங்கள் கழித்துப் பணத்தைத் தரும்போது, அதில் தன்னுடைய லாபத்தை எடுத்துக்கொண்டு, என்னுடைய முதலீட்டாளர்களின் பணத்தை என்னிடம் திருப்பித் தருவார். அதில் நான் என்னுடைய லாபத்தை எடுத்துக்கொண்டு முதலீட்டாளர்களின் பணத்தைத் திருப்பிக் கொடுத்துவிட வேண்டும். இதுதான் காவியன் சொன்ன யோசனை. முகம் தெரியாத உங்களை நம்பி எப்படி என்னுடைய முதலீட்டாளர் கள் பொருட்களைத் தருவார்கள் என்று நான் கேட்டபடியே இருந்ததை காவியன் பொருட்படுத்தாமல் முட்டாள்தனமாகப் பேசியபடியே இருந்தார். இது சரிப்பட்டு வராது என தெளிவாக காவியனிடம் நான் சொன்னவுடன், உன்னுடைய சாமர்த்தியம் அவ்வளவுதானா என்று முகத்துக்கு நேராகவே என்னைக் கேலி பேசினார் காவியன். இதுவும் அவரது வழக்கமல்ல. உறவுகளில் அவர் அத்துமீறி தேவைக்கு அதிகமாக எப்போதும் ஒரு வார்த்தைகூட பேசமாட்டார். என்ன ஆனது காவியனுக்கு? ஊருக்குப் போய் வந்ததில் இருந்து என்னாகி விட்டது அவருக்கு? அந்தப் பிரச்சினை இவரை அந்தளவிற்கு பாதித்து விட்டதா என்ன? நான் குழப்பத்தில் ஆழ்ந்தேன். என்னுடைய முதலீட்டாளர்களை எப்படியாவது சமாதானப்படுத்தி காவியனின்

யோசனைக்கு ஒத்துவரச் செய்யச் சொல்லி என்னை வற்புறுத்தியது மட்டும் எனக்குக் கொஞ்சம்கூட பிடிக்கவில்லை. காவியனின் யோசனையை இந்திய முதலீட்டாளர்கள் எந்தக் கட்டத்திலும் ஒத்துக்கொள்ள மாட்டார்கள் என அவரிடம் தெளிவாக விளக்கிய பிறகும் மறுபடி மறுபடி அந்த விஷயத்தை என்னிடம் வலியுறுத்திய படியே இருந்தார். கட்டக்கடைசியில் எரிச்சலில் ''எப்படிதான் அவர்களைச் சமாதானப்படுத்துவது?'' என்றேன் நான்.

''நாங்கள் உங்களுக்கு சிறப்பான தொழில் வாய்ப்பை ஏற்படுத்தித் தருகிறோம் என்று சொல்'' என்றார் என்னிடம்.

''உங்களைப் பொறுத்தவரை அது தொழில் வாய்ப்பு. அவர்களைப் பொறுத்தவரை அது சூதாட்டம்'' என்றேன் நான். காவியன் விருட்டென்று எழுந்து தன் காரைக் கிளப்பிக்கொண்டு வெளியேறினார். இதையும் கூட அவரிடம் நான் ஒருபோதும் எதிர்பார்த்து இருந்ததில்லை. அவர் அப்படியான ஆள் கிடையாது என்பதுதான் இந்தச் சம்பவம் நடப்பதற்கு முன்பு வரை எனது எண்ணமாக இருந்தது. காவியன் சொந்தப் பிரச்சினையொன்றின் காரணமாக விரைவில் தைமூரை விட்டு வெளியேறப் போகிறார். அதற்குள் எவ்வளவு முடியுமோ அவ்வளவு சம்பாதிக்க வேண்டும் என திட்டமிடுகிறார் என, கேப்டன் அதற்கடுத்து சில நாட்கள் கழித்து என்னுடைய காதைக் கடித்தார். அது என்ன சொந்தப் பிரச்சினை? அதைதான் ஏற்கெனவே உங்களிடம் சொல்ல மாட்டேன் என்று சொன்னேனே...

17

விடுமுறை தினமான ஞாயிற்றுக்கிழமைகளில் எந்தத் திமோரியனும் உயிரே போனாலும் வேலைக்கு வரமாட்டான். கடற்கரை ஓரங்களில் அமர்ந்து பியர் குடிப்பது, காதலியைக் கடித்துக் கொண்டிருப்பதென அவரவர்க்கு ஒதுக்கப்பட்ட வேலைகளில் கண்ணும் கருத்துமாக இருந்து கொண்டிருப்பார்கள். ஆனால் அன்றைக்கு வழக்கத்தை மீறி ரோமியோ என்னைத் தேடிவந்த போது எனக்கு ஆச்சர்யமாக இருந்தது. ரோமியோ நிறை போதையில் நின்றிருந்தான். அல்பி, அல்பி என எதையோ சொல்லிக்கொண்டிருந்தான். அவன் உணர்ச்சி வேகத்தில் கைகளை ஆட்டிய படி பேசிக்கொண்டிருந்ததால் அவன் பேசியது எனக்கு விளங்கவில்லை. ஒருவாறு ஊகித்ததில் அல்பிக்கும் அவனுக்கும் கடுமையான சண்டை. அவ்வளவுதான். அவனது கைகளில் குத்தப் பட்டிருக்கும் டாட்டுக்களை மீறி ஆங்காங்கே சிராய்ப்புக் காயங்கள் இருந்ததை வைத்து பலமான சண்டையாக இருக்கும் அது என நான் யூகித்துக்கொண்டேன். என்ன நடந்தது என விசாரிக்கும் அளவிற்கு என்னுடைய மொழியறிவு போதுமானதாக இல்லை என்பதால் அமைதியாக அவன் சொல்வதை மட்டும் கவனித்துக் கொண்டிருந்தேன்.

கடற்கரையில் அட்டை வாங்குபவர்களோடு கூட்டுச் சேர்ந்துகொண்டு கம்பெனியை அல்பி

ஏமாற்றிக்கொண்டிருக்கும் விஷயம் எனக்கு எப்படித் தெரிந்தது என்று கேட்டு ரோமியோவை அடித்திருக்கிறான் அல்பி. இத்தனைக்கும் அல்பியின் சொந்த மச்சினன்தான் ரோமியோ. உடலெங்கும் டாட்டுக்களோடும் முகமெங்கும் புன்னகையோடும் உலா வரும் ரோமியோவை யாருக்குதான் பிடிக்காது? அவன் அந்த ஊர்ப் பெண்களின் கனவுக் கண்ணன். வாரா வாரம் எந்தப் பெண்ணுடன் எங்கே எப்படி இருந்தான் என்பதையெல்லாம் எனக்கு வீடியோவில் படமாகவே காட்டிவிடுவான் ரோமியோ என்பதால் எனக்கும் அவன் இஷ்டமானவன்தான். ரோமியோவை வைத்துதான் அல்பியின் தகிடுதத்தங்களை நான் துப்புத் துலக்கிக் கொண்டிருந்தேன். கடற்கரையோரத்திலிருந்து அட்டைகள் டன் கணக்கில் வந்து இறங்கின. அதில் பாதிக்கும் மேல் உணவுக்குகந்த அட்டைகளல்ல. இதைப் பற்றி தர்முவிடம் சொன்னபோது, உள்ளூர்க்காரர்களைப் பகைத்துக்கொண்டு எந்த விஷயமும் செய்ய முடியாதென சீரியஸாக ஆலோசனைகள் சொன்னார். நானே நேரே போகிறேன் என்று சொன்னபோது தர்முவின் முகம் மாறியது. வேறு வழியில்லாமல் என்னையும் உடன் அழைத்துச் செல்லச் சொல்லி அவர் அல்பியிடம் சொன்னபோது அவன் தேத்தூம் மொழியில் ஏதேதோ தர்முவிடம் சொல்லிக் கத்திக்கொண்டிருந்தான். அவரும் அவனிடம் சமாதானம் பேசிக்கொண்டிருந்தார். 'மாட்டிக்கொள்ளாமல் தவறு செய், என்ன இருந்தாலும் அவர்கள் என்னுடைய பார்ட்னர்கள்' என்று தர்மு, அல்பியிடம் சொன்னதாக, பிற்பாடு ஏசா என்னிடம் சொன்னாள்.

கடற்கரையில் அவர்களுடைய மக்களைக் கூட்டமாக நிறுத்திப் பிரசங்கம் செய்வதைப்போல அல்பி எதையோ பேசிக் கொண்டிருந்தான். அனைவரது முகங்களிலும் கடுமை தெரிந்தது. காரோட்டிக்கொண்டு வந்த ரோமியோவை தனியாக சிகரெட் பிடிப்பதற்கு அழைத்துச் செல்வதைப்போல தள்ளிக்கொண்டு போய்க் கேட்டேன். 'அல்பி நோ குட், அல்பி நோ குட்' என்று கைகளை வேஸ்ட் என்கிற பாவனையில் உதறிச் சொன்னான். ரோமியோ சொல்வதை என்னால் முழுமையாகப் புரிந்துகொள்ள முடியவில்லை என்பதால், குண்டுரை விட்டு விசாரிக்கச் சொன்னேன். அல்பி அந்த மக்களிடம், நாங்கள் அவர்களது செல்வங்களைக் கொள்ளையிட வந்திருப்பதாகவும் கிலோ கணக்கில் அல்லாமல் எண்ணிக்கை அடிப்படையில் அட்டை வாங்கத் திட்ட மிட்டிருப்பதாகவும் சிங்கப்பூரிலிருந்து கப்பல் ஒன்றை இங்கு கொண்டுவரத் திட்டமிட்டிருப்பதாகவும் சொல்லியிருக்கிறான். வெள்ளை அட்டை மட்டுமல்லாமல், கலந்து கட்டி எல்லா அட்டை களையும் எடுத்துக்கொண்டால்தான், இனி அட்டை பொறுக்கப் போவோம் என்று அல்பி என்னிடம் முறையிடச் சொன்னதாகவும்,

ஆனால் அந்த மக்கள் அல்பியை நம்பவில்லை என்றும் நடந்த விஷயங்களை குண்டுர் என்னிடம் விசாரித்துச் சொன்னான்.

இதற்கிடையே இன்னொரு விஷயத்தையும் ரோமியோ என்னிடம் சொன்னான். தினமும் இரண்டு கார்களுக்கும் சேர்த்து 40 டாலர்களுக்கு கியாஸ் நிரப்பினார்கள். எந்த வேலையும் நடக்காத போதும் இந்த 40 டாலர் கியாஸ் நிரப்புதல்கள் நின்றபாடில்லை. ஏசாவும் ஒருநாள் கணக்குப் பார்க்கும்போது இந்த விஷயத்தை என்னிடம் சுட்டிக்காட்டியிருந்தாள். தினமும் இரண்டு வண்டிகளை வீட்டுக்கு எடுத்துப் போகும் அல்பி, அதிலிருந்து பெட்ரோல் திருடுகிறான் என்கிற விஷயத்தை ரோமியோ என்னிடம் சொன்ன போது, அவனது குழந்தையின் மீது சத்தியமாக இது உண்மை என்றான். கிட்டதட்ட ஆறு மாதங்களாக இந்த விஷயம் நடந்துகொண்டிருக்கிறது. பெட்ரோல் இவ்வளவு அதிகமாக ஏன் போடுகிறீர்கள் என கேட்கும்போதெல்லாம், வண்டியின் மீது குறை சொல்லிக் கொண்டிருந்தார்கள். அதனால்தான் நான் முபாரக் அண்ணனிடம் இதைப் பற்றிக் கேட்டேன்.

அவர்தான் வண்டி வாங்கிய விவகாரத்தில் தர்மு செய்த முறைகேடு களை என்னிடம் போட்டுக் கொடுத்தார். இந்த விஷயங்களை நான் மீட்டிங்கில் பேச, தர்மு அதை அல்பியிடம் சொல்லியிருக்கிறார். ரோமியோவின் சிராய்ப்புக் காயங்களுக்கு இதுதான் காரணம். தர்மு எனக்குப் பரம விரோதியானதும் இதனால்தான்.

ரோமியோவை பயப்படாமல் இருக்கச் சொன்னேன். நாங்கள் தர்மு இல்லாமலேயே பல தொழில்களை இங்கு நடத்தத் திட்ட மிடுகிறோம் என்று சொல்லி ரோமியோவை தைரியப்படுத்தினேன். அறையிலிருந்து என்னை வெளியே வரச் சொன்னான் ரோமியோ. வெளியே ரோமியோவின் தோழி நின்று கொண்டிருந்தாள். ஹோட்டல் திமோரில் வீடியோ படம் எடுக்கிறான் என்று சொல்லி ஆப்கானிஸ்தான்காரன் ஒருவனைப் படுத்தி எடுத்தாளே, அவளேதான். ஏற்கெனவே ரோமியோ இவளுடைய பற்பல படங்களை எனக்குக் காட்டியிருந்தான். 'என்ன இது?' என்றேன் ரோமியோவிடம். ''உன்னுடன் இன்றிரவு தங்கிச்செல்ல ஆசைப்படு கிறேன்'' என்றாள் அவள். அவளை உள்ளே வரச் சொல்லிவிட்டு, நான் ஃப்ரிட்ஜைத் திறந்து இரண்டு ஆப்பிள் பழங்களை எடுத்து ரோமியோவிடம் ''குழந்தைகளுக்கு கொண்டுபோய் கொடு'' என்று சொல்லிக் கொடுத்தபோது ரோமியோவின் கண்கள் கலங்கியிருந்தன. அன்று இரவு முழுக்க ரோமியோவின் தோழியோடு பேசிக் கொண்டிருந்தபோது, சத்தியமாகப் பேசிக்கொண்டு மட்டும்தான்

இருந்தேன் என்று சொன்னால் நீங்கள் நம்பவா போகிறீர்கள்? என்னுடைய கைகளுக்குள் கோழிக்குஞ்சுபோல அமுங்கிக்கொண்டு அவள் ரோமியோவைப் பற்றிச் சொன்ன நல்ல கதைகளைக் கேட்ட போது, முன்னைக் காட்டிலும் ரோமியோவை எனக்கு மிகவும் பிடித்துப்போனது. இந்த தேசத்தில் நான் நிரந்தரமானவனாக ஆகும் போது என்னுடைய காரோட்டி ரோமியோதான் என நான் சத்தியம் செய்து கொடுத்ததில் அவளுக்கு ஏக சந்தோஷம்.

வழக்கத்தை மீறி இரண்டு நாட்களாக ரோமியோ வேலைக்கு வரவில்லை. எப்போதும் வேலை விஷயத்தில் ரோமியோ இப்படி இருந்ததில்லை. நான் ரோமியோ பற்றி அல்பியிடம் எதையும் கேட்கவில்லை. அல்பியின் ஆட்களிடமும் எதையும் கேட்கவில்லை. ரோமியோ எனக்கு அவ்வளவு நெருக்கம் என நான் காட்டிக் கொண்டால், உளவு வேலை அடிபட்டுப் போகும் என்பதால் அமைதியாகவே இருந்தேன். ஆனாலும் ரோமியோவிற்கு என்ன நடந்திருக்கும் என்கிற நினைவு மட்டும் வந்து அலைமோதியபடியே இருந்தது. அல்பி ஒருவேளை ரோமியோவை வேலையை விட்டு நிறுத்திவிட்டானோ என்றுகூட யோசனை வந்தது. இரண்டு நாள் தயக்கத்தை மீறி ஏசாவிடம் ரோமியோ பற்றிக் கேட்டபோது, ரோமியோவின் குழந்தைக்கு உடல் நலம் சரியில்லை எனவும் நாளைக்கு வந்துவிடுவான் என்றும் சொன்னாள்.

மறுநாள் ரோமியோ வந்தபோது, ரோமியோ மாதிரியே இல்லை. அவனுடைய முகம் களையிழந்திருந்தது. வழக்கமாக உற்சாகத்தின் வடிவமாய் வளைய வரும் அவன் அன்றைக்குக் கசங்கிப் போன காய்கறி மூட்டை மாதிரி இருந்தான். யாரையும் நிமிர்ந்து பார்க்காமல், வழக்கத்தை மீறி வேலையில் மட்டுமே கவனம் செலுத்திக் கொண்டிருந்தான். என்னைப் பார்த்துவிட்டுப் போகாமல் அவன் வேலை செய்துகொண்டிருப்பது என்னை என்னவோ செய்தது. வழக்கமாக இந்த நேரத்திற்கெல்லாம் அவன் ஆறேழு சிகரெட்டுகளை என்னிடம் இருந்து கடன் பெற்றிருப்பான். இன்றைக்கு நான் இருந்த திசைக்கே அவன் வரவில்லை என்பதால், நான் கொஞ்சம் தள்ளிப் போய் ஃபோனை எடுத்து ரோமியோவிற்கு அடித்தேன். அவன் வித்தியாச மாக தூரத்திலிருந்து ஃபோனை எடுத்துவிட்டு, ‘பேபி பேபி’ என்றான்.

அடுத்த நான்கு நாட்களுக்கு ரோமியோ வேலைக்கு வரவில்லை. நான் யாரிடமும் இதைப் பற்றிக் கேட்கவில்லை. ஏனெனில் அதற்கு முந்தைய சில தினங்களுக்கு முன்புதான் நான் லோக்கல் திமோரியன் களோடு சேர்ந்து கூத்தடிப்பதாக மீட்டிங்கில் வைத்து தர்மு வெளிப்படையாகக் குற்றம் சாட்டியிருந்தார். அது போக என்னுடைய

அறைப் பக்கம் பெண்கள் நடமாட்டம் அதிகமாக இருப்பதாகவும் தர்மு சொன்னபோது, அது அவருடைய சொந்த விஷயம் என காவியன் அதை நிராகரித்தார். உள்ளூர் ஆட்களுக்கு நம் மீது பயம் இருக்க வேண்டும் என தர்மு சொன்ன பாயின்ட்டை மட்டும் எல்லோரும் பிடித்துக்கொண்டார்கள். உள்ளூர் ஆட்களிடமிருந்து கூடுமானவரை விலகியிருப்பது என ஏகமனதாக முடிவு செய்ததனால், நான் யாரிடமும் ரோமியோவைப் பற்றிக் கேட்கவில்லை. ஆனாலும் ரோமியோ என்ன ஆனான் என்கிற கேள்வி மனதை அரித்துக் கொண்டே இருந்தது. தர்முவின் கைவண்ணத்தினால் ஏசாவிற்கும் மீட்டிங் விஷயம் அரசல்புரசலாகக் காதில் விழுந்திருக்கும்போல. தயக்கங்களை உடைத்துக்கொண்டு வந்து ஏசாதான் முதலில் என்னிடம் பேச ஆரம்பித்தாள். நானும் ரோமியோ பற்றிக் கேட்டேன். அவனுடைய குழந்தை செத்துப் போய்விட்டது என்று அவள் சொன்னபோது உண்மையிலேயே என் மனதில் துக்கம் வந்து கவ்வியது. எப்படி என்று கேட்டேன். ஏற்கெனவே சில நாட்களாகக் குழந்தைக்கு உடல் நலம் மோசமாகதான் இருந்திருக்கிறது. அன்று காலையில், நிலைமை மிகவும் மோசமாகவே தூக்கிக்கொண்டு ஆஸ்பத்திரிக்குச் சென்றிருக்கிறான் ரோமியோ. அங்கு குழந்தை செத்துவிட்டதாகச் சொல்லிவிட்டார்களாம். ரோமியோவின் வீட்டி லிருந்து ஆஸ்பத்திரி கிட்டதட்ட 14 கிலோ மீட்டர் தூரம். தூக்கிக் கொண்டு நடந்து போனார்களா என ஆச்சரியத்துடன் ஏசாவிடம் கேட்ட போது, ''வேறு வழியில்லை. எங்கள் தலையெழுத்து, டாக்ஸிக்குப் பணம் கொடுக்க முடியாமல் இதுபோல் பல உயிர்களைப் பலி கொடுத்திருக்கிறோம்'' என மிகச் சாதாரணமாகச் சொல்லிவிட்டு ஏசா என்னைக் கடந்து சென்றாள்.

எனக்குத் தூக்கம் பிடிக்கவில்லை. மீட்டிங்காவது மண்ணாவது... ரோமியோவை நேரில் போய்ப் பார்த்தே விடுவது என முடிவு செய்தேன். ஒவ்வொரு மாதமும் கடைசி ஞாயிற்றுக்கிழமை அல்பி, அவனுடைய பெற்றோரைப் பார்ப்பதற்காகத் தன் சொந்த கிராமத்திற்குப் போவான். அது தலைநகர் டெல்லியிலிருந்து வெகுதொலைவில் இருக்கும் ஒரு மலைக் கிராமம். ரஷக்கிடோ எங்களைப் பிரசாரத்திற்கு அழைத்துப் போனாரே, அந்தக் கிராமத்திற்குப் பக்கத்துக் கிராமம். நான் அல்பி இல்லாத அந்த ஞாயிற்றுக் கிழமையை ரோமியோவைப் பார்ப்பதற்கான நாளாகக் குறித்தேன். இவ்வளவு காலத்தில் பல சாலை வழிகள் எனக்குப் பழக்கமாகியிருந்தன. நானே காரை எடுத்துக்கொண்டு போய் ரோமியோவைப் பார்ப்பதென துணிந்தேன். ஏசாவிடம் விசாரித்ததில் ஓரளவிற்கு அவனது வீட்டு அடையாள மெல்லாம் தெரிந்துவிட்டது.

வீடு இல்லை அது. கிட்டதட்ட குடிசைதான். ஆனாலும் வாசலில் பூச்செடிகள் வைத்து ஒரு மாளிகையைப் பராமரிப்பதுபோல அலங்கரித்திருந்தார்கள். ஜட்டியில்லாமல் குழந்தைகள் அம்மணமாக வாசலில் விளையாடிக்கொண்டிருந்தன. உள்ளே எட்டிப் பார்த்தேன். ரோமியோ மட்டும் சுருண்டு படுத்துக் கொண்டிருந்தான். அவனுடைய மனைவியோ மற்றவர்களோ அங்கில்லை. ''ரோமியோ...'' என சத்தம் கொடுத்தவுடன் விழித்துக் கொண்டவன், என்னை அங்கே பார்த்த அதிர்ச்சியை முகமெல்லாம் வெளிப்படுத்தினான். கைகளைப் பிடித்துக்கொண்டான். கன்னத்தைத் தடவினான். கட்டியணைத்து முத்தம் கொடுத்தான். இடையிடையே கண்களைத் துடைத்துக் கொண்டான். வெளியே வந்து முற்றத்தில் அமர்ந்திருந்த என் கால் பக்கம் அமர்ந்துகொண்டு மெதுவாகக் கால்களை அமுக்கிவிட்டான். இரண்டு பேருமே எதையும் பேசிக்கொள்ளவில்லை. என்னிடம் பேசுவதற்கும் அவனுக்கு வார்த்தைகள் இல்லை. அமைதியாகக் கொஞ்ச நேரம் அமர்ந்திருந்த ரோமியோ எங்கோ போய் இரண்டு பிண்டாங் பியர்களை வாங்கி வந்தான். ஆளுக்கொன்றை உடைத்துக் குடித்தோம். வீட்டிற்குள் போய் வறுத்த வாழைக்காய்த் துண்டுகளைக் கொண்டுவந்து கொடுத்தான். இன்னும் இரண்டு பியர்கள் வாங்கிக் கொண்டு வரச் சொல்லிக் காசு கொடுத்தேன். தயக்கமே இல்லாமல் அதை வாங்கிக்கொண்டான் ரோமியோ. அவனுடைய மனைவியும் வீட்டிற்கு வந்து சேர்ந்தாள். அவனுடைய மனைவியிடம் 'மை மவுங் மை மவுங்' என்று என்னைக் காட்டிச் சொல்லி அறிமுகப்படுத்தி வைத்தான். இந்தப் பெண்ணை எங்கோ பார்த்த ஞாபகம் எனக்கு. ஆனால் உடனடியாக எந்த இடம் என்பது நினைவுக்கு வரவில்லை. நான் கிளம்பும் நேரம் வந்துவிட்டதாக உணர்ந்தேன். ரோமியோவைத் தவிர மற்றவர்கள் அல்பியுடன் கிராமத்திற்குச் சென்றிருப்பதாகச் சைகையில் சொன்னான் ரோமியோ. நான் கிளம்பும்போது ரோமியோவை அழைத்து இருபது டாலர் நோட்டொன்றை அவனுடைய கைகளில் திணித்தேன். அவனுக்கு அதைப் பார்த்தவுடன் பேச்சு மூச்சே வரவில்லை. 'இரு' என சைகை காட்டிவிட்டு வீட்டிற்குள் சென்றான். அவனுக்காக நான் காரில் அமர்ந்து காத்துக்கொண்டிருந்தேன். ஜீன்ஸ், டி-ஷர்ட் அணிந்து ரோமியோவின் மனைவி வெளியே வந்தாள். அவளுக்குப் பின்னால் ரோமியோவும் வெளியே வந்தான். காருக்கு வந்த ரோமியோ அப்போதுதான் என்னிடம் அந்த விஷயத்தைச் சொன்னான்.

''இன்றிரவு இவளை உன்னோடு தங்க வைத்துக்கொள்ள அழைத்துப் போ!''

18

தைமூர் போன புதிதில் தர்மு எவ்வளவோ எடுத்துச் சொல்லியும் சந்தோஷ் கேட்கவே யில்லை. தினமும் 130 டாலர் செலவில், முதலில் ஹோட்டல் திமோரில் அறை வாடகைக்கு எடுத்தார். ஹோட்டல் திமோரில் தினமும் அல்லது இரண்டு நாளுக்கு ஒரு தடவை அறை வாடகை கட்டவேண்டும். ஏற்கெனவே ஒரு சீனாக்காரன் ஒரு மாத காலம் தங்கியிருந்துவிட்டு அறை வாடகை கொடுக்காமல் தப்பித்துக் கொண்டு போய்விட்டான். அதிலிருந்து யாராக இருந்தாலும், எவ்வளவு பெரிய ஆளாக இருந்தாலும், அறை வாடகை விஷயத்தில் நான் சொன்னதைப்போலதான். ஹோட்டல் ரமலோவில் பதினைந்து நாட்களுக்கு ஒரு தடவை கட்டினால் போதும் என்பதால் அங்கு இடம்பெயர்ந்தோம். நான் எங்கள் அலுவலகம் இருந்த இடத்திலேயே உள்ள அறையில் தங்கிக் கொள்கிறேன் என்று சொல்லியும் சந்தோஷ் கேட்கவில்லை. அலுவலகம் என்றால் ஏதோ எட்டுக்கு எட்டு என்று நினைத்து விட வேண்டாம். சுமார் இரண்டு ஏக்கரில் செடிகொடி களுடன் அமைந்த காட்டு பங்களா அது. அதைக் கட்டிய இந்தோனேசியாக்காரன் அங்கு இல்லை. அவன் பாலியில் இருந்தான். அவனுடைய தைமூர்க்கார மனைவிதான் வாடகை

சமாசாரங்களைக் கவனித்துக் கொண்டிருந்தாள். அவள் உள்ளே வராமல் இருக்க, நாங்கள் படாதபாடு படுவோம். ஏனெனில் கடல் அட்டைகள் பற்றி அவளுக்கு நன்றாகத் தெரியும். அவள் பார்த்து விட்டால், கத்திக் கூப்பாடு போட்டுவிடுவாள். அல்லது வெளியே போய் எல்லோரிடமும் சொல்லிவிடுவாள். எனவே எல்லா நேரமும் வாசலில் ஒரு ஆளைப் போட்டு அவள் வருகிறாளா என்று கண்காணித்துக்கொண்டே இருப்போம். 'பங்களா மாதிரி இருக்கிற ஒரு வீட்டை விட்டுவிட்டு இப்படி ஹோட்டலுக்குப் போய் அநியாயமாகக் காசைக் கொடுக்கிறீர்களே' என்று தர்மு ஆரம்பத்தில் கடிந்துகொண்டதை சந்தோஷ் காதிலேயே போட்டுக் கொள்ளவில்லை.

'நாம் இது மாதிரி அலுவலக இடத்தில் தங்கினோம் என்றால், நம்மை மதிக்கவே மாட்டார்கள். நாம் முதலீட்டாளர்கள் என்கிற கெத்தோடு நடந்துகொள்ள வேண்டும்' என சந்தோஷ் எனக்கு வகுப்பெடுத்தார்.

''எனக்குக் கட்டுப்படியாகாது. எனக்கு முதலீட்டாளர்கள் என்கிற பெயரெல்லாம் தேவையில்லை. என் முதலீடு கரைந்து போகாமல் இருந்தால் சரி'' என்று சந்தோஷிடம் சொன்ன பிறகு முதல் பதினைந்து நாட்களுக்கு அவரே எனக்கும் சேர்த்து அறைக்குப் பணம் கட்டினார். ஆனால் அடுத்த சில நாட்களில் நான் மொத்தமாகத் தந்திருந்த டாலர்களில் இருந்து அறை வாடகையையும் கழித்துக்கொள்ள ஆரம்பித்தார். இதற்கிடையே தர்முவிற்கும் எனக்கும் முட்டல் மோதல் ஆரம்பித்ததால், அலுவலகத்தில் நான் தங்க முடியாமலும் போனது. வேறு வழியில்லாமல் சந்தோஷுடன் நான் ஹோட்டல் ரமலோவிற்குக் குடிபெயர்ந்தேன். சந்தோஷ் தைமூரில் இல்லாத சமயங்களில் கஜேந்திரன் வந்து என்னுடன் தங்கிக்கொள்வான்.

கஜேந்திரன் வரும்போதே கையில் சென்ட் ரெமி பிராந்தி பாட்டிலையும் அவன் கடையிலிருந்து பொரித்த முழுச் சிக்கனையும் கொண்டுவருவான். இருவரும் விடிய விடியப் பேசியபடியே குடித்துக்கொண்டிருப்போம். இடையில் நான் போய் நீந்துவேன். மறுபடி குடிப்பேன். மறுபடி நீந்துவேன். அவனுடைய கடையில் வேலை பார்க்கும் பெண்களை ஒரு முறை இரவு பன்னிரண்டு மணிக்கு மேல் அழைத்து வந்தான். நான் அந்தப் பெண்களோடு சேர்ந்து குடித்துவிட்டு, விடியும் வரை நீச்சல் குளத்தில் நீந்திக் கொண்டிருந்தேன். கஜேந்திரன் நல்ல போதையில் தூங்கிக் கொண்டிருந்ததால், இந்த விளையாட்டைத் துணிந்து மேற்கொண்டேன். கஜேந்திரன் ஆந்திராவில் இருந்து வந்தவன் என்றாலும் சுத்தமாகத் தமிழ் பேசுவான். 'வந்த ஏழு வருடங்களிலேயே கிட்டதட்ட மூன்று கோடி ரூபாய் அளவிற்கு சொத்து சேர்த்துவிட்டேன் அண்ணா' என்று

வெளிப்படையாகவே தன்னுடைய பொருளாதார நிலைமையை என்னுடன் பகிர்ந்துகொள்வான். ஒருமுறை தர்முவின் கார் கஜேந்திரனின் வீட்டருகே நின்றுகொண்டிருந்தது. என்னவாக இருக்கும் என்கிற சந்தேகத்தில் நான் நின்று பார்த்தபோது, அவன் தர்முவிற்குப் பணம் கொடுத்துக்கொண்டிருப்பதைப் பார்த்தேன்.

பிறகு அவனிடம் விசாரித்தபோது, அவன் உள்ளூரில் முக்கிய மானவர்களுக்கு மட்டும் வட்டிக்கு விடுவதாகச் சொன்னான். தர்முவிற்கே பண முடையா என்று கேட்டபோது, ''அண்ணே, அவர் விவரமானவர். வீட்டிற்கு கொண்டுபோன பணத்தை வெளியே எடுக்க மாட்டார். கையிலிருக்கிற பணத்தை செலவழிக்க மாட்டார். புதிதாக உங்களை மாதிரி ஆட்களிடம் இருந்து கிடைக்கும் பணத்தை சுற்றில் விட்டுக்கொண்டே இருப்பார்'' என்றான். அப்போதுதான் ஒரு முறை நாங்கள் அலுவலகத்திற்கு வாடகை தந்துவிட்டோம் என்று கணக்கில் ஏற்றிய பிறகும், வீட்டு உரிமையாளர் பெண்மணி வந்து சத்தம் போட்டுவிட்டுப் போனது எனக்கு ஞாபகத்திற்கு வந்தது. இரண்டு விரல்களைக் காண்பித்து அவள் சத்தம் போட்டபோது, ஆரம்பத்தில் எனக்கு மொழி புரியாததால், வேறு எதற்காகவோ திட்டிக் கொண்டிருக்கிறாள் என்று நினைத்துக்கொண்டேன். இரண்டு மாதங்களாக தர்மு வாடகை கொடுக்காமல் இருந்திருக்கிறார் என்பது இப்போதுதான் எனக்குப் புரிய வந்தது.

நான் வேலையெல்லாம் முடித்துவிட்டு ஒரு முறை ஹோட்டலுக்குப் போனபோது என்னுடைய சாவி சரி வர வேலை செய்யவில்லை. எவ்வளவோ முயன்றும் முன் பக்கமாகத் திறக்க முடியவில்லை. நீச்சல் குளம் இருக்கும் பின் பக்கமெல்லாம் போய்த் திறந்து பார்த்தும்கூட அது வேலை செய்யவில்லை. அப்போது ஹோட்டல் சிப்பந்தி ஒருத்தன் ஓடிவந்து என்னிடம் ஹோட்டல் உரிமையாளர் அழைப்பதாகச் சொன்னான். நான் போனபோது அந்த ஹோட்டலின் உரிமையாளரான தைவான்காரர் என்னை அமரச் சொல்லி பியர் கொடுத்து உபசரித்தார். பின்பு நேரடியாக விஷயத்திற்கு வந்தார்.

''நீங்கள் இங்கு தொழில் பார்க்க வந்திருக்கிறீர்களா அல்லது வேறு ஏதேனும் ஒளிவுமறைவு காரியங்களில் ஈடுபட வந்திருக்கிறீர்களா?'' என்றார்.

''ஏன் எங்களைப் பார்த்தால் தொழில் செய்ய வந்தவர்களைப்போல் தெரியவில்லையா? உங்கள் நாட்டிலிருந்து நீங்கள் எதற்காக இங்கே வந்திருக்கிறீர்களோ, அதற்காகதான் நாங்களும் வந்திருக்கிறோம்'' என்றேன்.

''தொழில் நடத்தினால் நாணயம் வேண்டும். இருபது நாட்களாக வாடகை தராமல் இழுத்தடித்துக் கொண்டிருக்கக்கூடாது. எங்களின் எந்த விருந்தினரும் இப்படி இருந்ததில்லை. சொன்னால் சொன்ன நேரத்தில் வாடகைப் பணத்தை செட்டில் செய்துவிடுவார்கள்'' என்று சொன்ன பிறகுதான், சந்தோஷ் அறை வாடகைப் பணத்தைத் தராமல் சிங்கப்பூர் சென்றிருக்கிற விஷயமே எனக்குத் தெரிய வந்தது. நான் இரண்டு நாட்களில் தந்துவிடுகிறேன் என்று சொன்னதை அந்தத் தைவான்காரர் கேட்கவில்லை. இன்றே தரவேண்டும். இல்லாவிட்டால், அறையைக் காலி செய்துவிடுங்கள் என்றார். நான் அவரது அறையை விட்டு வெளியே வந்தபோது, வரவேற்பறையில் நின்று கொண்டிருந்த தைமூர்க்காரன் என்னைப் பார்த்துக் கேவலமாகச் சிரித்தபோது எனக்கு அவமானமாக இருந்தது. இதே இவன்தான் ஐம்பது சென்ட்டிற்காக எனக்குக் கால் அமுக்கிவிடுவான்.

நான் அவமானத்தில் துடித்துப் போய் சந்தோஷை அழைத்து முதன்முறையாகக் கத்தித் தீர்த்தேன். இன்று ஒருநாள் மட்டும் அறையைக் கருணையுடன் திறந்துவிடுவதாக அந்தத் தைவான்காரன் சொன்னது எனக்கு மேலும் அவமானத்தைத் தந்தது. அன்றிரவு நானும் கஜேந்திரனும் தண்ணியடித்துக்கொண்டிருந்தபோது, நான் உச்சகட்ட கேவலமான மனநிலையில் இந்தக் கதையைப் பகிர்ந்து கொண்டேன்.

கஜேந்திரன் உடனடியாக அந்த போதையிலும் இருக்கையை விட்டு எழுந்தான். நேராக அந்தத் தைவான்காரரைப் போய்ப் பார்த்துவிட்டு தரவேண்டிய வாடகைப் பணத்தைக் கொடுத்துவிட்டு வந்தான். இப்படிதான் நான் கஜேந்திரனுடன் பணம் கொடுத்து வாங்க ஆரம்பித்தேன். இந்த விஷயத்தில், சொன்ன மாதிரி நடந்து கொள்வதாகப் பல நேரங்களில் கஜேந்திரன் என்னைப் புகழ்வான்.

கஜேந்திரன் உடனடியாக என்னை அந்த அறையை விட்டுக் காலி செய்யச் சொன்னான். எனக்கும் அது உடன்பாடானதாக இருந்தது. அந்தத் தைமூர்க்காரன் சிரித்தது எனக்கு நினைவிற்கு வந்தபடியே இருந்தது. நான் அறையைக் காலி செய்துவிட்டு அஜயின் அறைக்கு அப்படிதான் போய்ச் சேர்ந்தேன். எங்களுடைய வறுமை ஜீவிதம் அங்கிருந்துதான் தொடங்கியது. முடி வெட்டுவதற்கு ஏழு டாலர்கள் என்பதால் சில சமயங்களில் அஜயும் நானும் மாறி மாறி ஒருவருக் கொருவர் முடிவெட்டிக்கொள்வோம். அஜய் என்னுடைய முடியை ஒரு முறை குதறி வைத்ததால் நான் மொட்டை போட்டுக்கொள்ள நேர்ந்தது. அங்குள்ள தண்ணீரில் கால்சியம் நிறைய சேர்ந்திருப்பதால், தைமூர்க்காரன் உட்பட எல்லோரும் பாட்டில் தண்ணீரைதான்

வாங்கிக் குடிப்பார்கள். ஆனால் பல நேரங்களில் வேறு வழியில்லாமல், அஜயும் நானும் உள்ளூர்த் தண்ணீரையே காய்ச்சிக் குடித்தோம். ஆனால் இரவு குடி என்று வரும்போது எங்களுக்கு வஞ்சனையே இருந்ததில்லை. யாராவது ஒரு ஐக்கிய நாடுகள் சபைக் காவலர்கள் எங்களுக்குக் கிடைத்தபடியே இருந்தார்கள். கையில் காசுதான் இல்லையே தவிர, அந்த அறையில் குடிக்கும் கொண்டாட்டத்திற்கும் குறைவே இல்லை. விட்டால், நான் அஜயைப்போல அங்கேயே இது மாதிரி இரந்துண்டு இருந்திருப்பேன். ஊர் ஞாபகம் வேறு என்னை அழுத்திக் கொண்டிருப்பதால்தான் அங்கிருந்து வெளியேற வேண்டும் என, சிந்திக்க ஆரம்பித்தேன். எனக்குச் சாப்பாட்டுக்கே பிரச்சினை வந்தபோதுதான் ஊர் திரும்ப வேண்டும் என்கிற சிந்தனையே எனக்குள் எழ ஆரம்பித்தது. இடையில் ஒரு நாள் நள்ளிரவில் ஒரு பாரில் வைத்து அந்தத் தைவான்காரரைச் சந்தித்தேன். எதுவுமே நடக்காதது மாதிரி எனக்கு சியர்ஸ் சொல்லிக் குடித்தார். நானும் சியர்ஸ் சொல்லி அவரோடு இணைந்து ஆட்டம் போட்டேன்.

இறுதியாக விடைபெறும்போது அவர் சொன்னார்.

''வர்த்தகம் வேறு, சொந்தத் தொடர்புகள் வேறு என்று சரியாகப் பிரிக்கத் தெரிந்தவனுக்குதான் வணிகம் வசப்படும். உன்னைப் பார்த்த வரையில் நீ எப்போதும் ஒரு கொதிநிலையிலேயே இருந்து கொண்டிருக்கிறாய். எழுதி வைத்துக்கொள். இந்த மனநிலையில் இருக்கும் உன்னால் வணிகத்தில் வெற்றி பெற முடியவே முடியாது. அன்றைக்கு நான் உன்னிடம் கேட்டது வர்த்தகம். அதை உன்னால் எப்போது சரியாகப் புரிந்துகொள்ள முடிகிறதோ அப்போதுதான் உன்னால் நல்ல வணிகனாக முடியும். உன் இடத்தில் நான் இருந்திருந்தால், ஸாரி கேட்டுவிட்டு மேலும் சில தவணைகள் வாங்கிய பின் அங்கேயே தங்கியிருந்திருப்பேன். வணிகத்தில் மானம், ரோஷமெல்லாம் பார்க்கக் கூடாது. அன்றைய நிலையில் என்ன நடக்கிறது? அதை மட்டும்தான் பார்க்கவேண்டுமே தவிர, உன்னைப்போல் கலகக்காரனாகச் செயல்பட மாட்டேன். அப்படிச் செயல்பட்டிருந்தால், இந்த நாட்டை விட்டு என்றோ வெளியேற்றப் பட்டிருப்பேன். இந்த மாதிரி நட்சத்திர ஹோட்டல் ஒன்றின் உரிமை யாளராக வந்து அமர்ந்துகொண்டிருந்திருக்க முடியாது'' என்று எனக்கு அறிவுரைகள் சொன்னார். நான் அடுத்த முறை இந்தத் தேசத்திற்கு வரும்போது இந்த அறிவுரைகளைச் செயல்படுத்துவது என முடிவு செய்துகொண்டேன்.

19

கவுச்சில் தூங்கத் தயாராகிக்கொண்டிருந்தபோது திரைச்சீலையை விலக்கி கண்ணாடி வழியே பார்த்தபோது, நீச்சல் குளத்தை ஒட்டியிருக்கிற பெஞ்ச்சில் அமர்ந்திருந்த சந்தோஷ் ஏதோ மும்முரமான யோசனையில் இருக்கிறார்போல தெரிந்தது. வெளியே போய் என்னவென்று கேட்க பயம். ஏற்கெனவே நிறைந்த போதையில் இருக்கிறேன். அழைத்துப் பேச ஆரம்பித்தால், போதையும் இறங்கிவிடும், தூக்கமும் கெட்டுவிடும். அடுத்து கிட்டதட்ட இன்னும் இரண்டு மணி நேரமாவது விழித்துக் கொண்டிருக்க வேண்டும் என்பதால், சத்தம் காட்டாமல் படுக்கத் தயாரானேன். அவர் கைகளில் பேப்பரும் பேனாவும் வைத்துக் கொண்டு அமர்ந்திருப்பதுதான் வித்தியாசமாக இருந்தது. ஒருவேளை தற்கொலை செய்து கொள்வதற்கு முன்பு கடிதம் எழுதத் திட்டமிடுகிறாரோ என ஒரு நிமிடம் யோசனை வந்தது. ‘அடச்சே, அவர் பேசிப் பேசியே ஆட்களைக் கொல்பவராயிற்றே! அவராவது தற்கொலையாவது’ என மனதிற்குள் நினைத்துக் கொண்டு நிம்மதியாகத் தூங்கப் போனேன். நேஷனல் ஜியாக்ரஃபி சேனலில் World Without Oil டாகுமெண்டரி படத்தை ஒளிபரப்பினார்கள்.

ஒரே டாகுமென்டரியை எத்தனை தடவை பார்ப்பது என்கிற எரிச்சலில் எப்போது நான் உறங்கினேன் என்றே தெரியவில்லை. கடைசியாய் எரிச்சல் வந்த ஞாபகம் இருக்கிறது. அப்புறம் மூக்கைச் சொறிந்ததாய் ஞாபகம். எவ்வளவு நேரம் தூங்கியிருப்பேன், சந்தோஷ் என்னை உலுக்கி எழுப்பியபோது மணி எத்தனை இருக்கும் என்றெல்லாம் இப்போதுகூட நினைவுபடுத்திக்கொள்ள முடியவில்லை. அவ்வளவு உக்கிரமாக என்னை எழுப்பிய சந்தோஷ், ''உனக்கெல்லாம் விவஸ்தையே கிடையாதா? நாம் எதற்காக இங்கு வந்திருக்கிறோம் என்பது உனக்கு தெரியவே இல்லையா?'' என்றார். எனக்குக் கோபம் பொத்துக்கொண்டு வந்துவிட்டது. சந்தோஷ் வந்ததிலிருந்தே என்னைச் சீண்டியபடியே இருந்தார். அவர்தான் என்னை வெளிநாட்டு வியாபாரத்திற்கு அழைத்து வந்தது என வார்த்தைக்கு வார்த்தை சொல்லிக் காட்டியபடியே இருந்தார். ஒருமுறை தீவிரமான பதிலடி கொடுத்தும் அவர் திருந்தவில்லை. ''நான் இவ்வளவு நாள் இந்த பிஸினஸிற்குப் போட்ட பணத்தைக் கொண்டு, உலக நாடுகள் அத்தனையையும் சுற்றியிருப்பேன். சும்மா பிஸ்கோத்து நாட்டிற்கு அழைத்து வந்ததைப் பற்றி எத்தனை நாட்கள் சொல்லிக் காட்டுவீர்கள்?'' என காட்டமாக ஒரு முறை பதிலடி கொடுத்த போதிலிருந்து அவர் என்னிடம் பேசுவதைக் குறைத்துக்கொண்டார். ஏதோ புருஷன் பொண்டாட்டி மாதிரி மற்றவர்கள் மத்தியில் பேசுவதைப்போல நடித்துக்கொண்டிருந்தார்; கொண்டிருந்தோம் இல்லை. ஏனெனில் அந்தக் காலகட்டத்தில் நான் அவரைப் பொருட் படுத்துவதை நிறுத்திக் கொண்டிருந்தேன். சந்தோஷின் நல்ல மனதிற்காகவும் வெகுளித்தனமாக நட்பை அவர் அணுகுவதற் காகவும்தான் நான் அவரைப் பொறுத்துக்கொண்டேன். 'ஏன் டார்ச்சர் செய்கிறீர்கள்?' முழுத் தூக்கத்தில் இருந்து எழுந்த ஒருவனால் இதைத் தவிர வேறெதைக் கேட்க முடியும்? சந்தோஷிற்குக் கோபம் பீறிட்டது.

''நாளை நீ, நான், தர்மு, காவியன் எல்லோருக்கும் மீட்டிங் இருக்கிறதல்லவா?'' என்றார். இந்த இடத்தில் சந்தோஷின் பிஸினஸ் அறிவு பற்றிச் சொல்லியே ஆகவேண்டும். சென்னையில் மேரியட் ஹோட்டல் பாரில் வெள்ளரிக்காய் சாலட் வைத்தபோது சந்தோஷ் எங்களிடம் வியந்தோதினார். ''தைமூரில் வெள்ளரிக்காய் எப்படி இருக்கிறது தெரியுமா? ஒரு அடி நீளம், அரை அடி அகலத்தில் பார்ப்பதற்கு பலாப்பழம் மாதிரி இருக்கும். பறிக்க ஆளில்லாமல், காடுகளில் கொட்டிக்கிடக்கிறது. அப்படியே பழுத்து உளுத்து விதைகள் கொட்டி மறுபடி மறுபடி வெள்ளரிக் கொடிகள் முளைத்தபடியே இருக்கின்றன. அதில் வெள்ளரி காய்த்தபடியே

இருக்கிறது. உள்ளூர் ஆட்களுக்கு வெள்ளரியின் மகிமையைப் பற்றித் தெரியவே இல்லை. ஒரு வண்டி கொண்டுபோனால், எல்லாவற்றையும் அள்ளிக் கொண்டுவந்து பாடம் பண்ணி எக்ஸ்போர்ட் பண்ணிவிடலாம்'' என்றார். அள்ளுவதற்குச் சொற்பக் கூலி கொடுத்தால்கூட போதும். திமோரியன்கள் அதைச் செய்யத் தயாராக இருக்கிறார்கள் என்றார்.

என்னுடன் வந்திருந்த எட்வர்ட் ஆர்வ மிகுதியில் வெள்ளரிக்காய் பற்றிய கதையைக் கேட்டதும் சந்தோஷ் மற்ற கதைகளைப் பற்றிச் சொல்ல ஆரம்பித்தார். ''புளியம்பழத்தைப் பறிக்க ஆளே இல்லை. சாலை நெடுக நம்மூரில் இருப்பதைப்போல புளிய மரங்களாக இருக்கும். திமோரியன்கள் தங்களுடைய சமையலில் புளியைப் பயன்படுத்துவதில்லை என்பதால், நமக்கு இந்த வகையில் அதிர்ஷ்டம்தான். அப்புறம் தைமூர் கடலில் நாம் இரண்டு கிலோ மீட்டர் தூரம் வரை உள்ளுக்குள் நடந்து போகலாம். முழங்கால் அளவிற்குதான் தண்ணீர் இருக்கும். குனிந்து பார்த்தால் மீன்கள் ஓடுவதைத் தெள்ளத்தெளிவாகப் பார்க்க முடியும். அரை கிலோமீட்டர் நடந்து போய் தூண்டில் போட்டுப் பதினைந்து அடி நீளத்தில் ஒரு வஞ்சிரம் மீனை ஒருத்தன் பிடித்து வந்ததை என் கண்ணால் பார்த்தேன் என்றால் பார்த்துக் கொள்ளுங்களேன்'' என சந்தோஷ் சொல்லச் சொல்ல, எட்வர்ட் சென்னையின் நட்சத்திர ஹோட்டலின் ஏ.சி குளிரை மீறி தைமூரின் கடற்கரையோர வெப்பத்தில் மனதளவில் பயணம் செய்ய ஆரம்பித்தான்.

இடையே எட்வர்ட் வெளியே போய்த் திரும்பி வந்து தன்னுடைய மொபைலைக் காட்டி, ''சூப்பர்! ஒரு பிஸினஸ் ஐடியாவைப் பிடித்து விட்டேன்'' என்றதும் சந்தோஷும் உற்சாகமானார். 'இந்தியாவிலுள்ள சோப்புக் கம்பெனிகள் சோப் தயாரிக்க வெள்ளரி விதைகளைப் பயன்படுத்துகின்றன. தைமூருக்குப் போகிறோம். வெள்ளரிகளை அள்ளுகிறோம். இந்தியாவில் விற்கிறோம்.' எட்வர்டின் ஐடியா இதுதான். பேசாமல் ஒரு சின்னக் கப்பலை வாடகைக்குப் பிடித்து விடலாம் என்று சீரியஸாகச் சொன்னார் சந்தோஷ். என்னது, கப்பலா என்று நான் கேட்டவுடன், ஆமாம் கப்பல்தான் என்று சொன்ன சந்தோஷ், முன்னாள் மத்திய அமைச்சர் ஒருவருடைய பெயரைச் சொல்லி அவருடைய மகன் தனக்கு நண்பன் என்று சொன்னார். அவர்களிடம் லைசன்ஸோடு மீன்பிடிக் கப்பல்கள் நிறைய இருப்பதாகவும் அதில் ஏதேனும் ஒன்றை வாடகைக்கு அமர்த்திக் கொள்ளலாம் என்றும் சொன்னார். இங்கிருந்து வலைகள், சிறு படகுகள், தைமூர் மக்கள் சுத்தம் பேணுவதில் சிறந்தவர்கள். ஆனால் பினாயில் இல்லை என்பதால் பினாயில் இவற்றை ஏற்றிக் கொண்டு

போகலாம். வரும்போது வெள்ளரிக்காய், புளி, அங்கு கிடைக்கும் ராஜ்மா பயறு ஆகியவற்றைக் குறைவான விலைக்கு வாங்கி அள்ளிக்கொண்டு வரலாம் என்றார். எனக்கு அப்போதே சந்தோஷ் பேசியது அரை அபத்தமாகத் தெரிந்தது. வந்து பார்த்த பிறகுதான் அதன் முழு அபத்தமும் எனக்கு உறைத்தது.

வந்து சில நாட்கள் ஆகியும் எந்த வேலையும் நடக்கவில்லை. முபாரக் அண்ணன் கொடுத்த பார்ட்டி, ரஷக்கிடோவின் தேர்தல் பிரசாரத்திற்கு பலியாடாகச் சென்றது என பொழுது போன சமயத்தில் நடந்த நிகழ்ச்சி இது. நாம் உப்பு விற்கப் போனால்தான் மழை கொட்டோ கொட்டென்று கொட்டுகிறது. நாங்கள் போன சமயத்தில் எப்போதுமே தைமூரில் மழை பெய்ததில்லை. ஆனால் இப்போது வெளுத்து வாங்கிக்கொண்டிருந்தது. என்னுடன் அட்டை பொறுக்க வந்த ராம நாட்டுக்காரர்கள் அடை மழையில் அட்டை சிக்காது என்று ஒரேயடியாகச் சொல்லிவிட்டு ஹாபூ கச்சேரியில் மூழ்கி முத்தெடுத்துக்கொண்டிருந்தார்கள். தைமூர் லோக்கல் சாப்பாட்டினால் நாக்கு செத்துவிட்டதால், மீன் குழம்பு சமைக்கலாம் என அடம் பிடித்தார்கள். எனக்கும் இந்த மழையில் ஊரைச் சுற்றிப் பார்க்கலாம் என தோன்றியதால், அல்பியையும் ரோமியோவையும் அழைத்துக் கொண்டு, காரில் ஊரைச் சுற்றக் கிளம்பினேன். வரும்போது அப்படியே சந்தோஷ் சொன்னபடி மீன் வளம் மிக்க தைமூர் நாட்டில் சல்லிசான விலைக்கு மீன்களை வாங்கிக்கொண்டு வரலாம் என்றும் திட்டம்.

அல்பி காரோட்டிக்கொண்டே எல்லா இடங்களையும் அவனுக்குத் தெரிந்த ஆங்கிலத்தைக் கலந்து தன்னுடைய தேத்தூம் மொழியில் விளக்கியபடியே வந்தான். ஆங்காங்கே தைமூர் காதலர்கள் காதல் செய்தபடியே இருந்தார்கள். மழைக் குளிருக்கு இதமாக அணைத்து உதட்டோடு உதடு பதித்து முத்தம் கொடுத்துக்கொண்டிருந்தார்கள். புதரோரம் ஒதுங்கி நிஜமாகவே கட்டியணைத்தபடி கிடந்தார்கள். நாம் ஃப்ரான்ஸில் இருக்கிறோமா என எனக்கு சந்தேகம் வந்து விட்டது. ''இங்கே அப்படிதான், நாங்கள் யாரையும் கண்டுகொள்ள மாட்டோம். எங்களிடம் வறுமை இருக்கிறது. ஆனால் வாழ்க்கையைக் கொண்டாட்டமாக அணுகுவதில் எங்களை யாரும் அடித்துக்கொள்ள முடியாது. குடி, காதல் இதற்கு அப்புறம்தான் மற்ற எல்லாமும்'' என்று முடிந்த வரை எனக்குப் புரிகிற வகையில், அவனுக்குத் தெரிந்த உலக மொழியில் எனக்கு விளக்கினான். காதல் செய்கிற நாய்களைக் கல்லெறிந்து துரத்துகிற தேசத்திலிருந்து வந்த எனக்கு, உண்மையிலேயே அவன் அதைச் சொன்ன விதமும் நான் பார்த்த காட்சிகளும் பெய்கிற மழையும் கொண்டாட்டமான மனநிலையை ஏற்படுத்தின.

சந்தையில், அயிலா மீன்களும் கோலா மீன்களும் மட்டுமே குவிந்து கிடந்தன. ஆங்காங்கே சில குருப்பர் மீன்கள் பெரிய சைஸில் கிடந்தன. மீன் சந்தையை நெருங்க நெருங்க நாற்றம் நாசியை அடைத்தது. மீன் என்றாலே நாறும்தான். ஆனால் தொடர்ச்சியாக இத்தனை ஆண்டுக் காலமாக மீன் வாங்கிச் சாப்பிடும் அனுபவம் கொண்ட எனக்கு மட்டும்தான் தெரியும் அதன் உண்மை நிலவரம். குறைந்தது பத்து நாட்களாவது ஐஸில் வைத்திருக்கிற மீன்கள் அவை. சந்தோஷ் வேறு மாதிரியல்லவா சொன்னார்? அரை கிலோ மீட்டர் தூரம் நடந்து போனால், பதினைந்து அடி நீளமுள்ள டிங்கிரி பிடிக்கலாம் என்று தானே சொன்னார். தைமூரில் மீன் வளம் இல்லை. இவை இந்தோனேசிய பார்டரில் பிடிக்கப்பட்டு, கடல் வழியாகக் கைமாறி சந்தைக்கு வந்திருக்கின்றன என அல்பி விளக்கியபோதுதான், அப்போது சொன்னேனே (சொன்ன???) அந்த முழு அபத்தமும் எனக்கு உறைத்தது. ஐந்தாறு அயிலா கொண்ட ஒரு கூறு மீன்களை 7 டாலர் என்றான் எந்தக் கூச்சமுமில்லாமல், விற்பவன். புதிதாக வந்து இறங்கியவனுக்கு மேலும் மேலும் அதிர்ச்சியைக் கொடுத்தபடியே இருந்தார்கள் அவர்கள். மீன் குழம்பிற்குப் புளி வாங்கப் போனால், ஐம்பது கிராம்கூட தேறாத ஒரு பிடிப்புளியை 1 டாலர் என்றார்கள். இதைவிட பேரதிர்ச்சி எனக்குக் காய்கறி மார்க்கெட்டில் கிடைத்தது. தக்காளி சிங்கப்பூரில் இருந்து இறக்குமதியாகிறது. மிளகாய் உள்ளிட்ட பிற காய்கள் இந்தோனேசியாவில் இருந்து இறக்குமதியாகின்றன.

மிகப் பெரிய வெள்ளரிப் பழங்களைப் பார்த்துவிட்டு, இதை எங்கே பொறுக்கினீர்கள் என்று அப்பாவியாய்க் கேட்டபோது, இங்கு வெள்ளரியே கிடையாது என்று சொன்னவர்கள், அது சிங்கப்பூரி லிருந்து இறக்குமதியாவதாகச் சொன்னார்கள். ஒரு பிடி ராஜ்மா பயறு இரண்டு டாலர்கள் என்றார்கள். மொத்த விலையும் இதுதான். சில்லறை விலையும் இதுதான். பேரமே கிடையாது. பேரம் பேசினால் மூஞ்சிக்கு நேராக எதையோ சொன்னார்கள். நிச்சயம் அசிங்கமாக தான் திட்டுகிறார்கள். நான் சந்தோஷைத் திட்டவேண்டும். அவருடைய அபத்தங்களை எல்லாம் மீறி இங்கே செய்வதற்கான வேறு விஷயங்களும் இருக்கின்றன என்பதை முபாரக் அண்ணன் கொடுத்த பார்ட்டியில் போட்டு வாங்கித் தெரிந்து கொண்டேன். அதனால் சந்தோஷைத் திட்ட முடியவில்லை. வேறு வழி? நான் அங்கிருந்தபடியே இந்தியாவில் இருக்கும் எட்வர்டை தொலைபேசியில் அழைத்தபோது, ஆர்வமாகப் பேச ஆரம்பித்தவன் இந்தக் கதைகளை எல்லாம் கேட்ட பிறகு, 'வட போச்சே!' என்றான். நான் திரும்பி வரும்போது பல கிராமங்களைத் தாண்டி வந்தேன். வழியெங்கும் பார்த்தபடியே வந்ததில், ஒரு புளியமரம்கூட

கண்ணுக்குத் தட்டுப்படவில்லை. பிற்பாடு இந்தக் கதையை சந்தோஷுக்கும் எனக்குமான பொது நண்பர் ஒருவரிடம் சொன்ன போது அவர், விஜய் நடித்த 'வேலாயுதம்' படத்தில் காமெடியன் சந்தானம் சொல்லும் ஏற்ற இறக்கத்தோடு இதைச் சொன்னார். 'முதலிலேயே நீ இதைச் சொல்லியிருந்தால், இந்த பஜன்லால் சேட்டின் பிணத்தைத் தாண்டி அங்கே நீ போ என்று சொல்லியிருப்பேன்' என்றார்.

அந்த சந்தோஷ்தான் மறுநாள் பார்ட்னர்கள் எங்களுக்குள் நடக்கப் போகும் மீட்டிங்கைப் பற்றிச் சொல்லி அந்த நடு இரவில் என்னுடன் வியாபார ஐடியாக்களைப் பரிமாறிக்கொள்ள கோபத்தோடு எழுப்பினார். ஏற்கெனவே பட்ட அடியால் எனக்கு பகீரென்றது. ஆனாலும் நான் ஒன்றும் சொல்லாமல் அவரை மேலே பேச அனுமதித்தேன். ஆனால் ஒரு விஷயத்தில் மட்டும் தெளிவாக இருந்தேன். உரையாடலோ விவாதமோ இதில் கிடையாது. சந்தோஷின் சொற்பொழிவை மட்டுமே அனுமதித்தேன். ஏனெனில் அதில் என்னுடைய பங்களிப்பென்று எதுவும் இருக்கப் போவதில்லையே... ஆனால் சந்தோஷ் என்னை விடவில்லை. நான் தூங்கப் போவதற்கு முன்பு தற்கொலைக்கு முந்தைய கடிதம் என்று நினைத்தேனே, அந்தப் பேப்பரை என் கையில் கொடுத்துப் படிக்கச் சொன்னார். செய்யப் போவதாகச் சொல்லி அந்தப் பேப்பரில் நிறைய தொழில்களை வரிசைப் படுத்தி இருந்தார். கிட்டதட்ட அது ஒரு தற்கொலைக் கடிதம்தான்!

தர்முவிற்கும் காவியனுக்கும் எங்கள் மீதான மதிப்பு சற்றுக் குறைந்து கொண்டிருந்த காலகட்டம் அது. காரணகர்த்தா சந்தோஷ்தான் என சொல்ல வேண்டியதில்லை. நிறைய முதலீட்டாளர்களை அழைத்து வருகிறேன் என முன்பு இருவரிடமும் சந்தோஷ் சொல்லியிருப்பார் போல. ஊரிலிருந்த சொந்த வீட்டை விற்று அந்தக் காசில் தொழில் செய்யப் போன என்னை அவர்கள் முதலீட்டாளர்கள் கணக்கிலேயே சேர்த்துக்கொள்ளவில்லை. கோடிகளைக் கொட்டுபவர்களை அழைத்து வருவதாக சந்தோஷ் சொல்லியிருப்பார்போல.

எதையாவது செய்து தர்முவையும் காவியனையும் அசத்த வேண்டுமென சந்தோஷ் துடியாய்த் துடித்துக்கொண்டிருந்த காலகட்டமும் அதுதான். அதுவரை கடல் அட்டை பிடிக்கும் எங்களது தொழில் 1 லட்சம் டாலர்களை விழுங்கியிருந்தது. எங்களது எல்.டி.எல் நிறுவனம் அடிப்படைக் கட்டுமானத்திற்கே 40 ஆயிரம் டாலர்களை விழுங்கியிருந்தது. மழை, வெள்ளம் மற்றும் இன்ன பிற குழப்பங்கள் காரணமாக ஒரு 60 ஆயிரம் டாலர்களை இழந்திருந்தோம். அழைத்து வருபவர்கள் முழுப் பணத்தையும் முதலீடு செய்ய வேண்டும்.

தர்முவும் காவியனும் தொழில் பண்ணுவதற்கு ஏதுவான சூழலையும் அரசாங்கத் தொடர்புகளையும் தொழிலாளர் தொடர்புகளையும் ஏற்படுத்தித் தருவார்கள். தொழிலில் முப்பது சதவிகித லாபத்தை அவர்கள் இருவருக்கும் கொடுத்துவிட வேண்டும் என்பதுதான் அவர்கள் வைக்கிற நிபந்தனை. அவர்களோடு செய்யத் திட்டமிடும் எல்லாத் தொழில்களுமே இந்த நிபந்தனைக்கு உட்பட்டதே. ஆனால் அட்டை விஷயத்தில் மட்டும் காவியன் என்னைப் பார்த்துப் பாவப்பட்டாரோ என்னவோ, அவர்களும் பணம் போட்டு கூட்டாகச் சேர்ந்து செய்வதற்கு தர்முவை அவர்தான் ஒத்துக்கொள்ளச் செய்தார். ஒரு முறை 'க்யூபா சிகர்ஸ்' சுருட்டோடு காஃபி குடித்துக்கொண்டிருந்த அந்த இரவு வேளையில் காவியன் சொன்னது இதுதான். ''எனக்கும் பிள்ளை குட்டிகள் இருக்கின்றன. எனக்கும் நியாய தர்மங்கள் இருக்கின்றன. ஐம்பது வயதில் பிள்ளை குட்டிகளோடு ஊரில் போய் செட்டில் ஆகவேண்டும் என்பதுதான் என்னுடைய வாழ்நாள் கனவு. நானும் பாவ புண்ணியங்களைப் பார்க்கிற ஆள்தான்'' என்றார் புலம் பெயர்ந்து வாழும் அந்த இலங்கைத் தமிழரான காவியன். அப்படி காவியன் என்னிடம் சொல்வதற்குச் சற்று முன்னர்தான் நான் தர்முவைப் பற்றிய உண்மைகளை மனம் திறந்து காவியனிடம் சொல்ல ஆரம்பித்திருந்தேன். தர்மு அவருடைய பார்ட்னர் என்பது தெரிந்தும் இதை நான் சொல்வதற்குக் காரணம், காவியனிடம் ஒட்டிக்கொண்டிருக்கும் சில நல்ல எண்ணங்கள்தான். அல்பியுடன் தர்மு கூட்டுச் சேர்ந்துகொண்டு அட்டை வாங்கும் விஷயத்தில் கையாடல் செய்வதைச் சொன்னேன். முபாரக் அண்ணன் என்னிடம் தர்மு பற்றிய ஒரு விஷயத்தைப் போட்டுக் கொடுத்தார். முபாரக் அண்ணன் பெயரை வெளிப்படுத்தாமல் நான் அந்தக் கார் விஷயத்தையும் காவியனிடம் சொன்னேன்.

ஏழாயிரம் டாலர்கள் கொடுத்து வாங்கிய இரண்டு கார்களைப் பதினைந்தாயிரம் டாலர் என கணக்கு காட்டியதைச் சொன்னேன். அட்டை பிடிக்க எல்லா ஏற்பாடுகளையும் செய்து தருவதாகச் சொன்ன அவர், கடைசி வரை எந்த ஒரு உதவியையும் அந்த விஷயத்தில் எனக்குச் செய்து தரவில்லை என்பதையும் சொன்னேன். பணத்திற்காக எதை வேண்டுமானாலும் செய்வார் என காவியனைப் பற்றி தர்மு சொன்னதையும் சொன்னேன். இதைக் கேட்ட பிறகுதான் காவியன், பாவ புண்ணியம் பார்ப்பேன் என்கிற அந்த விஷயத்தை என்னிடம் சொன்னார். என்னுடைய குற்றச்சாட்டுகள் எல்லாவற்றையும் பொறுமையாகக் கேட்டுக்கொண்ட காவியன், ''மீட்டிங் போடும் போது இதையெல்லாம் சொல்லுங்கள்'' என்றார். என்னிடமிருக்கிற இந்தியத் தொடர்புகள், அதற்கான விட்டுவிட்டு எங்களுடன் நீங்கள்

தனியாகத் தொழில் பார்க்கத் தயாரா என்று திடீரென கேட்டார் காவியன். உடனடியாக நான் இல்லையென்று மறுத்தேன். பிஸினஸில் சென்டிமென்ட் பார்க்கக்கூடாது என சொல்லிவிட்டு எழுந்துகொண்டார் காவியன். கிளம்ப எத்தனித்தவரை நான் மறித்து, ''சென்டிமென்ட் மட்டும் காரணமில்லை. பிற விஷயங்களும் இருக்கின்றன'' என்றேன். என்ன என்றார் உடனடியாக. ''அதைப் பற்றி மீட்டிங்கில் பேசலாம்'' என்றேன் நான்.

முபாரக் அண்ணனின் இந்தியன் ரெஸ்டாரண்டில் வைத்து மீட்டிங் தொடங்கியது. திடீரென அறிவிப்பே இல்லாமல், ஜெரோமயியும் மீட்டிங்கில் முளைத்திருந்தான். தர்மு வழக்கத்தை விட அதிக இறுக்கத்தோடு அமர்ந்திருந்தார். உங்களை அவர்கள் காமெடியனாக, ஒரு பள்ளிச் சிறுவனைப்போல பார்க்கிறார்கள் என நான் அன்று இரவு சந்தோஷிடம் சொன்னதுதான் நடந்தது. நிறைய பிஸினஸ் ஐடியாக்கள் என்னிடம் இருக்கின்றன என்று சொல்ல ஆரம்பித்த சந்தோஷின் கைகளில் இருந்த பேப்பரைப் பார்த்த காவியன், ஒவ்வொன்றாகப் படியுங்கள் என்று சொல்லிவிட்டுக் கால் மேல் கால் போட்டு அமர்ந்துகொண்டு, கைகளைக் கட்டிக்கொண்டு கேட்கிற தோரணையோடு நாற்காலியில் நன்றாகச் சாய்ந்து அமர்ந்தார். சந்தோஷ் ஒவ்வொரு தொழிலாகப் படிக்க ஆரம்பித்து விளக்கம் சொல்வதற்கு முன்பு, அடுத்ததற்குப் போங்கள் என சைகை காட்டிக் கொண்டிருந்தார் காவியன். எனக்கு உள்ளும் புறமும் பற்றி எரிந்தது. ஆயிரம் கருத்து வேறுபாடுகள் எனக்கும் சந்தோஷுக்கும் இருக்கலாம். ஆயிரம்தான் இருந்தாலும் அவர் என்னுடைய நண்பர். நான் சந்தோஷின் பேச்சை மறிக்க முயன்றேன்.

ஆனால் அது எனக்கு எதிராகதான் அமைந்தது. ''பிடிக்கா விட்டால் நீ விலகிக்கொள். இதுவரை நீ போட்ட பங்கு பணத்தை நான் திருப்பித் தந்துவிடுகிறேன். ஆர்வமேயில்லாமல் பிஸினஸ் செய்து கொண்டிருப்பவனிடம் என்னால் பழக்கம் வைத்துக் கொள்ள முடியாது'' என்று சந்தோஷ் சொன்னவுடன் என் வழக்கத்தை மீறி அந்த வார்த்தையை விட்டுவிட்டேன். ''நீங்கள் என்ன முட்டாளா?'' உரத்துக் கேட்டதும், சண்டைக்கான சூழல் அறையில் உருவாகத் துவங்கியபோது நான் தர்முவின் முகத்தை நிமிர்ந்து பார்த்தபோது அவர் முகத்தில் மெல்லிய சிரிப்பு பரவியிருந்தது. சந்தோஷ் கோபத்துடன் எழுந்து வெளியேறினார். சந்தோஷைச் சமாதானப் படுத்த காவியன் எழுந்து வெளியே சென்றார். அப்போது தர்மு என்னைப் பார்த்து ''நான் இந்த நாட்டின் குடிமகன் போல. எல்லாக் கயிறுகளும் என்னிடம் இருக்கின்றன. அதை மீறி உன்னால் ஒன்றும் செய்து விட முடியாது'' என்றார். ''என்னிடம் இழப்பதற்கு

ஒன்றுமில்லை. துணிந்துவிட்டால், எதையும் செய்வேன் நான். அமைதியாக இருப்பதால் நான் ஒன்றும் சாமர்த்தியம் இல்லாதவன் அல்ல. எனக்கான காலத்திற்காகக் காத்திருக்கிறேன்'' என்றேன். என்ன செய்துவிடுவாய் என பார்த்துவிடுகிறேன் என்பது மாதிரி தர்மு பார்த்துக் கொண்டிருக்கும்போது சந்தோஷும் காவியனும் திரும்பவும் அறைக்குள் வந்தார்கள். சந்தோஷ் இந்த முறை மேலும் உக்கிரமாக இருப்பதைப் பார்த்துவிட்டு நானே அந்த விஷயத்தைச் சொன்னேன். ''நான் போட்ட பங்குப் பணம் எனக்கு தேவையில்லை. நான் கிளம்புகிறேன்'' என்றேன். காவியன் என்னைச் சமாதானப்படுத்த முயன்றார். ''நீ முதலீட்டாளர்களைக் கொண்டு வா. சந்தோஷுடன் சேர்ந்து தொழில் செய்வது பிடிக்கவில்லையென்றால், தனியாக நீ, நான், தர்மு மூவரும் சேர்ந்து தொழில் செய்யலாம்'' என்றார். சந்தோஷைப் பார்த்தேன். அவர் இறுக்கமாக உட்கார்ந்திருந்தார். விஷயம் திசை மாறிவிட்டதை உணர்ந்தேன். இந்தப் புதிய தேசத்தில் எனக்கான கதவுகளை குண்டுர் போன்றோரின் துணையோடு இவர்களது தயவு இல்லாமல் தட்ட வேண்டும் என நான் அந்தக் கணத்தில் முடிவு செய்துவிட்டு, ''அன்றைக்கு ஹோட்டல் திமோரில் சொன்னதைதான் திரும்பச் சொல்கிறேன். சந்தோஷ் என்னுடைய நண்பர். அவருக்கு துரோகம் செய்யக்கூடாது என்பதிலும் எனக்கு கவனம் உண்டு. அதே சமயம் எனக்கு பிஸினஸில் சென்டிமென்ட் கிடையாது என்பதும் உண்மை. ஆனால் இங்கு இப்போது நான் தொழில் செய்ய விரும்பாததற்கு வேறு ஒரு காரணமும் இருக்கிறது'' என்று காவியனிடம் சொன்னேன்.

அவர் அன்று கேட்ட மாதிரியே இன்றும் ஏன் என்று கேட்டார். நான் அன்றைப் போலவே இன்றும் பதில் சொல்லவில்லை. இப்போது நான் உங்களிடம் அதற்கான பதிலைச் சொல்கிறேன். 'அந்தத் தேசத்தில் எந்தப் பொருளையும் வாங்க முடியாது. விற்கதான் முடியும். வெறும் பத்து லட்சம் மக்கள், அதிலும் முக்கால்வாசிப் பேர் பஞ்சைப் பராரிகள். அவர்களிடம் எதை விற்றுவிட முடியும்? அந்த சூட்சுமம் எனக்குத் தெரியும்.' இந்தப் பதில்தான் காவியனிடம் நான் சொல்ல நினைத்தது. அது என்ன சூட்சுமம்? அதை நான் உங்களிடமும் சொல்லத் தயாராயில்லை. அந்தச் சூட்சுமம் எனக்கான காலத்திற்காகக் காத்திருக்கிறது. வழியத் தயாராக இருந்த கண்ணீரை அடக்கிக்கொண்டு, பங்குப் பணத்தில் வாங்கிய காரை அங்கேயே நிறுத்திவிட்டு, டாக்ஸியில் போவதற்கான டாலர்கள் கையிலிருந்தும் குண்டுரைப் பார்ப்பதற்காக ஏழு கிலோமீட்டர் தொலைவு நடக்கத் தயாரானேன்.

20

தர்முவின் அலுவலகத்திற்கு நான் அவரால் அழைக்கப்பட்டிருந்தேன். சந்தோஷும் வரவா என தர்முவிடம் கேட்டபோது, அவர் என்னை மட்டும் அனுப்பச் சொல்லியிருக்கிறார். 'நான் என்ன பள்ளிச் சிறுவனா, தலைமையாசிரியரைப் போய்ப் பார்த்துவிட்டு வா என்று சொல்வதற்கு' என நான் கடுமையாக ஆட்சேபம் தெரிவித்தேன். ஆனால் சந்தோஷ் என்னை அனுப்புவதிலேயே குறியாக இருந்தார். நான் போனபோது தர்மு குனிந்து எதையோ எழுதிக்கொண்டிருந்தார். அவரது தலைக்கு மேலே திருப்பதி வெங்கடா சலபதியின் அரிதான ஆரத்திப் புகைப்படம் மாட்டப்பட்டிருந்தது. அவர் என்னை நிமிர்ந்து பார்த்தார். ஆனால் அமரும்படி சொல்லவில்லை. நானே இருக்கையை இழுத்துப் போட்டு அமர்ந்தேன். அவரது மேஜையில் கண்ணாடி பதிக்கப்பட்டு அதற்குள் நிறைய புகைப்படங் களை ஒட்டி வைத்திருந்தார். நான் உற்றுப் பார்த்தேன். படம் ஒன்றிலிருந்த முதலை என்னைப் பார்த்துச் சிரித்தது மாதிரி இருந்தது.

''நாம் கடல் அட்டைத் தொழிலை மட்டும் நிறுத்திக்கொள்வோம். அந்த விஷயத்தில் நீங்கள் சொன்னது எதையும் செய்யவில்லை. நஷ்டமாகிக்கொண்டே இருக்கிறது'' என்றேன், தர்முவிடம் பதில் எதையும் எதிர்பார்க்காமல்.

‘‘நான் பேச வந்தது தொழில் பற்றியது அல்ல. தொடர்புகள் பற்றியது. தேவையில்லாத, எனக்குப் பிடிக்காத ஆட்கள் நடமாட்டம் உங்கள் அறையில் இருக்கிறது அல்லவா? அதைப் பற்றி நான் பேச விரும்புகிறேன்’’ என்றார் தர்மு.

‘‘உங்களுக்குப் பிடித்த ஆட்கள், பிடிக்காத ஆட்கள் என பிரித்து பெயர் எழுதி நீங்கள் தந்திருந்தால் நன்றாக இருந்திருக்கும். போன வாரம் உங்களுக்குப் பிடித்த ஆள், இந்த வாரம் எதிரியாக இருக்கிறார். நான் என்ன செய்யட்டும்?’’ நான் அவரது அடிமடியில் கை வைத்ததற்குப் பதிலடியாக அவரும் என் அடிமடியில் கை வைத்தார்.

‘‘தைமூர் பெண்கள் பலர், நீங்கள் இந்த நாட்டை விட்டுப் போன பிறகு தங்களது குழந்தைகளுக்குத் தந்தை என உங்களைத் தேடி அலைவார்கள். தகப்பன் இல்லாத குழந்தைகளை உருவாக்கிக்கொண்டிருக்கிறீர்களா?’’ என்றார் காட்டமாக.

‘‘நீங்கள் ஒன்றும் இந்த தேசத்தின் மைந்தனல்ல. அத்தனை பெண்களும் உங்களுக்கு சகோதரிகளும் இல்லை’’ என்றேன்.

‘‘யாரைப் பார்த்து இந்த தேசத்தின் மைந்தனில்லை என்றாய்?’’ என ஆரம்பித்து தர்மு பொங்கித் தீர்த்துவிட்டார். அதுமாதிரி அவர் பேசி நான் பார்த்ததே இல்லை. அவர் இந்தத் தேசத்துடன் எப்படி ஒட்டி உறவாடிக்கொண்டிருக்கிறார் என்பது அப்போதுதான் எனக்குத் தெரிந்தது. தேசத்தின் மைந்தனல்ல என்கிற வார்த்தை அவரைக் கடுமையாகப் பாதித்திருந்தது.

‘‘என்னை சாட்சியாக வைத்து இந்த தேசத்தை, என்னுடைய தேசத்தை நீங்கள் கொள்ளையடிக்கத் திட்டமிட்டிருக்கிறீர்களென்றால் அதைத் தடுப்பதற்கு நானிருக்கிறேன்.’’ திடீரென தர்மு இன்னொரு அவதாரம் எடுத்ததை என்னால் புரிந்துகொள்ள முடியவில்லை. இவ்வளவு நாள் பங்குதாரராக இருந்தார். வருமானம் மில்லியன் டாலர்களில் இருக்க வேண்டுமென நிர்ப்பந்தம் தந்தார். புதிய புதிய முதலீட்டாளர்களை இந்த நாட்டிற்கு வரவழைக்க எங்களை நிர்ப்பந்தம் செய்தபடியே இருந்தார். இப்போது என்னாகிவிட்டது அவருக்கு? நான் இதை அவரிடம் சொல்லவும் செய்தேன். அவர் எனக்குத் தெளிவான பதில் தரும் மனநிலையில் விவாதத்தை ஆரம்பிக்கவில்லை என்பது தெளிவாகத் தெரிந்தது. என்னிடம் வம்பு வளர்க்க வேண்டும். எதனாலேயோ என்னால் அவர் சீண்டப்பட்டதாக உணர்கிறார். அது எது என்று தெரிந்தால் காலில் விழுந்துகூட மன்னிப்புக் கேட்கும் மனநிலையில்தான் நான் இருந்தேன். தைமூரில் கிடைத்த தொடர் அடிகள் என்னைப் பக்குவப்படுத்தி இருந்தன. விட்டுக்

கொடுப்பவர்கள் கெட்டுப் போவதில்லை என்கிற வார்த்தைக்கான அர்த்தத்தை அனுபவபூர்வமாக உணர்ந்த காலகட்டம் அது. நான் உண்மையிலேயே தர்முவிடம் இறங்கிப் போக விரும்பினேன்.

''என்னாச்சு உங்களுக்கு? இந்தியா வந்தபோது எனக்குப் பிடித்த நபர் என்று என்னைப் பற்றி எல்லோரிடமும் சொல்லியிருக்கிறீர்கள். இப்போது அதிகம் வெறுக்கப்படும் நபராக நான் மாறிவிட்டேனா?'' இறைஞ்சும் குரலில் நான் கேட்டதை அவர் சட்டை செய்யவே யில்லை. அமைதியாக மீசையை உதட்டுக்கருகே மடித்துக் கடித்துக் கொண்டிருந்தார். நான் மீண்டும் இதையே அவரிடம் கேட்டேன்.

''அப்போது பிடித்த நபர் நீங்கள்தான். இப்போது பிடிக்காத நபரும் நீங்கள்தான்.'' ஒரு குழந்தைக்குண்டான மொழியில் இதை அவர் என்னிடம் சொன்னபோது நான் சீண்டப்பட்டேன். ''உங்களுக்கு என்னதான் பிரச்சினை? எதற்காக என்னைக் குறி வைத்து வேட்டை யாடத் துடிக்கிறீர்கள்?'' என்று காட்டமாகவே தர்முவிடம் கேட்டேன்.

''ஏனெனில் நீங்கள் என்னுடைய சமநிலையைக் குலைக்கிறீர்கள். இந்த நாட்டில் நான் காலூன்றி எனக்கான ஒரு வட்டத்தை உருவாக்கி வைத்திருக்கிறேன். அதைப் பராமரிப்பதற்காக நான் மாதந்தோறும் பல ஆயிரம் டாலர்களைச் செலவழிக்கிறேன். ஆனால் நீங்கள் வந்த மூன்றே மாதங்களில் என் வட்டத்திற்குள் அத்துமீறி நுழைந்து அதைக் கைப்பற்றவும் துடிக்கிறீர்கள்'' என்றார் தர்மு. அவர் எதைக் குறிப்பிட வருகிறார் என்பது எனக்கு நன்றாகவே தெரிந்தது; புரிந்தது. முபாரக் அண்ணன் மற்றும் உள்ளூர் ஆட்களிடம் அளவுக்கு அதிகமாக நான் பழக்கம் வைத்துக்கொள்வதை அவர் விரும்பவில்லை என்பது எனக்குத் தெரிந்த விஷயம்தான். ஆனால், அதற்காக இவ்வளவு ஆழமாகக் காயப்படுவார் என்பது நான் எதிர்பாராதது. ஆனால் அது மட்டுமே இவ்வளவு வெறுப்பிற்கான காரணமாக இருக்க முடியாது. நான் தர்முவிடம் மோதக்கூடாது என்றுதான் நினைத்துக் கொண்டிருந்தேன். ஆனால் சூழல் என்னை மோதச் சொல்லி நிர்ப்பந்தப்படுத்திக்கொண்டிருந்தது. தன் குடும்பம், தன் வாழ்வு என்றிருப்பவன் என்றைக்கும் யாருடனும் முரண்படத் தயங்குவான் என்பது எனக்குத் தெரிந்திருந்தபோதிலும், நான் துணிந்து தேன் கூட்டில் கைவைக்கத் திட்டமிட்டேன்.

தர்மு இந்தத் தேசத்தில் அதிகாரம் மிக்கவர்தான். அதில் சந்தேகமே இல்லை. ஆனால் தர்முவிற்குப் பிடிக்காத, அவரது அதிகாரத்தை முறிக்கத் துடிக்கிற ஆட்கள் இங்கேயும் இருக்கதான் செய்தார்கள். அந்த ஆட்கள் என்னுடைய நட்புப் பட்டியலில் இருந்ததோடு மட்டு மல்லாமல், என்னைக் கொண்டாடவும் செய்தார்கள். நான் துணிந்து

தர்முவை எதிர்ப்பதற்கு இந்தக் காரணங்கள் போதுமே. ஆனாலும் அவர் என்னை வெறுப்பதற்கான காரணத்தைத் தெரிந்துகொண்டே ஆகவேண்டும் என்று தோன்றியது. நான் தர்முவைச் சீண்டத் தயாரானேன்.

''உலகத்தில் போகிற வழி ஒன்று உண்டென்றால், வருகிற வழியும் உண்டு என்பதை உங்களுக்கு நினைவுபடுத்த விரும்புகிறேன்'' என்றேன். தர்மு என்னை நிதானமாக ஏறிட்டுப் பார்த்தார். கொஞ்ச நேரம் அமைதியாக முதலைப் படத்தை உற்றுப் பார்த்துக்கொண்டிருந்தார். பிறகு நிதானமாகச் சொன்னார்.

''நீ யாரிடம் வேண்டுமானாலும் பழகு, உறவாடு. அதைப் பற்றிய கவலை எனக்கில்லை. ஆனால் ஒன்று மட்டும் நிச்சயமாகச் சொல்கிறேன். இனி திரும்பவும் உன்னை நான் என் உயிர் இருக்கிற வரை இங்கே அனுமதிக்க மாட்டேன்'' என்றார். இதைச் சொல்லும் போது தர்முவின் முகத்தைப் பார்த்தேன். உலகிலுள்ள அத்தனை வெறுப்புணர்வும் அந்த ஒரேயொரு வட்ட முகத்தில் வந்து குடி கொண்டிருந்தது. நான் தர்முவிடம் சவால் விட விரும்பினேன். ஆனால் அது சினிமாத்தனமாக இருக்கும் என்பதால், அந்த யோசனையைக் கைவிட்டேன். ஆனாலும் எதையாவது சொல்லியே ஆகவேண்டும் என்று பரபரத்தது மனம், துணிந்து சொல்லிவிட்டேன். ''நானும் இந்த தேசத்தின் புதல்வன்தான். என்னை இப்போது வெளியேற்றத் துடிக்கும் அந்த சக்தி இன்னொரு நாள் என்னை ரத்தினக் கம்பளம் போட்டு வரவேற்கும். அப்போது ஆடலாம் நம் பகடையை. அந்த ஆட்டத்திற்கு நீங்கள் தயாராக இருங்கள்'' என்று சொல்லிவிட்டு நான் வெளியேறத் தயாரானேன். ''அன்றைக்கு நீங்கள் கோபத்தில் வெளியேறிவிட்டீர்கள். உங்களது பணம் எங்களுக்கு தேவையில்லை. இதுவரை கம்பெனியில் எவ்வளவு பணம் போட்டிருக்கிறீர்களோ, அதைத் தர தயாராக இருக்கிறேன். அடுத்த வாரம் நடக்கப் போகும் பங்குதாரர்கள் மீட்டிங்கில் வைத்து அதைப் பேசலாம். தனிப்பட்ட முறையில் நமக்குள் நடக்கும் இந்த விஷயத்தை நீங்கள் யாரிடமும் பகிர்ந்துகொள்ள வேண்டாம். நீங்கள் பகிர்ந்து கொண்டாலும் அதை யாரும் நம்பவும் போவதில்லை'' என்றார் தர்மு.

''அது எனக்கு தெரியும். ஆனாலும் உங்களது நம்பிக்கையை நான் தகர்ப்பேன். குப்பாங்கில் என்னைப் பற்றி விசாரித்த காவலர்களிடம் நீங்கள் என்னை யாரென்றே தெரியாது என்று சொன்ன விஷயமும்கூட தெரியும்'' என்று தர்முவிடம் சொன்னபோது அதைப் பற்றி அவர் அலட்டிக்கொள்ளவே இல்லை.

''நான்தான் உன் அடிப்படையையே தகர்த்துவிட்டேனே. உன்னுடைய ஆட்டம் முடிந்துவிட்டதை நீ உணரவில்லையா?'' என்றார் தர்மு, முகத்தை வெகு சாந்தமாக வைத்துக்கொண்டு.

‘‘கிரிக்கெட் ஆடும்போது எல்லா நேரங்களிலும் சிக்ஸர் அடித்துக் கொண்டிருக்க முடியுமா என்ன? சில நேரங்களில் க்ளீன் போல்டு ஆகிவிடுவதில்லையா? அதைப்போலதான் இதுவும். அதற்காக ஆட்டம் முடிந்துவிட்டது என நீங்களாகவே நினைத்துக்கொண்டால் எப்படி? அது மட்டுமல்லாமல் நீங்கள் விளையாட்டில் ஓய்வை அறிவிக்கும் வயதை எட்டிவிட்டீர்கள் என்பதை உணருங்கள். நான் இப்போதுதான் என்னுடைய ஆட்டத்தைத் துவங்கியிருக்கிறேன். கடவுள் அனுமதிக்கிற பட்சத்தில் என்னுடைய ஆட்டம் இன்னும் கொஞ்ச காலத்திற்கு தொடரும்.’’ தர்முவிடம் வீராவேசமாகச் சொல்லிவிட்டு வெளியே வந்த நான் அடுத்தது யாரைச் சந்திப்பது என தெளிவாகச் சிந்திக்க ஆரம்பித்தேன்.

21

ஹோட்டல் ரமலோவில் காலை அருமையான அமெரிக்கன் உணவை பஃபே சிஸ்டமாகத் தருவார்கள். உண்மையில் அதுதான் அங்கீகரிக்கப் பட்ட அமெரிக்கன் காலையுணவு. ஒரு மன்னனைப்போல சாப்பிட ஏதுவான அத்தனை வகைகளும் பரப்பி வைக்கப்பட்டிருக்கும். இரண்டு பேர் சாப்பிட அனுமதி உண்டு. ப்ரெட், முட்டை, ஃப்ரைட் ரைஸ், நூடுல்ஸ், உப்புப் போட்டு வேக வைக்கப்பட்ட பன்றி இறைச்சி, பயறு வகைகள், சிக்கன் வேக வைத்தது, தரமான ஸ்டார்பக்ஸ் காஃபி என ரகளையாக இருக்கும். நீச்சல் குளத்தை ஒட்டி அமர்ந்தபடி ஒரு மன்னனைப்போல என்னுடைய காலை உணவைச் சாப்பிடுவேன். சந்தோஷுடன் இணைந்து சாப்பிடுவதில் ஒரு சிக்கலை எப்போதும் சந்திப்பேன். எப்படிச் சாப்பிடுவது என, சாப்பிடும்போது அவர் வகுப்பு எடுத்துக் கொண்டே இருப்பார். ஒரு முறை ஆஃப் பாயிலை எப்படிச் சாப்பிடுவது என அவர் வகுப்பெடுத்தபோது, நான் எரிச்சலில் கையிலிருந்த ஸ்பூனை நீச்சல்குளம் நோக்கி எறிந்தேன். பதிலுக்கு அவர் பிளேட்டை எறிந்தார். இரண்டு இந்தியர்கள் காலையுணவு நேரத்தின்போது இப்படிச் சண்டையிட்டுக் கொள்வதை எல்லோரும் வித்தியாசமாகப் பார்த்தார்கள். அதிலிருந்து நான்

சந்தோஷுடன் சாப்பிடுவதை நிறுத்திக்கொண்டேன். தனித் தனியாகச் சாப்பிடப் போவதைப் பார்த்து ஒருமுறை அந்த ஹோட்டல் பணிப்பெண் உங்களுக்குள் சண்டையா என்று கேட்டபோது வெட்கமாக இருந்தது.

சந்தோஷ் இல்லாத நேரங்களில் கணக்கிற்காக நான் அஜயை அழைத்துக்கொள்வேன். அவனுக்கு அமெரிக்கக் காலையுணவு என்றால் உயிர் என்பது எனக்கு நன்றாகத் தெரியும். ஆனால் அதிலும் சிக்கல் ஏற்பட்டது. அறையில் தங்குபவர்களுக்கு மட்டுமே காலையுணவை இலவசமாகத் தர முடியும். வெளியில் இருந்து வருபவர்களுக்குக் காலையுணவு தரப்பட மாட்டாது என உறுதியாகச் சொல்லிவிட்டார்கள். இந்த உத்தரவு போடப்பட்ட கொஞ்ச காலத்திற்கு நான் வீம்பிற்காகச் சாப்பிடப் போகாமல் இருந்தேன். மெல்ல மெல்ல என் கையிலிருந்த டாலரின் வரத்து குறைய ஆரம்பித்ததும் மீண்டும் அங்கு ஆஜரானேன். மிகவும் மொடையாக இருந்த காலகட்டங்களில் காலை உணவு மட்டுமே எனக்கு உணவாக இருந்தது. மதியம் நான் பெரும்பாலும் சாப்பிடாமல் இருக்கப் பழகிக்கொண்டேன். இரவு 1 டாலருக்குக் கிடைக்கும் தைமூரின் உள்ளூர் உணவுகளையே வாங்கிக்கொண்டு வந்து சாப்பிடத் துவங்கினேன். மதியம் பசி வயிற்றைப் பதம் பார்க்கும். ஆனால் பொறுத்துக்கொள்வேன். மைக்கேலின் ஹோட்டலுக்குப் போகலாம் என்றால் வெட்கம் பிடுங்கித் தின்னும்.

நான் ஏற்கெனவே சொல்லியிருந்த மைக்கேலின் உணவகம் எனக்குச் சொந்த உணவகம்போல, அவன்தான் உலகத்திலுள்ள அத்தனை சீன உணவுகளையும் எனக்கு அறிமுகப்படுத்தினான். சீன உணவு என்கிற பெயரில் இந்தியாவில் தயாரிக்கப்படுபவை எல்லாம் குப்பைகள் என்கிற புரிதல், அவன் ஹோட்டல் உணவைச் சாப்பிட்ட பிறகுதான் எனக்குத் தோன்றியது. இங்கு ஃப்ரைட் ரைஸ் என்கிற பெயரில் ஆளைக் கொல்லும் உணவைதான் சமைத்துப் போடுகிறார்கள் என்பதும் புரிந்தது. மைக்கேல் தயாரிக்கும் ஃப்ரைட் ரைஸை அருகில் இருந்து பார்த்திருக்கிறேன். பெயருக்குதான் கொஞ்சம் எண்ணெயைப் பயன்படுத்துவான். மற்றபடி தண்ணீரைத் தெளித்துத் தெளித்து அந்த அரிசியை வேக வைத்து வறுத்தெடுப்பான். நான் பசிக் காலங்களில் மூன்று பேர் சாப்பிடும் அளவை ஒரே ஆளாகச் சாப்பிடுவேன்.

உலகின் மிகச் சிறப்பான உணவான போர்க் ரேப்புடனான பேக்கனை எனக்காக எப்போதும் சமைத்துத் தருவான் மைக்கேல். அதை எனக்குத் தருவதற்கு முன்பாக சிரத்தையாக அமர்ந்து அலங்கரித்துக் கொண்டிருப்பான். ‘நம்முடைய உணவகம்தானே, நான் உன்

நண்பன்தானே, அப்படியே கொடு சாப்பிட்டுக்கொள்கிறேன். எதற்காக அலங்காரம் எல்லாம்?' என்று கேட்டால், 'என்னைப் பொறுத்தவரை அது ஒரு தவம்' என்று சொல்வான் மைக்கேல். அவன் எனக்கு நெருக்கமானதற்கு இன்னொரு காரணமும் இருக்கிறது. இந்தியாவில் எனக்கு ஜேக்கப் என்றொரு நண்பன் இருந்தான், ஆமாம் இருந்தான். ஏனெனில் அவன் இப்போது இந்த உலகத்தில் இல்லை. அவன் சாகும்போது எல்லோராலும் கொண்டாடப்படுகிற சமையற் கலைஞனாக இருந்தான். அவனும் மைக்கேலைப் போலதான். ஏதாவது ஒரு புதிய உணவுக் கலவையைக் கண்டுபிடித்துவிட்டால் உடனடியாக என்னை அழைத்துப் பரிமாறி எனது முகத்தையே பார்த்துக்கொண்டிருப்பான். அதேபோல அவன் என்ன முறையில் சாப்பிடச் சொல்கிறானோ அப்படிதான் என்னைச் சாப்பிட அனுமதிப்பான். எனக்குக் கொடுப்பதற்கு முன்பாகப் பொறுமையாக உணவை அலங்கரிக்கும் வேலைகளைச் செய்வான்.

அவனுக்கு மூளையில் நான்கைந்து ட்யூமர் கட்டிகள் இருந்தன. அதுவுமில்லாமல் உடல்ரீதியாக மிகப் பெரிய பிரச்சினை ஒன்று இருப்பதாகவும் அதை யாரிடமும் சொல்ல மாட்டேன் என்றும் சொல்லிக்கொண்டிருப்பான். அவன் செத்த அன்றைக்குதான் அவன் உடலில் என்ன பிரச்சினை இருந்தது என்பதே எங்களுக்கெல்லாம் தெரிய வந்தது. மருத்துவர்கள் அவனை ஒரு துளி கூட உப்பைப் பயன்படுத்தவே கூடாதென எச்சரித்திருந்தார்கள். அவனோ, சமைக்கிற பொருளைச் சுவைப்பதற்காகதான் கடவுள் என்னை இந்த பூமிக்கு அனுப்பியிருக்கிறார் என்று அடிக்கடி சொல்லிக் கொண்டிருந்தது இதனால்தான். அவன் செத்த பிறகுதான் எங்களுக்கெல்லாம் இது தெரிய வந்தது. செயலில் மட்டுமல்ல, தோற்றத்தில்கூட ஜேக்கப்பைப் போலவே இருந்தான் மைக்கேல். நான் ஜேக்கப் பற்றிய கதைகளை, அவன் கண்டுபிடித்த உணவுகள் பற்றிய கதைகளை மைக்கேலிடம் சொல்லும்போதெல்லாம் அவன் மெய் சிலிர்த்துப் போவான். ஜேக்கப்பின் புகைப்படம் ஒன்றை மறக்காமல் என்னிடம் கேட்டு வாங்கி வைத்துக்கொண்டான். எனக்கென்னவோ ஜேக்கப்பின் ஆவிதான் மைக்கேல் என்கிற பெயரில் என்னுடன் உறவாடி, எனக்கு சமைத்துப் போட்டுக்கொண்டிருக்கிறதோ என்று தோன்றும். அதனால் தான் மைக்கேல் என்ன சொன்னாலும் செய்கிற மனநிலையில் நான் இருந்தேன். மைக்கேலின் மனைவி அங்குள்ள சுகாதார அமைச்சகத்தில் பணிபுரிகிறாள். கர்ப்பிணியாக இருந்த அவளுக்கும் என்னுடன் சேர்த்துச் சமைத்துப் போடுவது மட்டுமே தன்னுடைய கடமை என்று செயல்பட்டுக்கொண்டிருப்பான் மைக்கேல். என்னிடம் அவன் இதற்காக ஒரு டாலர்கூட வாங்கியதில்லை. என்னைக்

கொடுக்கவும் அனுமதித்ததில்லை. அவனுடைய மனைவி என்னை எப்போதும் சகோதரனாகதான் பாவித்தாள் என்பதால், அவளும் இந்த வெட்டிச் செலவை சந்தோஷத்துடனேயே அனுமதித்தாள். இடையில் மைக்கேல் சில காலங்கள் காணாமல் போயிருந்தான். உணவகத்தை மூடினான். நான் அவனுடைய மனைவியை அவள் வேலை பார்க்கும் அலுவலகத்தில் போய்ச் சந்தித்து என்ன காரணம் என்று கேட்டேன். அவள் என்னிடம் சரியாக பதில் சொல்லவில்லை. அவனுக்கு உடம்பு சரியில்லை. அதனால் மருத்துவ சிகிச்சைக்காக ஆஸ்திரேலியா போயிருக்கிறான் என்று மட்டும் சொன்னாள். மைக்கேலுக்கு என்ன ஆனது, அவனுக்கு உடம்பில் என்ன பிரச்சினை என்று குழம்பிக் கொண்டே இருந்தேன். மைக்கேல் போன பிறகு என்னுடைய சாப்பாட்டுப் பிரச்சினை பூதாகரமானது.

தைமூரைப் பொறுத்தவரை எல்லாம் யானை விலை, குதிரை விலை. உள்ளூர்ச் சாப்பாட்டினைச் சாப்பிடலாம்தான். மூன்று வேளையும் அரிசிச்சோறு சாப்பிட்டு உடல் பழகவில்லையே. நான் ரமலோவில் காலையுணவை என்னுடைய அறைக்கே வந்து தரச் சொன்னேன். முதல் ஒரு வார காலம் மட்டும் அப்படி வந்து தந்தார்கள். அடுத்தடுத்த வாரங்களில் முடியாதென மறுத்துவிட்டார்கள். காலையுணவை நான் மதியம், இரவு என பிரித்துப் பிரித்துச் சாப்பிடுவேன். அறையை விட்டு வெளியேறும்போது என்னுடைய அறையைச் சுத்தம் செய்யத் தேவையில்லை என்று சொல்லிவிட்டுச் செல்வதால், யாரும் அறைக்கு வந்து என்னுடைய கஷ்ட ஜீவனத்தைப் பார்க்க முடியாது என்பது என்னுடைய எண்ணமாக இருந்தது. வேறு வழியில்லை. மானம், அவமானம் பார்க்கிற நிலையில் நான் அப்போது இல்லை. ஒரு லிட்டர் அக்குவா பாட்டிலின் விலையே 1 டாலர் என்கிற நிலையில் நான் என்னதான் செய்ய முடியும்? நான் கடைப்பிடிக்கிற இந்த விரத நிலை யாருக்கும் தெரியாதபடி பார்த்துக்கொள்வதில்தான் தோற்றுக்கொண்டே இருந்தேன். ஏன் ஒரு மாதிரியாக சோர்வாக இருக்கிறீர்கள் என காவியன் பல முறை கேட்டிருக்கிறார்.

முபாரக் அண்ணனிடமும் கேட்க முடியாது. அந்தஸ்து ஒரு மனிதனை எந்தப் பாடுபடுத்துகிறது என்று பாருங்கள். நான் வேலையாளாக இங்கு வந்திருந்தால், யாரிடம் வேண்டுமானாலும் கையேந்தி இருக்கலாம். முதலீட்டாளனாக வந்திருப்பதால் என் அந்தஸ்தை வளர்த்தெடுத்துக்கொண்டே இருக்க வேண்டுமே தவிர குப்புறத் தள்ளிவிடக் கூடாது. நான் ஊரிலிருந்தும் பணம் கேட்க முடியாத நிலைக்கு ஒரு கட்டத்தில் தள்ளப்பட்டிருந்தேன். அட்டை வியாபாரத்தில் இருந்து போட்ட பணத்தில் ஒரு பகுதி திரும்பி வந்தாலும், ஊருக்குப் போய்விடலாம் என்கிற மனநிலையில் இருந்தேன். பெரும்பாலான

நாட்களில் காலைச் சாப்பாட்டுடன் என்னுடைய உணவை முடித்துக் கொள்வேன். ஆனால் அதை ராட்சச கணங்கள் சாப்பிடுவதுபோல சாப்பிடுவேன். உணவகத்தில் இருக்கும் மற்ற அமெரிக்கர்கள் கூட என்னை ஆச்சரியத்துடன் பார்ப்பார்கள். எப்போதுமே அமெரிக்கர்கள் குறைந்தது ஒரு மணி நேரத்துக்காவது அமர்ந்து சாப்பிடுவார்கள். ஆனால் நான் காலை ஏழு மணிக்குப் போய் என்னுடைய உணவை பத்து மணிக்குதான் முடிப்பேன். என்னை வெளியே போகச் சொல்லவும் முடியாது. அனுமதிக்கவும் முடியாதென்கிற இரட்டை மனநிலையில் ஹோட்டல் சிப்பந்திகள் செயல்படுவதை என்னால் உணர முடியும். அடிக்கடி ஒரு சிப்பந்தி வந்து ‘சார் காஃபி’ என்பான். அப்படியென்றால் எப்போது முடிக்கப் போகிறீர்கள் என்று அர்த்தம். நான் சளைக்காமல் இன்னொரு ஆம்லெட் கொண்டுவரச் சொல்லி ஆர்டர் தருவேன்.

நான் இந்தியாவில் இருந்தபோது என்றைக்குமே பசியோடு இருந்ததில்லை. ஒரே ஒருமுறை மட்டும் வாழ்வில் வீறாப்பிற்காக ஒரு நான்கு நாட்கள் தொடர்ச்சியாகச் சாப்பிடாமல் இருந்திருக்கிறேன். அதனால் பசி என்னவெல்லாம் செய்யும் என்பது எனக்கு நன்றாகத் தெரியும். பசியை அடக்கும் கலை தெரியுமா? அந்த ஒருமுறை என் வாழ்வில் பசியை நேருக்கு நேர் நெஞ்சை நிமிர்த்திச் சந்தித்துத் தோற்றுப் போயிருக்கிறேன் அதனிடம். முதல் நாள் பசி வயிற்றைக் கிள்ளும், இரண்டாம் நாள் வயிறு உள்ளிழுத்துக்கொள்ளும். இரண்டாம் நாள் இறுதியில் உடலின் நீர்ச்சத்துகள் உலரத் துவங்கும். மூன்றாவது நாள் மயக்கம் எட்டிப் பார்க்கும். கால்கள் தள்ளாடும். தலை சுற்றும். மூன்றாம் நாள் இறுதியில் இத்தனை களேபரங்களைத் தாண்டி, மெல்ல ஒரு சிறு உற்சாகம் எட்டிப் பார்க்கும். பசி என்பது வெறும் உணர்வு என்ற நிலை ஏற்படும். நான்காம் நாள் நீங்கள் நிறைய புத்துணர்ச்சியோடு இருப்பீர்கள். எனக்கு மட்டுமல்ல, உங்களுக்கும் இதுபோல்தான் வாய்க்கும். அந்த நான்காவது நாளைக் கடந்து எத்தனை நாட்கள் அடுத்து தாக்குப் பிடிக்கப் போகிறீர்கள் என்பதில்தான் உங்களது மன உறுதியின் தீவிரம் அடங்கி இருக்கிறது. தைமூரில் வைத்து ஒருமுறை இதுமாதிரி வீம்புக்காகப் பரிசோதனை செய்து பார்த்தேன். இரண்டாம் நாளின் மதிய வேளையிலேயே நான் சுருண்டுவிட்டேன். உடனடியாக சிப்பந்தியை வரவழைத்து பத்து டாலரைக் கொடுத்து அத்தனைக்கும் உணவு வகைகளை வாங்கி வரச் சொல்லி ஒரு மன்னனைப்போல சாப்பிட்டேன். என்னால் முடியவில்லை. என் மன உறுதி தளர்ந்துவிட்டது என்பதைக் கண்கூடாக உணர்ந்தேன். என்னுடைய தனிப்பட்ட தவத்தை நான் யாரிடமும் பகிர்ந்து கொள்ளவில்லை என்பதே எனக்குப் பெருமிதமான உணர்வைத்

தந்தது. எப்போதெல்லாம் பசி வருமோ அப்போதெல்லாம் எனக்கு மைக்கேலின் ஞாபகமும் வரும். ஒரு நாள் துணிந்து மைக்கேலின் மனைவி வேலை பார்க்கும் அலுவலகத்திற்குச் சென்றுவிட்டேன். முகத்தைக் கடுமையாக வைத்துக்கொண்டு, ''மைக்கேலுக்கு என்னதான் ஆனது? அவன் உடம்பிற்கு என்ன பிரச்சினை? என்னிடம் நீ சொல்லியே ஆகவேண்டும்'' என்றேன். அவள் என்னை வெளியே காத்திருக்குமாறு சொன்னாள். கொஞ்ச நேரம் கழித்துத் தன்னுடைய கைப்பையுடன் வெளியே வந்து என்னுடைய காரில் ஏறி அமர்ந்தாள். கடற்கரைக்கு ஓட்டச் சொன்னாள். கடற்கரையில் நாங்கள் நீண்ட நேரமாக எதுவும் பேசாமல் அமர்ந்திருந்தோம். நான்தான் அவளுடைய மௌனத்தைக் கலைத்தேன். ''என்ன ஆனது மைக்கேலுக்கு?''

''மருத்துவர்கள் அவர் உடலில் உப்பின் அளவு அதிகமாக இருப்பதாகக் கணித்திருக்கிறார்கள். இனி அவர் வாழ்நாளில் அனுமதிக்கப்பட்ட அளவை மீறி ஒரு சிட்டிகை உப்பு எடுத்தால்கூட மரணம் என்று சொல்லிவிட்டார்கள்'' என்றாள் அழுதபடி.

'கடவுளே! ஜேக்கப்பைப் போலவே இவனையும் தோற்றத்தில் ஒன்றாய்ப் படைத்தாய். கடவுளே! ஜேக்கப்பைப் போலவே இவனை சமையல் கலையில் ஒன்றாய்ப் படைத்தாய். கடவுளே! ஜேக்கப்பைப் போலவே இவனையும் என்னைக் கொண்டாடச் செய்தாய். கடவுளே! ஜேக்கப்பைப் போலவே இவனை என்னிடமிருந்து பிரித்துக் கொண்டுபோய்விடாதே. உன்னுடைய விளையாட்டை இவனுடைய வாழ்வில் நிகழ்த்திவிடாதே.'

நான் மைக்கேல் மனைவியின் வயிற்றைப் பார்த்து ''எத்தனையாவது மாதம்?'' என்றேன். அவள் ''ஒன்பதாவது மாதம்'' என்றாள். ''கவலைப்படாதே, எங்கள் நாட்டில் எல்லா நோய்களையும் குணப்படுத்தும் மருத்துவர் ஒருத்தர் இருக்கிறார். அவரிடம் நாம் போய் உடம்பைக் காட்டத் தேவையில்லை. இங்கிருந்தே வேண்டிக் கொண்டாலே போதுமானது'' என்று சொன்னவுடன், அவள் அந்தப் பயணத்தில் முதல்முறையாகச் சிரித்தாள். நான் அந்த மருத்துவரிடம் வேண்டிக்கொண்டேன். 'பாண்டி முனி அய்யா, என் மைக்கேலை என்னிடம் பழைய மாதிரி சீக்கிரம் கொண்டுவந்து சேர்த்துவிடு. மேலே உனக்கு மட்டன் சமைத்துப் போடதான் ஜேக்கப் இருக்கிறானே... அவன் ஒருத்தன் போதும், நீ சாகற வரைக்கும் சளைக்காமல் சமைத்துப் போடுவான்.'

22

என் பங்குத் தொகையைக் கேட்டு வாங்கிக் கொண்டு திரும்பவும் ஊருக்கே போகலாம் என்கிற எண்ணத்திற்கு நான் படிப்படியாக வந்து கொண்டிருந்தேன். அதைப் பற்றி காவியனிடம் ஒருமுறை பேசியபோது, 'ஏற்கெனவே நிறுவனம் நஷ்டத்தில் இயங்கிக்கொண்டிருக்கும் போது பங்குத் தொகையை எப்படித் திருப்பித் தருவது?' என எதிர்க்கேள்வி கேட்டார். அவசரத்தில், ஆத்திரத்தில் பேசுவதை யெல்லாம் கணக்கில் எடுத்துக்கொள்ளக்கூடாது என எனக்கு அறிவுரை சொல்ல ஆரம்பித்தார். 'இங்கேயே தொழில் செய்து போட்ட பணத்தை எடுப்பதற்கு வேறு ஏதேனும் வாய்ப்பு இருக்கிறதா என்று பார்க்கிறேன்' என நாசூக்காய்ச் சொல்லிவிட்டு வேறு வேலை இருப்பதாகச் சொல்லிச் சென்றார் காவியன். போகும்போது அவர் சொன்ன இன்னொரு விஷயமும் எனக்கு இன்னொரு திறப்பாக இருந்தது. 'நீங்கள் பலம் வாய்ந்தவராக இருக்கும் பட்சத்தில் நாங்கள் இல்லாமலேயே நீங்கள் இங்கு தொழில் பார்க்கலாம். அதைத் தடுப்பதற்கு நான் தயாராக இல்லை' என்றார். நான் என்பதை அவர் அழுத்திச் சொன்ன விதத்தி லேயே, 'தர்முவை நீதான் சமாளித்துக்கொள்ள வேண்டும்' என்கிற உண்மை அடங்கியிருந்தது. அன்றிரவு ராஜா, எப்படியோ என்னுடைய

எண்ணை என் வீட்டில் இருந்து வாங்கி என்னை அழைத்தான். அவன் எண் என்று எனக்குத் தெரிந்திருந்தால் நான் எடுத்திருக்கவே மாட்டேன். இந்தியாவிலிருந்து வேறு யாரோ அழைக்கிறார்கள் என்று நினைத்துதான் அந்தத் தொலைபேசி அழைப்பை அனுமதித்தேன்.

''உன்னுடைய நம்பர பிடிக்கறதுக்குள்ள படாதபாடு பட்டுட்டேன்'' என்ற ராஜா, என்னோடு தன்னையும் அழைத்துப் போகும்படி சொன்னான். ரியல் எஸ்டேட் சந்தை இந்தியாவில் படுத்துவிட்டதாகச் சொன்ன அவன் ஒரு சாதாரண வீட்டுமனைகூட விலைக்குப் போகவில்லை என்றான். கஷ்ட ஜீவனம் நடத்தக்கூடிய நிலையில் இருப்பதாகவும் வீடு ஒன்றை ஒத்திக்குப் பிடித்திருப்பதாகவும் அதற்குப் பணம் தேவை யென்றும் சொன்னான். நான் கொஞ்ச நேரம் சமாளித்தபடி பேசிக் கொண்டிருந்தேன். இறுதியாய் யாரிடமாவது உண்மையாக இருக்கலாம் என்கிற முடிவை எடுத்தேன். தைமூரில் நான் எதிர்பார்த்து வந்தது நடக்காமல் போனது, பசிக் கொடுமை, தர்மு பழி வாங்கிக் கொண்டிருப்பது என எல்லாவற்றையும் அவனிடம் சொன்னேன். ராஜா நான் சொன்னது எல்லாவற்றையும் பொறுமையாகக் கேட்டான்.

''என்ன மயித்துக்காக நீ சாப்பிடாம இருக்கணும்? நாங்கல்லாம் செத்தா போயிட்டோம். அக்கா அன்னைக்கே சொன்னா கேட்டியா? அவளுக்குக் கரு நாக்கு. அப்படி சொல்லியிருக்கக்கூடாதுன்னு நீ போன பெறகு அவட்ட நான் சண்டை போட்டேன். அவ சொன்ன மாதிரியே பலிச்சுருச்சு'' என்றான் சோகமாக. அவன் அவனுடைய பிரச்சினைகளை மறந்துவிட்டு என்னுடைய பிரச்சினைக்குள் ஆழ்ந்து போனான். ராஜாவின் அழகே அதுதான். நாங்கள் ஒன்றாகப் படிக்கும் காலத்திலேயே, அவனுடைய பிரச்சினைகளை முதன்மையாக அவன் கருதியதே இல்லை. நான் சார்ந்த உலகம் அதிலுள்ள பிரச்சினைகள் தான் எப்போதும் அவனுக்கு முதன்மையானது. எனக்காகவே தன்னுடைய வாழ்வை வடிவமைத்துக் கொண்டிருந்தவன் அவன். என்னை அணு அணுவாக ரசிப்பதுதான் அவன் வாழ்வின் இலட்சியம், பொழுதுபோக்கு எல்லாமும். நான் தோற்கவே மாட்டேன் என்று உறுதியாக நம்புபவன் அவன். இப்போதுகூட சொன்னான், ''நீ சுயம்புடா, தோக்க மாட்ட... கடைசி நிமிஷத்துலகூட நம்ம டீம கோல் போட்டு நீ ஜெயிக்க வச்சவன்ங்கறத ஞாபகத்துல வச்சுக்க'' என்றான். இதைக் கேட்டதும் நான் உற்சாகமானேன். எனக்கு அந்தப் பந்தயம் நினைவிற்கு வந்தது. அதை நினைக்க நினைக்க உற்சாகம் மட்டு மல்லாமல் நேர்மறையான எண்ணங்களும் எனக்குள் பீறிட்டன.

விளையாட்டு விடுதியின் ஹாக்கி அணியின் தலைவனாக நான் இருந்தேன். விக்கிரமசிங்கபுரத்தில் போட்டிகள் நடந்து

கொண்டிருந்தன. எங்கள் அணியும் அதில் கலந்துகொண்டிருந்தது. இரண்டாவது ஆட்டத்தில் எனக்குக் காலில் அடிபட்டுவிட்டது. அதனால் இறுதிப் போட்டியில் விளையாடவில்லை. குதிங்காலில் பலத்த அடி, கட்டுப் போட்டு அமர வைத்திருந்தார்கள். எங்களுக்கு எதிராகத் தமிழ்நாடு காவல்துறை அணி மோதிக்கொண்டிருந்தது. இரண்டு பக்கமும் கோல் போடாமல் சம வாய்ப்பு முதல் அரை இறுதி வரை இருந்தது. நான் என்னுடைய கோச்சிடம் விளையாட அனுமதிக்கச் சொல்லிக் கெஞ்சிக்கொண்டிருந்தேன். அவர் கோபத்தில் என்னை எட்டி உதைத்தார். 'நீ இப்போது விளையாடினால் உன்னைப் படுக்கையில் வைத்துதான் ஊருக்குத் தூக்கிப் போக வேண்டும்' என்றார். நான் விடாப்பிடியாகப் போராடி அவரிடம் எனக்கு ஒரு வாய்ப்பை ஏற்படுத்தித் தரும்படி கெஞ்சினேன். நான் கெஞ்சுவதைப் பார்த்துக்கொண்டிருந்த காவல்துறை அணியின் கோச் எனக்கு வாய்ப்பளிக்கும்படி என்னுடைய கோச்சிடம் சொன்னார். என்னுடைய கோச் அதைக் கிண்டல் செய்வதைப்போல எடுத்துக் கொண்டார்போல, உடனடியாக விளையாடுவதற்கு என்னைத் தயாராகச் சொன்னார்.

வலி உயிர் போனது. நான் பல்லைக் கடித்துக்கொண்டு என்னுடைய காலணிகளை எடுத்து மாட்டினேன். என்னுடைய கோச் எல்லா வற்றையும் பொறுமையாகப் பார்த்துக்கொண்டிருந்தார். அருகில் வந்து அமர்ந்து என்னுடைய முடியையும் முதுகையும் தடவிக் கொடுத்துக் கொண்டிருந்தார். நான் வீறுகொண்டு கிளம்பினேன். ஆட்டம் முடிவதற்கு ஐந்து நிமிடங்கள்தான் மிச்சம் இருந்தன. எல்லோரும் இந்த ஐந்து நிமிடத்தில் என்ன செய்துவிடப் போகிறார்கள் என கிண்டலாகப் பார்த்தார்கள். என்னுடைய அணி நான் உள்ளே வந்ததும் சுறுசுறுப்பானது. நான் நொண்டிக்கொண்டே எதிரணியின் எல்லைக் கோட்டிற்கு ஓடினேன். நான் எதற்காக அந்தப் பகுதிக்கு ஓடினேன், அங்கிருந்தபடியே பந்து கைக்குக் கிடைத்தால் என்ன செய்வேன் என்பதெல்லாம் ராஜாவிற்கு நன்றாகத் தெரியும். பந்தை எனக்கு எப்படிக் கடத்தினால் அதை நான் என்னுடைய தனிச் சிறப்பின்படி கோலாக மாற்றுவேன் என்பதும் ராஜாவிற்கு நன்றாகத் தெரியும். அதை அவன் சரியாகச் செய்தான். வாழ்வில் மட்டுமல்ல, விளையாட்டிலும்கூட நான் எதை எப்படி எந்த இடத்தில் கோலாக மாற்றுவேன் என்கிற விஷயம் ராஜாவிற்கு அத்துப்படி. சரியாக நான் எதிர்பார்த்திருந்த கோணத்தில் பந்தை என்னிடம் கடத்தினான் ராஜா. நம்ப மாட்டீர்கள். பந்து என் கைக்குக் கிடைத்த இருபது நொடிகளில் எதிரணி கோல் கீப்பரை ஏமாற்றி அது கோலாக மாறியிருந்தது. மைதானம் உறைந்துபோயிருந்தது. என்ன நடந்தது என்பது

யாருக்கும் முதலில் புரியவில்லை. என்னுடைய ஆர்ப்பரிப்பைப் பார்த்தவுடன்தான் பந்து கோலாக மாறிவிட்டது என்பதை எல்லோரும் உணர்ந்து கொண்டார்கள். என்னுடைய அணி என்னைத் தூக்கி வைத்து மைதானத்தின் நடுவே கொண்டுவந்தது. எல்லோரும் என்னை அழுத்திப் பிடித்திருந்ததால், எனக்கு வலி உயிரை எடுத்தது. ஆனால் அந்த வலியை அன்று நான் ரசித்தேன். நாங்கள் எல்லோரும் மைதானத்திற்கு நடுவே குழுமியிருந்தபோது ஆட்டம் முடிந்து விட்டதற்கான விசிலை ஊதினார்கள். நாங்கள் வெற்றி பெற்றிருந்தோம். கோப்பை எங்கள் வசமானது. வாழ்வில் எனக்குக் கிடைத்த மகத்தான அனுபவம் அது. எதிரணி கோச் ஓடிவந்து என்னைத் தூக்கிக் கொண்டதைப் பார்த்த என்னுடைய கோச் பெருமையாகச் சிரித்தார். ‘கடைசி நிமிடத்தில் ஆட்டத்தை மாற்றக்கூடிய வல்லமை யுடையவன்தான் தலைவன் என்பவன்’ என்றார் எதிரணியினரின் கோச். நான் நொண்டியபடி போய் கோப்பையை வாங்கிக் கையில் ஏந்துவதைக் கரகோஷம் போட்டு வரவேற்றார்கள். தமிழ்நாடு காவல்துறை அணியைச் சேர்ந்தவர்கள் தோல்வியை மறைத்துக் கொண்டு என்னுடைய கன்னத்தைப் பிடித்துக் கொஞ்சினார்கள். நான் எப்போதெல்லாம் சோர்ந்து போயிருக்கிறேனோ, அப்போதெல்லாம் இந்த மகத்தான ஆட்டத்தைப் பற்றி ராஜா எனக்கு நினைவுபடுத்துவான். அதைப்போலதான் இந்த மனநிலையின்போதும் எனக்கு நினைவுபடுத்தினான்.

நான் அந்தப் பழைய வெற்றியில் மூழ்கிப்போனேன்.

‘‘உன்னால முடியும்ங்கறதுதான் என்னோட யோசனை. இல்லாட்டியும் பரவாயில்ல. முடிஞ்சா பாரு, இல்லாட்டி சும்மா அங்க கிடந்து பட்டினியா கிடக்காத. கிளம்பி வந்துரு, பாத்துக்கலாம்.’’ அவன் அவனுடைய பிரச்சினையையே மறந்துவிட்டான்.

‘‘இல்லை ராஜா, நான் கண்டிப்பாக விட்ட பணத்தை எடுத்து விடுவேன். நீ கவலைப்படாதே. நான் ஊருக்கு வந்த பிறகு நாம் இருவரும் சேர்ந்து மறுபடியும் இங்கே வருவோம்’’ என்று அவனைச் சமாதானம் செய்யும் நோக்கில் சொன்னேன். அவன் அதைக் காதில் போட்டுக்கொள்ளவே இல்லை.

‘‘மசுராண்டி பசியில இருக்கன்னு சொல்ற... என் ஈரக்குலையே நடுங்குது. என்ன மயித்துக்கு நீ பசியோட இருக்கணும்? நாங்க இருக்கோம். நீ கிளம்பி வா. எவன் கழுத்துலயாவது கத்திய வச்சாவது பணத்த ஏற்பாடு பண்ணித் தர்றேன். நீ மறுபடியும் போய் ஜெயிச்சுட்டு வா’’ என ராஜா எனக்கு தைரியம் கொடுத்தான். நான் தொலைபேசி இணைப்பைத் துண்டித்துவிட்டு ராஜாவைப் பற்றி யோசித்துக்

கொண்டிருந்தபோது, கேப்டன் என்னுடைய அறைக் கதவைத் தட்டினார்.

நான் கதவு துவாரம் வழியாகப் பார்த்தபோது, அவர் கையில் எனக்குப் பிடித்த செயின்ட் ரெமி பிராந்தி பாட்டிலோடு கையில் கவர் ஒன்றை வைத்திருப்பதும் தெரிந்தது. முழுசாகப் பொரித்த கோழியை எனக்காக அவர் தயார்செய்து கொண்டுவந்திருந்தார். நாங்கள் இருவரும் ஆரம்பத்தில் பொதுவாகப் பேசிக்கொண்டிருந்தோம்.

''அண்ணே, கஷ்டமா இருந்துச்சுன்னா பேசாம ஊருக்குப் போங்கண்ணே. சிங்கம் மாதிரி இருந்த உங்கள இப்படிப் பாக்குறதுக்கு கஷ்டமா இருக்கு'' என கேப்டன் சொன்ன பிறகுதான், நான் பசியோடிருப்பதைப் புரிந்துகொண்டு திட்டம் போட்டு இவர் வந்திருக்கிறார் என்பது புரிந்தது. கேப்டனுக்கு தைமூரில் கல்யாணம் ஆகிவிட்டது. அது ஊரில் உள்ளவர்களுக்குத் தெரியாது. ஒரு முறை தைமூரில் மிகப் பெரிய உள்நாட்டுக் கலவரம் ஒன்று வெடித்தது. அதில் எதிர் முகாமைச் சேர்ந்தவர்கள் வேறு நாடுகளிலிருந்து வந்தவர்களைக் காயப்படுத்தி வெளியேறச் சொல்லி நிர்ப்பந்தித்துக் கொண்டிருந்தார்கள். அப்போது வழக்கமாக எல்லோரும் செய்வதைப்போல கேப்டனும் அந்தக் காரியத்தைச் செய்ததால் அவருடைய தலை தப்பியது. அவர் தன்னுடைய உணவகத்தில் தன்னோடு வேலை பார்த்துக்கொண்டிருந்த தைமூர்ப் பெண்ணைத் திருமணம் செய்துகொண்டார். தங்கள் வீட்டு மாப்பிள்ளையை தைமூர்க்காரர்கள்தான் ஒன்றும் செய்யமாட்டார்களே... அதன் அடிப்படையில் கேப்டனை மன்னித்து ஏற்றுக்கொண்டார்கள். ஆனால் இந்த விஷயம் ஊரில் உள்ள கேப்டனின் சொந்த பந்தங்களுக் கெல்லாம் தெரியாது. அவர்கள் கேப்டனுக்குப் பெண் பார்த்துக் கொண்டிருந்தார்கள்.

''அண்ணே, ஊருக்குப் போய் ஒருவேளை எங்காளுக யாராச்சும் பாத்துட்டாங்கன்னா தயவுசெஞ்சு எனக்கு இங்க கல்யாணம் ஆகியிருக்கிற விஷயத்தச் சொல்லிடாதீங்கண்ணே.'' கேப்டன் வந்திருப்பதன் முழு நோக்கமும் எனக்குப் புரிந்துவிட்டது. யாரிடமும் சொல்ல மாட்டேன் என அவருக்கு நான் உறுதியளித்த பிறகும் அவருடைய சந்தேகம் தீரவில்லை. அந்த இரவுக் குடி முழுவதிலும் கிட்டதட்ட ஐந்தாறு தடவைக்கு மேல் இந்த விஷயத்தை அழுத்திச் சொல்லிவிட்டார். யாரிடமும் சொல்லிவிடாதீர்கள் என்று கெஞ்சிக் கொண்டிருக்கும் இதே கேப்டன்தான், என்னுடைய இந்த நிலையை ஊர் முழுக்கப் பரப்பப் போகிறவர் என்பது எனக்கு நன்றாகத் தெரியும். அவர் பரப்புவதற்குள் நான் ஊர் போய்ச்

சேர்ந்துவிட வேண்டும் என நினைத்துக்கொண்டேன். போகும்போது ராஜாவின் குழந்தைகளுக்கு சாக்லெட் வாங்கிக்கொண்டு போக வேண்டும் என நினைத்துக்கொண்டேன். எந்தச் சூழலிலும் செலவழித்து விடக் கூடாது என்று நினைத்து ஐம்பது டாலர் நோட்டொன்றை எடுத்து என்னுடைய பர்ஸில் ஒரு ஓரமாகச் செருகி வைத்தேன். பலம் பொருந்தியவனாகத் திரும்பி வரவேண்டும் என ராஜா பேச்சுவாக்கில் சொன்னது மட்டும் யோசனையில் ஓடிக்கொண்டே இருந்தது.

23

அஜய் அழுது அப்போதுதான் முதன்முதலாகப் பார்த்தேன். சிகரெட்டுகளை ஊதித் தள்ளிக் கொண்டிருந்தான். சொல்லச் சொல்லக் கேட்காமல் என்னுடைய பயணப் பைகளை எடுத்து வைத்துக் கொண்டிருந்தான். என்னுடைய பையைக் கவனமாக எடுத்து உதறிக் கொண்டிருந்தான். ஏற்கெனவே குப்பாங்கில் பெற்ற அனுபவமா என நான் கேட்டபோது சிரித்துக்கொண்டான். எனக்காக காஃபி லூவாஃக் எடுத்து வைத்தான். எங்கேனும் விமான நிலையத்தில் வைத்துப் பிடித்துக்கொள்வார்களோ என்பதற்காக அவனுக்குத் தெரிந்த அரசு உயரதிகாரி ஒருவரிடம் அதற்கு சர்டிஃபிகேட் வாங்கித் தந்தான். அதை ஞாபகமாக ஒரு ஃபைலாகப் போட்டு என்னிடம் காட்டி அதை அந்தப் பைக்குள் நுழைத்தான். அவன் அழுகையை மறைப்பதற்காகவே இதை எல்லாம் செய்து கொண்டிருக்கிறான் என எனக்குப் புரிந்தது. நானும் எதுவும் பேசவில்லை. அமைதியாக வேடிக்கை பார்த்துக் கொண்டிருந்தேன். அஜயை நினைக்க நினைக்க எனக்கும் அழவேண்டும் போலிருந்தது. ஏதோ காதலியைப் பிரிந்து போவதைப்போல எனக்கு மனதைப் பிசைந்தது. அட! எங்கே போகப் போகிறோம்? இன்னும் கொஞ்சம் பணத்தையும் முதலீட்டாளர்களையும் தேடிய பின்

இங்கேதானே வரப் போகிறோம் என நான் நினைத்துக்கொண்டாலும், மனது பிசைபடுவது மட்டும் நிற்கவில்லை. நான் கிட்டதட்ட சுகபோகங்களுக்கு மத்தியில் முதலையை மறந்து போயிருந்தது இப்போது மீண்டும் நினைவிற்கு வந்தது. காற்றோட்டத்திற்குப் பழகச் சொல்லி அல்பி சொன்னது நினைவுக்கு வந்தது. திடீரென எதையோ யோசித்த அஜய் தன்னுடைய பீரோவைத் திறந்து அங்கிருந்த துணிகளை எல்லாம் கலைத்துப் போட்டு டவல் ஒன்றை எடுத்தான். இளம் பச்சை நிறத்தில் இருந்த பூத்துண்டான அந்த டவலில் நூறு டாலர் நோட்டின் வடிவம் அச்சடிக்கப்பட்டிருந்தது. அதை விரித்துப் பிடித்தபடி நாடக பாவனையில் என்னை நோக்கி வந்த அஜய், அதை எனக்குப் போர்த்தினான். போர்த்திவிட்டு, ''என் இனிய ப்ரோ, இதுமாதிரி லட்சம் லட்சமான மில்லியன் மில்லியனான டாலர்களை அவன் சம்பாதிப்பான்'' என்றான். எனக்கு இந்த ஜாதகக்காரன் டாலர்களில் சம்பாதிப்பான் என ஜோதிடம் கணித்த போது, ஜோதிடர் தாத்தா சொன்னதுதான் ஞாபகத்திற்கு வந்தது. இப்போதைய நிலையை நினைத்தபோது காவிய சோகம் என்பார்களே, அதற்கு நிகரான சோகம் வந்து என்னில் கவிந்தது. அஜய் அதைக் கவனித்திருப்பான்போல, மெதுவாக அருகில் வந்து என்னை அணைத்தபடி,

''ப்ரோ, உனக்கு ஒரு சத்தியம் செய்து தருகிறேன். நீ கவலைப்படாமல் உன் வாழ்க்கையில் முன்னேறு. ஒருவேளை தோற்றுப்போனால் கூட கவலை கொள்ளாதே. ஒரு டாலர் உன்னிடம் இல்லாவிட்டாலும் கூட உலகமெல்லாம் உன்னைச் சுற்றி அழைத்துப் போவேன். உலகத்திலுள்ள அத்தனை சுகங்களையும் உன் காலடியில் கொட்டுவேன்'' என்றான் அஜய். எனக்குத் திருப்தியாக இருந்தது. சத்தியம் செய்து கொடுத்தால், அஜய் அதையெல்லாம் சாதிக்கக்கூடிய ஆள்தான் என்பதால் இப்படி ஒரு நண்பனா என எனக்குள் பெருமிதம் பொங்கியது.

அஜயே தொடர்ந்து பேசினான். ''என்னால் உன்னை இப்போது கூட தடுத்து நிறுத்தி வேறொரு நாட்டிற்கு அழைத்துச் செல்ல முடியும். ஆனால் நீ ஒரு முடிவெடுத்துவிட்டால் அதிலிருந்து விலகுகிற ஆள் இல்லை என்பதாலேயே நான் பொறுமை காக்கிறேன்'' என்றான். உண்மைதான். நான் தோற்றுப் போய் வேறொரு நாட்டிற்கு ஓடினேன் என்ற பெயரோடு, இங்கிருந்து போகக்கூடாது என முடிவெடுத்தேன். என்றைக்காவது முதலை அனுமதிக்கிற பட்சத்தில் இந்த நாட்டிற்குத் திரும்பி வருவேன். அப்போது என்னுடைய ஆட்டத்தை இங்கு துவங்குவேன். அஜய் அப்போது உலகத்தின் எந்த மூலையில் இருந்தாலும், அவனை அழைத்து எனக்கருகே இருத்திக்கொள்வேன். அஜயிடம் இதைச் சொன்னபோது உன்னால் முடியும் ப்ரோ என்றான்.

உண்மையில் இந்த ஆட்டத்தில் நான் தோற்கவில்லை. ஆட்ட விதிகளைக் கற்றிருக்கிறேன். இனி ஒரு ஆட்டம் கிடைத்தால், பழைய முட்டாள்தனமான நகர்வுகள் அல்லாமல், புதிய பாணியில் வேறொரு தாக்குதல் ஆட்டத்தை என்னால் புதிதாக ஆட முடியும் என்கிற நம்பிக்கை எனக்கு இருந்தது. அஜய் தன்னுடைய காதலியை அழைத்துக்கொண்டு அந்த போர்ச்சுகீசிய உணவகத்திற்கு வந்து விடுவதாகவும், இன்று இரவு ஒரு இடத்தில் ரே பார்ட்டி நடப்பதால் அங்கு போவோம் என்றும் சொன்னான். நான் முகத்தைச் சோகமாக வைத்துக் கொண்டிருந்ததைப் பார்த்துவிட்டு.

''ப்ரோ, ஏசாவை தெரியாமல் இங்கு அழைத்து வரும்படி ரோமியோவிடம் சொல்லியிருக்கிறேன்'' என்றான்.

''ஏன், தெரிந்தால் என்னவாம்? போவது என்று முடிவெடுத்துவிட்ட பிறகு தற்கொலைப் படையாகக்கூட மாறலாம்'' என்றேன்.

''ப்ரோ, நீ தற்கொலைப் படையாக மாறு. யார் வேண்டாமென்கிறது? ஏசா உன்னை மாதிரி வெளிப்படையாக வந்து போனால், அவள் குடும்பத்திடம் மாட்டிக்கொள்வாள். அவளது குடும்பத்தைப் பற்றிதான் உனக்கே தெரியுமே... நீ என்ன அவளை இந்தியா கூட்டிப்போய் குடும்பம் நடத்தி புள்ளைகுட்டிகள் பெற்றுக் கொள்ளப் போகிறாயா, சொல். உடனடியாக எல்லோருக்கும் தெரிகிற மாதிரி அவளை வரச் சொல்கிறேன்'' என்று அஜய் சொன்ன பிறகுதான் நான் ஏசாவின் பிரச்சினையையும் புரிந்துகொண்டேன். அஜய் எனக்காக அவன் இரவல் வாங்கி வந்த காரை நிறுத்திவிட்டு, டாக்ஸி பிடித்துப் போனான். இரவு பதினொரு மணிக்கு போர்த்துகீசியன் உணவகத்திலிருந்து எங்களுடைய பார்ட்டி துவங்குவதாக ஏற்பாடு. நான் ஏசாவிற்காகக் காத்திருந்தேன். என்னுடைய உடைமைகளை எடுத்து வைத்துக்கொண்டிருந்தபோது, ரோமியோவிடம் கொடுப்பதற்காக இரண்டு மூன்று டி-ஷர்ட்டுகளை எடுத்து ஒரு கவரில் போட்டு வைத்தேன். அப்படியே ஏசாவிற்குக் கொடுப்பதற்காக பெர்ஃப்யூம் பாட்டில் ஒன்றையும் தனியாக ஒரு கவரில் எடுத்து வைத்துவிட்டு, சமையலறையில் இருந்த ஆப்பிள்களில் ஐந்தை எடுத்து அவளுடைய கவரில் போட்டு வைத்தேன். நான் காத்திருந்த கணம் முழுக்க ஏசாவைப் பற்றி மட்டுமே சிந்தித்துக் கொண்டிருந்தேன். என் துக்கம் வடிந்து போனது மாதிரி தெரிந்தது. எனக்குள் ஒருவித பரவச நிலை பரவியது. ஏசா வந்ததும் என் உடல் முழுவதும் தடவி விடுவதற்கு வசதியாக மாய்சரைஸர் க்ரீமை எடுத்து வைத்தேன். கடைக்குப் போய் மூன்று பிண்டாங் பியர்களை வாங்கிக் கொண்டு மால்பரோ சிகரெட் பாக்கெட்டுகள் இரண்டையும்

வாங்கிக்கொண்டேன். ஏசாவிற்குப் பிடித்த பப்புள்கம் பாக்கெட்டு களையும் இரண்டு ஐஸ்க்ரீம் பாக்கெட்டுகளையும் வாங்கிக்கொண்டு வந்து ஃப்ரிட்ஜுக்குள் வைத்துவிட்டு ஏசாவிற்காகக் காத்திருந்தேன்.

ஏசா கள்ளத்தனமாக அஜயின் வீட்டுப் பின்வாசல் வழியாக முன்னேறி வந்ததை ஜன்னல் வழியாக நான் பார்த்தேன். பின்புறம் ரோமியோ வந்துகொண்டிருந்தான். இருவரும் உள்ளே வந்ததும் ரோமியோ கதவுகளை அடைத்தான். நான் எழுந்துபோய் நேற்று வாங்கி வைத்திருந்த ஆப்பிள்களில் மூன்றை எடுத்து ஒரு கவரில் போட்டு அதனுடன் ஐம்பது டாலர் நோட்டொன்றையும் எடுத்து ரோமியோ கையில் கொடுத்தேன். ரோமியோ என்னுடன் அமர்ந்து பேசுகிற ஆர்வத்தில் இருந்தான். நான் ரோமியோவிடம் பதினொரு மணிக்கு போர்ச்சுகீசிய உணவக வாசலில் வந்து நிற்கச் சொன்னேன். அவனும் சரியென்று கிளம்பிப் போனவன், திடீரென திரும்பி வந்து என் கைகளைப் பிடித்துக்கொண்டான். நான் அதை விடுவித்து அவனது தோள்களைத் தட்டி அங்கே எனக்காகக் காத்திரு என்று சொல்லி அவனை முன்னோக்கித் தள்ளினேன். ரோமியோ புரிந்து கொண்டது போல தலையசைத்துவிட்டு வெளியேறினான். நான் கதவைத் தாளிட்டேன்.

ஏசாவைப் பார்த்தேன். அவள் நான் போவது பற்றிய செய்தி தெரியாமல் என்னைப் பார்த்து இடுப்பை ஆட்டிச் சிரித்தாள். நான் ஆவேசம் கொண்டு அவள் மேல் பாய்ந்தேன். அவளது கீழாடையை மேலே தூக்கிப் பின்புறம் கிள்ளியபடி அவளைத் தள்ளிக்கொண்டே போய் படுக்கையில் சாய்த்தேன். அப்படியே அவளின் மேல் விழுந்து அவளது உதடுகளைக் கவ்வினேன். மெல்ல அவளும் எனக்கு ஏதுவாக எனது உதடுகளைக் கடித்தாள். நான் கண்ணைத் திறந்து பார்த்தபோது ஏசா ஏகாந்தமாக அவளது கண்களை மூடி என்னுடைய உதடுகளைச் சுவைத்துக் கொண்டிருந்தாள். நான் அவளுடைய முடிக்கற்றையை அவிழ்த்துவிட்டு அதைக் கோதிவிடத் துவங்கினேன். என் உதடுகளிலிருந்து தன் உதட்டை விடுவித்துவிட்டு ஏசா என்னைப் பார்த்தாள். அவள் கண்களின் ஓரமாய்க் கண்ணீர் வழிந்தோடி, படுக்கையில் வழிந்தது. எப்போது திரும்பி வருவாய் என்றாள். நான் பதினைந்து நாட்களில் திரும்பி வருவேன் என்றேன். வரும்போது எனக்கு ஒரு லேப்டாப் வாங்கிக்கொண்டு வா என்றாள். நான் சரியென்று சொல்லிவிட்டு மெதுவாக அவளுடைய பனியனை மேலே தூக்கி அவளது வயிற்றைத் தடவிக் கொடுத்தேன். அவள் பனியனைத் தூக்க கைகளைக் கொண்டுவந்தவளைத் தட்டி விட்டு விட்டு நானே மெல்ல மெல்ல அதைத் தூக்கினேன். எழுந்துபோய் ஃப்ரிட்ஜில் இருந்த ஐஸ்க்ரீம் பாக்கெட் ஒன்றை எடுத்து வந்து பிரித்து

அதிலிருந்து ஐஸ்க்ரீமைத் தோண்டி எடுத்து அவளது வயிற்றில் தடவினேன். அவளது தொடைகளிலும் தடவினேன். நான் என்ன செய்யப் போகிறேன் என்பதை ஏசா புரிந்துகொண்டாள். மெல்ல எழுந்து அமர்ந்து தலைமுடியைக் கொண்டையாகக் கட்டினாள். மெல்ல பின்புறம் சாய்ந்து அமர்ந்து ஐஸ்க்ரீம் டப்பாவைக் கையில் வாங்கி அதை எடுத்து என்னுடைய மார்பில் தடவினாள். நான் அவளுடைய பனியனைக் கழற்றச் சொன்னவுடன் கழற்றினாள். நான் அவளது பிரா கொக்கியை விடுவித்தவுடன் முலை சரிந்து விழுந்தது. மெல்ல என்னுடைய வாயால் அவளுடைய காம்புகளைச் சுவைத்து விட்டு, அவளுடைய உடல் முழுவதும் ஐஸ்க்ரீமை மெல்லத் தடவி விட்டேன். என்னுடல் முழுக்க அவள் தடவி விட்டாள். என்னுடைய ஜீன்ஸை அவிழ்த்துக் கைகளால் என்னை அப்படியும் இப்படியும் ஆட்டி விட்டு உடலெங்கும் ஐஸ்க்ரீமைத் தடவினாள். நாங்கள் இருவரும் மெய் மறந்து ஒருத்தரை ஒருத்தர் சுவைத்துக்கொண்டிருந்தோம். அவளுடைய தோள்களில் தடவி அதைக் கடித்தேன். அவள் சத்தம் போட்டாள். கடிப்பதை நிறுத்தியவுடன் மேலும் மேலும் வேகமாகக் கடிக்கச் சொன்னாள். நான் கடித்தேன். என்னுடைய மார்புக் காம்புகளைக் கடிக்கச் சொன்னேன். வலிக்கும்படி கடிக்கச் சொன்னேன். அவள் கடித்துக் கொண்டிருக்கும்போது அப்படியே அவளைப் படுக்கையில் தள்ளி மேலே ஏறிப் படுத்து அவளை அப்படியும் இப்படியுமென உருட்டினேன். மெல்ல அவள் எனக்குள் ஏறி வந்தாள். நான் அவளுக்குள் ஏறிப் போனேன். இந்த முறை நாங்கள் காண்டம் எதையும் உபயோகிக்கவில்லை. அவள் காண்டம் இல்லாமலேயே என்னை உறவு கொள்ள அனுமதித்தாள். எனக்கு மூச்சு வாங்கி மல்லாக்கப் படுத்துக் கிடந்தபோது, வரும்போது மறக்காமல் லேப்டாப் வாங்கிக்கொண்டு வரச் சொன்னாள். எனக்கு ஒரு பையன் பிறந்தால், இந்த நாட்டில் எந்தத் தோற்றத்தில் அவன் இருப்பான் என நான் சிந்தித்துக்கொண்டிருந்தேன்.

அஜய் கலக்கலாக பார்ட்டியை ஏற்பாடு செய்திருந்தான். அவனிடம் அந்தச் சமயம் காசில்லை என்பது எனக்கு நன்றாகத் தெரியும். யாரிடமாவது கடன் வாங்கி ஏற்பாடு செய்திருப்பான். நான் கொடுக்கிறேன் என்று சொன்னால் கோபித்துக்கொள்வான் என்பதால் நான் கேட்கவில்லை. தவிர என்னிடமும் அவ்வளவு பணம் இல்லை. நான் ஏசாவோடு அங்கு போனதையும் ரோமியோ என்னுடன் இருப்பதையும் அஜயின் காதலி ரசிக்கவில்லை என்பதை அவளுடைய பார்வையிலிருந்தே புரிந்துகொண்டேன். நான் ரோமியோவை அழைத்தேன். ஐம்பது டாலர் நோட்டொன்றை எடுத்து ஏசாவின் கையில் கொடுத்துவிட்டு, அவளை அழைத்துச்

செல்லுமாறு ரோமியோவிடம் சொன்னேன். ஏசா போக மறுத்தாள். நான் கொடுத்த பணத்தையும் வாங்க மறுத்துவிட்டாள். நான் அமர்ந்திருந்த அதே மேஜை மீது அந்த ஐம்பது டாலர் நோட்டை வைத்துவிட்டாள். ரோமியோ அவள் தலையில் பலமாக ஒரு அடி அடித்து அவளை இழுத்துச் சென்றான். ஏசா அழத் துவங்கியவள், ரோமியோ முறைத்ததும் அழுகையை அடக்கிக்கொண்டாள். அவள் என்னிடம் எதையோ பேச முயன்றபோது, அதை நான் கவனிக்காமல் அஜயின் காதலி பக்கம் திரும்பிக்கொண்டேன். எனது முதுகிற்குப் பின்புறம் ரோமியோ ஏசாவை வலுக்கட்டாயமாக அழைத்துக்கொண்டு போவதை மற்ற இருவரின் விழியசைவுகளில் பார்த்தேன்.

அதற்கடுத்து எனக்கு ஏசாவின் நினைவுகள் வரவில்லை. உடலில் சூடு அடங்கியிருந்தது. பாரில் பார்த்த பெண்களில் யாரும் அவ்வளவு அழகிகள் இல்லை என்று தோன்றியது. லெபனான்காரி ஒருத்தியை மட்டும் எதிர்பார்த்துக் காத்திருந்தேன். தைமூரில் பல இடங்களில் வைத்து அவளைப் பார்த்திருக்கிறேன். அவள் ஒவ்வொரு முறையும் ஒவ்வொருத்தனுடன் வருவாள் என்றாலும், என் பார்வைக்குச் சிக்கிக்கொண்டு என்னுடன் நட்பு பேணுவதற்குத் தயாராக இருப்பது போலதான் என்னைப் பார்த்துக்கொண்டிருப்பாள். இன்று ஏனோ கடைசி வரையிலும் அவள் வரவேயில்லை. நான் காத்திருந்து ஏமாந்தேன். அஜயும் நானும் அன்று நிலைகொள்ள முடியாத அளவிற்குக் குடித்தோம். அஜய் எங்களுடைய எதிர்காலம் பற்றி, கனவுகள் பற்றிப் பேசிக்கொண்டே இருந்தான். இடையில் அவனுடைய காதலி லூ போவதற்காக எழுந்து சென்றபோது, ''ப்ரோ, உலகில் உள்ள அத்தனை நாட்டுப் பெண்களுடனும் செக்ஸ் வைத்துக்கொள்ள வேண்டும். இந்த விஷயத்தில் நாம் சக்கரவர்த்திகள் போல நடந்துகொள்ள வேண்டும்'' என்றான். நான் அதை ஆமோதித்தேன். ஏசாவின் சுவை இன்னும் என் வாயில் இருந்தது. அதை நினைக்க நினைக்க இன்னும் போதையேற்ற வேண்டும்போல் இருந்தது.

நாங்கள் குடித்தபடி இருந்ததை - கடைசி நாள் என நினைத்துக் கொண்டாளோ என்னவோ - அஜயின் காதலியும் அனுமதித்தாள்.

குடிபோதையில் அஜய் எழுந்து நின்று அந்த பாரில் கத்தினான். ஆடினான். ஓடினான். பாடினான். என்னையும் இழுத்துக்கொண்டு போய் ஆட்டக்களத்தின் நடு மையத்தில் நிறுத்தினான். நான் பொதுவாக பார்களில் ஆடியதில்லை. மெல்ல கால்களால் கைகளை மிருதுவாக அசைத்தபடி தாளம் போடுவதோடு சரி. ஆனால் அன்று அஜய்க்கு சரிசமமாக நான் ஆடினேன். கூட்டம் ஆர்ப்பரித்து மேலும் மேலும்

ஆடச் சொல்லியது. இடுப்பை ஆட்டும் தைமூர் நடனத்திற்குப் பதிலாகக் கைகளையும் கால்களையும் வீசி வீசி ஆடும் என் இந்திய நடனத்தை எல்லோரும் ரசித்தார்கள். அவர்கள் ரசிக்க ரசிக்க எனக்கு இன்னமும் ஆட வேண்டும் போலிருந்தது. இடையில் ஒருத்தி பியர் பாட்டிலைக் கொண்டுவந்து எனக்குக் கொடுத்தாள். நான் அதை வாங்கி ஒரே மூச்சில் குடித்து முடித்து பாட்டிலை அவர்களை நோக்கி வீசினேன். அதைச் சரியாக ஒருத்தன் கவ்விப் பிடித்து அதிலிருந்த மீதி பியரைக் குடித்தான், நாங்கள் கிட்டதட்ட அதிகாலை நான்கு மணி வரை அந்த பாரில் குடித்துப் பொழுதைக் கழித்தோம். இடையில் அஜயின் காதலி வந்து எனக்கு ஞாபகப் பரிசாகப் புது ஷ ஜூ ஒன்றை வாங்கிப் பரிசளித்தாள். அவளது கண்களிலும் மெல்லிய கண்ணீர் ரேகைகள் தெரிந்தன. அதிகாலையில் அப்படியே நாங்கள் மூவரும் கடற்கரைக்குப் போனோம். மெல்ல சூரியன் மேலேறியதால் வந்த புத்தம் புது மஞ்சள் வெளிச்சத்தில் மூவரும் கடற்கரையில் மல்லாக்கப் படுத்துக் கிடந்தோம். நான் நடுவில் படுத்துக்கொண்டு இருவரது கைகளையும் பிடித்துக்கொண்டேன். தலையை வலதுபுறம் திருப்பிப் பார்த்தேன். அஜயின் காதலி தூங்கிக்கொண்டிருந்தாள். அவள் முகத்தில் அவளுடைய கேசம் புரண்டுகொண்டிருந்தது. நான் என் கைகளை அவளுடைய கைகளில் இருந்து விடுவித்து, அவளது கேசத்தை ஒதுக்கிவிட்டேன். மெல்ல அவளது நெற்றியைக் குழந்தைக்குத் தடவுவதைப்போல தடவிவிட்டேன். அவள் குழந்தைபோல எச்சில் வழியத் தூங்கிக்கொண்டிருந்தாள். இடதுபுறம் திரும்பிப் பார்த்தேன். நான் இதுவரை செய்துகொண்டிருந்ததை எல்லாம் அஜய் பார்த்துக் கொண்டிருப்பதைப் பார்த்தேன். நான் தயங்கியபோது அவன், ''அப்படிதான் அவள் எப்போதும் குழந்தைபோல தூங்குவாள்'' என்றான். எனக்குக் கிடைத்த துரியோதனன் அவன். என் நண்பன். என் நண்பன். என் நண்பன். நாங்கள் இதோ இந்த உலகம் முழுக்கப் பறவைகளைப்போல சிறகுகள் கொண்டு பறக்கப் போகிறோம். எங்களிடம் உலக பாஸ்போர்ட் இருக்கிறது. நாங்கள் மகிழ்ச்சியாகப் பறந்தபடியே இருப்போம் என நினைத்தபோது எனக்குள் புத்துணர்ச்சி பெருகியது. நான் எல்லோரிடமும் சென்று விடைபெற வேண்டும் என்கிற எண்ணத்தில் எழுந்து அமர்ந்து அஜயிடம் கிளம்பலாமா என்றேன்.

24

நான் பீட்டரைப் போய்ச் சந்தித்தேன். ''நீ இப்படி ஒருநாள் வந்து என்னிடம் நிற்பாய் என எனக்கு முன்னமே தெரியும்'' என்றான் பீட்டர். அவன் இப்போது அந்த உண்மைக் கதையை என்னிடம் சொன்னான். தர்முவும் அவனும் சேர்ந்து ஆரம்பத்தில் சிங்கப்பூருக்கு மரங்களை வெட்டி ஏற்றிக்கொண்டிருந்திருக்கிறார்கள். அது நல்லபடியாகப் போய்க் கொண்டிருக்கும் போதுதான் தர்முவிற்கு ரஷக்கிடோவின் அறிமுகம் கிடைத்திருக்கிறது. அதையடுத்து பீட்டரின் தொடர்பைத் துண்டித்துக்கொண்டதோடு மட்டு மல்லாமல், பீட்டருக்கு எதிராகவும் அரசாங்கத்தைத் தூண்டிக்கொண்டே இருந்திருக்கிறார் தர்மு. ரஷக்கிடோவும் பீட்டரும் சீனர்கள் என்பதால் பீட்டரின் மேல் ரஷக்கிடோ தயவுபண்ணி கை வைக்கவில்லை. ரஷக்கிடோவிற்கு எதிர்க்கட்சி யாக இருந்தவரின் தயவில் பீட்டர் தன்னுடைய சாம்ராஜ்ஜியத்தை விரித்துக்கொண்டிருக்கிறான்.

''இந்தக் கதையை எதற்காக என்னிடம் முன்பே சொல்லவில்லை?'' என்றேன்.

''அப்போது சொல்லியிருந்தால், நீ இந்த உலகத்திலேயே அதி அற்புதமான மனிதர் தர்மு என்று என்னுடன் விவாதம் செய்திருப்பாய். அன்றோடு நம்முடைய தொடர்பும்

அறுந்துபோயிருக்கும். அதனால்தான் இப்போது சொல்கிறேன்'' என்று சொன்ன பீட்டர் இன்னொன்றையும் சேர்த்துச் சொன்னான்.

''அதற்காக தர்முவை நீ கெட்டவன் என்கிற வகையில் அடக்கி விடாதே. அவன் சாமர்த்தியசாலி. நீ ஏமாளி. அவனுடைய அஸ்திவாரத்தை நீ தோண்டிக்கொண்டிருப்பதால், அவனுடைய எல்லைக் கோட்டிற்குள் நீ அத்துமீறி நுழைந்துகொண்டிருப்பதால் உன்னை அடித்து வெளியே விரட்டி இருக்கிறான். ஒரு புலியை எடுத்துக் கொள். அதன் எல்லை 45 சதுர கிலோ மீட்டர்கள். அந்த எல்லைக்குள் அது வேறு எந்தப் புலியையும் அனுமதிக்காது. மீறி உள்ளே வரும் புலிகளை அடித்துத் துரத்தும். இதைப் புரிந்துகொண்டு புலி இன்னொன்றின் எல்லைக்குள் நுழையவே நுழையாது. விலங்குகளுக்கு உள்ள புரிதல்கூட உனக்கு இல்லாமல் போய்விட்டது என்பதுதான் உன்னுடைய தோல்விக்குக் காரணம்'' என்றான் பீட்டர். பீட்டரைப் பேசவிட்டு கேட்கும் மனநிலையில் நான் இருந்தேன்.

''தோல்வியையும் சாதாரணமாக எடுத்துக்கொள்ளும் பக்குவத்தை வளர்த்துக்கொள். நீ எப்போதும் உச்சகட்ட மனநிலையிலேயே பயணம் செய்கிறாய். ஒன்று, வெற்றியின் உற்சாகத்தில் இருக்கிறாய். அல்லது தோல்வியில் துவண்டுபோய் இருக்கிறாய். இரட்டை மனநிலையில் எப்போதும் செயல்பட்டுக்கொண்டிருக்கிறாய். நிதானமாகத் தரையில் கால் பதிக்கும்போதுதான் சிந்தனைகள் தெளிவாகும். நீ எப்போதும் ஒரு கலைஞனுக்கு உண்டான மனநிலையிலேயே விஷயங்களை அணுகுகிறாய். ஒரு வியாபாரிக்கு உண்டான மனநிலை எப்போது உனக்கு வாய்க்கிறதோ அப்போது தான் எல்லா நன்மைகளும் வர்த்தக விஷயத்தில் உன் மடியில் வந்து விழும். ஆனால் நான் பார்த்த வகையில் உன்னிடம் ஒரு நல்ல பண்பு இருக்கிறது. அது என்னவெனில், ஒரு நாள் முழுக்கக்கூட ஒருவனைப் பேசவிட்டுக் கேட்டுக்கொண்டிருக்க உன்னால் முடியும். அது உன்னிடம் உள்ள நல்ல பண்பு. அது சிறிது காலம் கழித்து உன்னை ஒரு உயர்ந்த இடத்தில் அமர வைத்து அழகு பார்க்கும்'' என்று பீட்டர் எனக்குள் புகுந்து வெளியேறினான். நான் பீட்டரிடம் புலம்பக்கூடாது என முடிவு செய்தேன். முடிந்த அளவிற்கு இந்தத் தேசத்தில், பிற தேசங்களில் பார்த்த கதைகளை, நான் இங்கு வந்து சேர்ந்த கதைகளை எல்லாம் அவனிடம் சொன்னேன்.

''உன்னுடைய நண்பன் சொன்னானே, இந்தப் பணம் முழுவதும் உங்களின் ரத்தமென்று. என்றாவது நீ அப்படி உணர்ந்து செயல் பட்டிருக்கிறாயா?'' என்றான். நான் இல்லையென்று தலையசைத்தேன்.

''அடுத்தவர்கள் மீது நீ பழி சொல்கிறாயே... என்றைக்காவது உன்னுடைய இந்தத் தவறை நீ உணர்ந்திருக்கிறாயா? வணிகத்தில் சரியான விலையை ஒருவன் சொல்லும்போதுகூட அவனிடம் நீ பேரம் பேசவேண்டும் என்பது இப்போதாவது புரிகிறதா?'' என்றான். எனக்குப் புரிந்தது என்றேன். நாங்கள் நிறைய விஷயங்களைப் பற்றிப் பேசிக்கொண்டிருந்தோம். பீட்டர் எனக்கு நல்ல சிகரெட் பாக்கெட்டுகளைப் பரிசளித்தான். அவன் மனைவி எனக்கு காட்டுப் பன்றிக் கறியைச் சமைத்துக் கொடுத்தாள். நாங்கள் ஒன்றாக அமர்ந்து கோனியாக் அருந்தியபடி அதைச் சாப்பிட்டோம். விடைபெறும் நேரம் வரும்போது பீட்டர் இங்குள்ள மற்ற தொழில் வாய்ப்புகளைப் பற்றிச் சொன்னான். எனக்காக, சூழலுக்காகப் பொறுமையாகக் காத்திருக்கச் சொன்னான். நான் திரும்பி வரும்போது தர்முவால் ஏதாவது சிக்கல்கள் ஏற்படலாம் என்று சொன்னேன். பீட்டர் அதற்குச் சொன்னதுதான் என் வாழ்நாளில் நான் கற்றுக்கொண்ட முக்கியமான பாடம்.

''யார் கண்டது? நீ போய் நிறைய முதலீட்டாளர்களைப் பிடித்து விட்டாயானால், தர்முவே உன்னைத் திரும்பவும் ரத்தினக் கம்பளம் விரித்து இங்கே வரவேற்கலாம். அரசியலைப் போலவே வணிகத்திலும் நிரந்தர எதிரியும் கிடையாது நண்பனும் கிடையாது. அந்தந்த வாய்ப்புகளில் தோதானவர்களை இணைத்துக்கொண்டு பணத்தைத் தேடி ஓடும் பயணம்தான் வணிகம். அதை நான் புரிந்து கொண்டதால்தான் இன்றைக்கும் சாதாரணமாக உன்னுடன் அமர்ந்து பேசிக்கொண்டிருக்கிறேன். நான் உன்னைப்போல கிறுக்குப் பிடித்தவனாக இருந்திருந்தால், விமான நிலையத்தில் வைத்து என்னைக் கழற்றி விட்ட காரணத்திற்காகவே உங்களது உறவை முறித்துக் கொண்டிருப்பேன். ஆனால் நான் கிறுக்கன் அல்ல, வணிகன் என்பதைப் புரிந்துகொள்'' என்று எனக்கு இன்னொரு வழியைத் திறந்து காட்டினான் பீட்டர்.

முதலீட்டாளர்களை அழைத்து வரும் பட்சத்தில் எனக்கு இங்கோ அல்லது உலகத்தின் ஏதாவது ஒரு மூலையிலோ மறுபடியும் ஒரு சொர்க்கத்தைத் திறந்து காட்டுவதாக பீட்டர் எனக்கு வாக்களித்தான். எனக்கு பீட்டரிடம் பேசியது திருப்தியாக இருந்தது. பீட்டரிடம் நான் அந்தக் கேள்வியைக் கேட்டேன்.

''உன்னுடைய கனவென்ன? இலட்சியம் என்ன? மொழி தெரியாத இந்த நாட்டில் எதற்காக இப்படி அல்லாடுகிறாய்?'' என்றேன்.

''போர் வீரனின் நோக்கம் போரிடுவது. வணிகனின் நோக்கம் பணம் சம்பாதிப்பது. பணம் சம்பாதிப்பதுதான் வணிகத்தின் தர்மம். ஆகவே,

வணிக தர்மத்தை நான் பரிபாலனம் செய்து கொண்டிருக்கிறேன். அதுதான் என்னுடைய நோக்கம். அதுதான் என்னுடைய தர்மம். அதில் தத்துவங்களுக்கு வேலையில்லை. வணிகனாக இருக்கப் போகிறாயா, கலைஞனாக இருக்கப்போகிறாயா என்பதை நீ முடிவு செய்ய முடியாது. காலம்தான் முடிவு செய்யும்'' என்றான். ஆமாம்! ஒருவேளை முதலை அனுமதிக்கிற பட்சத்தில் திரும்பி வரும் நான் வணிகனாக இருக்கப்போகிறேனா? அல்லது கலைஞனாக இருக்கப் போகிறேனா?

25

சில நாட்களுக்கு முன்பாகவே நாங்கள் வேலை பார்த்துக் கொண்டிருந்த இடத்திலிருந்து ஏசாவை நீக்கியிருந்தார் தர்மு. அவளைத் தன்னுடைய அலுவலகத்திற்கு அவர் அழைத்துக்கொண்டார். நான் போனபோது ஏசா வேலையில் மும்முரமாக இருப்பதைப்போல நடித்துக்கொண்டிருந்தாள். என்னைக் கண்டுகொள்ளாமல் இருப்பது போல காட்டிக்கொள்வதற்கு அவள் படாத பாடு பட்டுக்கொண்டிருந்தாள். தர்முவும் அங்கே அமர்ந்து கணக்குப் போட்டுக்கொண்டிருந்தார். எப்போதுமே தர்மு அலுவலகக் கணக்குகளைப் போடுவதே தனிப் பாணியாக இருக்கும். ஒவ்வொரு மாதத்தின் பில்களையும் வெட்டி அதை ஒரு நோட்டுப் புத்தகத்தில் சிரத்தையாகப் பசை தடவி ஒட்டி அதை பைண்ட் செய்வார். இந்த வேலையை முதலில் என்னைச் செய்யச் சொன்னார். நான் முடியாதென மறுத்து விட்டதால்தான் ஏசாவை அவர் வேலைக்கு அழைத்தார். எங்களைக் கண்காணிப்பதற்காகதான் ஏசாவை அவர் வேலைக்குக் கொண்டு வந்தார். விதி வலியது இல்லையா? நான் இருந்த காலம் முழுக்க ஏசாவையும் என்னையும் அவர் கண்காணிக்கிறபடி, நாங்கள் கட்டிப் புரண்டு கொண்டிருந்தோம். அவர் நிமிர்ந்து பார்க்காமல் மும்முரமாக வேலை செய்து கொண்டிருந்தார்.

''இன்றைக்கு டிக்கெட் போட்டிருக்கிறேன். அதுதான் சொல்லிக் கொண்டு போகலாம் என்று வந்திருக்கிறேன்'' என நான் சொன்ன போது தர்மு என்னை நிமிர்ந்து பார்த்தார்.

''யாரைக் கேட்டு இன்றைக்கு டிக்கெட் புக் செய்தீர்கள்? இன்று நிறைய விமான சேவைகள் ரத்தாவதற்கு வாய்ப்புகள் இருக்கின்றன. அமெரிக்கத் துணை அதிபர் இன்று காலை 11 மணிக்கு வந்திறங்குகிறார். மாலை 4 மணிக்குத் திரும்பச் செல்கிறார். அவர் தனி சாட்டர்டு விமானத்தில் வருவதால் விமான நிலையம் முழுக்க அவர்கள் கட்டுப்பாட்டில் வந்துவிடும். அவர்கள் கிளம்பிய பிறகுதான் மற்ற விமானங்கள் தரையிறங்கவே முடியும்'' என உண்மையிலேயே அக்கறையுடன் பேசினார் தர்மு.

''உங்கள் மாமனாரை விசாரித்ததாகச் சொல்லுங்கள். அடுத்த முறை அவர் இந்தியா வரும்போது அவரது சர்க்கரை வியாதியைத் தீர்ப்பதற்கு எனக்குத் தெரிந்த நாட்டு வைத்தியர் ஒருவர் இருக்கிறார். அவரிடம் அழைத்துச் செல்கிறேன் என்று சொல்லுங்கள். உங்கள் மனைவியிடமும் சொல்லிவிடுங்கள். என்னிடம் பாரதியார் பாடல்கள் புத்தகமும், பக்திப் பாடல்கள் அடங்கிய சி.டி ஒன்றும் வாங்கித் தரச் சொன்னார். போனதும் வாங்கி அனுப்புகிறேன். அப்புறம் மறந்து விட்டேன், அவர் கேட்ட ரசப் பொடி பாக்கெட்டையும் வாங்கி அனுப்புகிறேன். உண்மையில் அவர் கையால் நான் சாப்பிட்டிருப் பதை மறக்கவே மாட்டேன் என்றும் சொல்லுங்கள்'' என்று சொன்ன போது தர்மு என்னை நிமிர்ந்து பார்த்தார். அவருடைய கண்கள் கலங்கியிருப்பதைப்போல தெரிந்தது. உருக்கமான நிமிடங்கள் கொஞ்ச நேரத்துக்கு அங்கு நிலவியது. பிறகு என்ன நினைத்தாரோ, தர்மு அவருக்குள் இருக்கும் குட்டிச்சாத்தானை அவிழ்த்து விட்டார்.

''அங்கு போன பிறகு இங்கு யாரையும் அழைத்துப் பேசி, தேவையில்லாத கதைகளைப் பகிர்ந்துகொள்ளாதீர்கள். அது அவர்களுக்குதான் சிக்கல்களை ஏற்படுத்தும். எனக்கு ஒருபோதும் சிக்கல்கள் வராது என்பதைப் புரிந்து கொள்ளுங்கள்'' என்றார்.

''என்னுடைய உலகம் பெரியது. அதில் நான் நிறைய நீந்த வேண்டியிருக்கிறது. உங்களுடைய ஞாபகங்களுக்கு அதில் இடமில்லை. உங்களுக்கும் அதில் இடமில்லை'' என நான் காட்டமாகவே பதில் சொன்னேன். என் காட்டமான பதிலுக்கு அவரும் பதிலடி கொடுத்தார்.

''உங்களுடைய உலகத்தில் நீந்துவதற்கு இதோ இவளையும் அழைத்துச் செல்லுங்கள். ரொமான்ஸ் செய்துகொண்டே நீந்தலாம்'' என்றார் ஏசாவைக் காட்டியபடி. இந்த முறை நான் பயப்படவில்லை.

துணிந்து முன்னேறி ஏசாவின் தோள்களைக் குலுக்கி, ''பயப்படாதே, உனக்கு எந்தப் பிரச்சினையும் வராது. அப்படியே வந்தாலும் நான் பார்த்துக்கொள்கிறேன்'' என்று சொல்லிவிட்டு, தர்முவிடம் விமான நிலையம் போன பிறகு காரைத் திருப்பி அனுப்பி வைக்கிறேன் என்று சொல்லிவிட்டு விடைபெற்றேன். அவர் எழுந்து என்னுடைய கைகளை நல்ல விதமாகக் குலுக்கினார். நான் காவியனைத் தேடிக் காரை எடுத்துக்கொண்டு புறப்படப் போனபோது முபாரக் அண்ணன் வந்தார். அவர் ரொம்பவும் உடைந்துபோயிருந்தார் என்பதை அவருடைய முகத்தை வைத்தே தெரிந்துகொண்டேன்.

''தம்பி, கவலைப்படாதடா. அண்ணன் சூழல் கொஞ்ச நாள்ல சரி ஆகிடும். நீ கவலைப்படாம போயி, ஏற்கெனவே பார்த்துக்கிட்டிருந்த வேலைய மறுபடி பாரு. நான் சூழல் சரியானவுடன் உன்னைக் கூப்பிட்டுக்கறேன்'' என்றார். எனக்கு எந்தக் கவலையுமில்லை என்பதை அண்ணனிடம் எடுத்துச் சொன்னேன். நான் போய் காவியனைச் சந்தித்துவிட்டு வந்த பிறகு விமான நிலையத்திற்கு என்னை அழைத்துச் செல்லுமாறு அண்ணனிடம் சொன்னேன். நாங்கள் பேசிக் கொண்டிருந்தபோது கேப்டனும் கலக்கத்தோடு என்னருகில் வந்து நின்றார். ஊரில் தனக்குக் கல்யாணம் வைக்கும் போது கண்டிப்பாக வர வேண்டும் என்றார். நான் உன் கல்யாணத்திற்கு வருபவர்கள் எல்லோருக்கும் என் கையால்தான் சரக்கு ஊற்றிக் கொடுப்பேன் என்று சொன்னதும் கேப்டன் நெகிழ்ந்து போய் என்னைக் கட்டிப் பிடித்துக்கொண்டார். சில நிமிடங்கள் என்னைக் கட்டியணைத்தபடியே நின்றுகொண்டிருந்தார். நான், கஜேந்திரன் எங்கே இருக்கிறார் என்று கேட்டேன். அவர் வீட்டில் இருப்பதாக கேப்டன் சொன்னவுடன் முதலில் கஜேந்திரனைப் பார்த்துவிடுவது என கிளம்பிப் போனேன்.

கஜேந்திரன் வீட்டில் துண்டைக் கட்டிக்கொண்டு ஹாலில் அமர்ந்திருந்தான். அவனிடம் வேலை செய்யும் தைமூர்ப் பெண்ணொருத்தி அவன் காலுக்கடியில் அமர்ந்து அவனுடைய நகங்களை வெட்டிக்கொண்டிருந்தாள். அவள் குனிந்தபோது பிரா போடாத அவளுடைய மார்பகங்கள் குலுங்குவதைப் பற்றிய எந்தக் கவனமும் இல்லாமல், நகம் வெட்டுவதிலேயே குறியாக இருந்தாள். நான் அவளைப் பார்ப்பதைத் தவிர்த்தபடி கஜேந்திரனுடன் பேச்சுக் கொடுத்தேன். கஜேந்திரனுக்கு நான் இன்னும் கடன் வாங்கிய வகையில் இரண்டாயிரம் டாலர்கள் கொடுக்க வேண்டும். நான் கொஞ்ச நேரம் அமைதியாக இருந்துவிட்டு, ஊர் போனதும் ஏற்பாடு செய்து கொடுக்கிறேன், அதுவரை அவனுடைய சொந்த ஊரில் நின்றுகொண்டிருக்கும் என்னுடைய கார் அவனிடமே இருக்கட்டும் என்றேன்.

''அண்ணே, ஒருத்தருக்கு ஒருத்தர் உதவாவிட்டால், என்ன மனிதப் பிறப்பு? நீங்கள் காரை உடனடியாக எடுத்துக்கொள்ளுங்கள். உங்களது இடத்திற்கே கொண்டுவந்து கொடுக்கச் சொல்கிறேன். ஊரில் உங்களுக்குத் தேவையாக இருக்கும். எனக்குக் கொடுக்க வேண்டிய காசு எனக்குத் தேவையில்லை. உங்களுடைய நஷ்டத்தில் நானும் பங்கெடுத்துக்கொள்கிறேன். திரும்பி வரும்போது ஏதாவது தொழில் பார்த்து அதைத் திருப்பிக் கொடுப்பதைப் பற்றி யோசியுங்கள் அண்ணே'' என்றான்.

''இல்லை கஜேந்திரன், காசு விஷயத்தில் நட்பு பிளவுபட்டுவிடும். எனக்கு காரைக் கொடுக்கச் சொல். ஊர் போய்ச் சேர்ந்த ஒரு மாதத்தில் உன்னுடைய பணத்தை உன் கணக்கில் செலுத்திவிடுகிறேன்'' என்று நான் சொன்னபோது, அவன் விடாப்பிடியாக மறுத்தான். நான் அவனை அப்புறம் சமாதானம் செய்துகொள்ளலாம் என்கிற நம்பிக்கையில் அவனிடமிருந்து விடைபெற்றேன்.

காவியன் அந்த நேரத்திலேயே அலுவலகத்திற்கு வந்திருந்தார். நான் போய் வருகிறேன் என்று சொன்னவுடன், அவர் என்ன சொல்வது என தெரியாமல் அமைதியாக இருந்தார். கொஞ்சம் நேரம் கழித்து ''இங்கே உங்களுக்குத் தொழில் வாய்ப்பு ஏற்படுத்தித் தருகிறேன். கொஞ்ச நாள் ஊர்ப்பக்கம் போய் இருந்து விட்டு வாருங்கள். அதுவரை உங்களது பண ஸ்தானத்தையும் சரி பண்ணுங்கள்'' என்றார். வழக்கமாக இரவு பத்து மணிக்குதான் அவர் சுருட்டு குடித்தபடியே காஃபி குடிப்பார். அன்று வழக்கத்திற்கு மாறாக அந்தக் காலை வேளையில் எனக்காகச் சுருட்டைப் பற்ற வைத்தார். எனக்கும் ஒன்றைக் கொடுத்தார். இருவரும் எதுவும் பேசிக்கொள்ளாமல் ஏகாந்தமாகச் சுருட்டுப் பிடித்தபடி காஃபியைக் குடித்தோம். காவியன் என் தோள்களைத் தட்டி அவருடைய கதையைச் சுருக்கமாகச் சொல்லிவிட்டு, மனமிருப்பவனுக்கு எங்கேயும் மார்க்கம் இருக்கிறது என்பதைப் புரிந்து கொள்ளுங்கள் என்றார். அந்த நேரத்தில் அவர் அப்படிச் சொன்ன விதம் எனக்குள் ஏகப்பட்ட மாற்றங்களை உருவாக்கியது. பேசாமல் இங்கேயே இருந்து போராடலாமா என்றுகூட தோன்றியது.

''தர்மு செய்ததை நான் பெரிய காயமாக எடுத்துக்கொள்ளவில்லை. அவர் என்ன சூழலில் அப்படிச் செய்தாரோ? மனிதர்கள் எல்லா நேரங்களிலும் கெட்டவர்களாக இருப்பதில்லையே. நாம் கெட்டவன் என்று நினைக்கிற ஒருவன் இன்னொரு பக்கத்தில் நல்ல காதலனாக, நல்ல கணவனாக, நல்ல தகப்பனாக இருக்கதானே செய்கிறான்'' என்றேன் நான்.

''உன் பெருந்தன்மையை நான் பாராட்டுகிறேன்'' என ஒற்றை வரியில் முடித்துக்கொண்டார் காவியன். செலவிற்கு ஏதாவது காசு வேணுமா என கேட்டுக்கொண்டே தன்னுடைய டேபிளைத் திறந்தார். உடனடியாக நான் வேண்டாமென மறுத்துவிட்டு எழுந்து கொண்டேன். ஏற்கெனவே அவமான உணர்வுடன் இருக்கும் நான் மேலும் மேலும் என் நிலையை அவமானப்படுத்திக்கொள்ள விரும்பவில்லை. எனக்குக் காசு தேவைதான். காசு எனக்குப் பிடிக்கும்தான். அதற்காக எந்த எல்லைக்கும் சென்றெல்லாம் என்னால் வினையாற்ற முடியாது. நான் காவியனிடம் விடைபெற்றேன்.

ரஷக்கிடோவைச் சந்திக்கப் போனேன். அவர் என்னை சீன பாணியில் வரவேற்றார். என்னுடைய விஷயம் அவருக்கு ஏற்கெனவே தெரிந்திருக்கும்போல, எனக்காகப் பரிசுப் பொருள் ஒன்றை ஏற்கெனவே வாங்கி வைத்திருந்தார். செஞ்சந்தனத்தால் செய்யப்பட்ட அழகான சிரிக்கும் புத்தர் சிலையை எனக்குப் பரிசளித்தார். அதை வீட்டில் வைத்திருந்தால் அதிர்ஷ்டம் குவியும் என்பது சீனர்களின் நம்பிக்கை. என்னை அதிர்ஷ்ட தேவனோடு வழியனுப்ப அவர் விரும்பியிருக்கிறார்.

''எனக்கு தர்முவைப் பற்றி நன்றாகத் தெரியும். ஆனால் அவன் எனக்கு நீண்டகால நண்பன். அவனை என்னால் பகைத்துக்கொள்ள முடியாது. அதே சமயம் அவனுக்கு உன் விஷயத்தை என்னால் எடுத்துச் சொல்லவும் முடியாது. எடுத்துச் சொன்னாலே எங்களுக்குள் பிளவு ஆரம்பமாகிவிடும். தயவுசெய்து என்னுடைய நிலைமையைப் புரிந்துகொள்வாய் என நம்புகிறேன். சீக்கிரமே சூழல் சரியாகிவிடும் என நம்புகிறேன். பறக்கத் தெரிந்தவனுக்கு வானம் ஒரு பொருட்டே இல்லை'' என்று நம்பிக்கையூட்டும்படி என்னிடம் பேசினார். நான் எங்கோ படித்த 'புயல் காற்றில் மரக் கிளையொன்றில் அமரும் பறவையொன்று அந்தக் கிளைகளை நம்பி அதில் அமரவில்லை. தன் சிறகுகளை நம்பியே அங்கு அமர்கிறது' என்கிற வரிகளை நினைத்துக் கொண்டேன். நான் படித்த காலம் முழுக்க இதுபோல் பொன்மொழிகளை மட்டுமே படித்துக்கொண்டு இருந்திருக்கிறேன். அனுபவத்தை நான் இன்னும் படிக்க ஆரம்பிக்கவே இல்லை என்பது அந்தக் கணத்தில் எனக்கு உறுதியாகத் தோன்றியது.

குண்டுரும் அவனுடைய மனைவியும் என்னை வரவேற்று சாப்பிடுவதற்கு வாழைப்பழ சிப்ஸ் கொடுத்தார்கள். நான் குண்டுரிடம் நிரந்தரமாகச் செல்லப்போவதாகச் சொல்லவில்லை. முதலீட்டாளர்களைக் கவர்வதற்காக ஒரு மாத காலம் விடுப்பில் போவதாகதான் சொல்லியிருந்தேன். குண்டுர் நிறைய கட்டுக்கட்டாக அரசாங்க

முத்திரையுடன் கூடிய பேப்பர்களைக் கையில் வைத்திருந்தான். அத்தனையும் ப்ராஜக்ட்ஸ் ப்ரோ என்றான். நான் கையில் வாங்கிப் பார்த்தேன். உண்மையாகவே குண்டுருக்கு அரசாங்கத்தின் சார்பில் ரோடு போடுவது, குளம் வெட்டுவது, இறால் பண்ணைகளை உருவாக்குவது என நிறைய வேலைகளை ஒதுக்கித் தந்திருப்பதற்கான நியமனக் கடிதங்கள் அவை. தைமூரைப் பொறுத்தவரை இது போன்ற வேலைகளை உள்ளூர் ஆட்களுக்கு மட்டுமே கொடுப்பார்கள். வெளி ஆட்கள் அவர்களிடமிருந்து உள் குத்தகைக்கு எடுத்துதான் தொழில் செய்ய முடியும். அந்தச் சின்ன நாடு தன்னுடைய குடிமக்கள் மீது அவ்வளவு அக்கறை எடுத்துக் கொண்டிருக்கிறது. அதனால்தான் அந்த நாட்டு மக்கள் அவ்வளவு வறுமையில் இருந்தாலும் அவர்களது நாட்டை வெறித்தனமாக நேசிக்கிறார்கள்.

முதலீட்டாளர்களை அழைத்து வருகிறேன் என நான் குண்டுரிடம் உறுதி கொடுத்தேன். குண்டுருக்குப் பணம் கொடுக்க முயன்றபோது அவன் மறுத்துவிட்டான். நான் வற்புறுத்திய பிறகு என்னிடம் ஒரு சிகரெட் பாக்கெட்டை மட்டும் வாங்கிக்கொண்டான். நான் கிளம்பப் போகிற விஷயம் தெரிந்து குண்டுரின் இடத்திற்கே என்னைத் தேடிக் கொண்டு வந்துவிட்டான் அல்பி. என் கைகளைப் பிடித்துக்கொண்டு போகவேண்டாம் என வற்புறுத்தினான். அவனுடைய அப்பா பூரண குணமடைந்தது நான் கொடுத்த தைரியத்தினால்தான் என்றான். அதற்கு எனக்கு நன்றி சொல்லிப் போவதற்கு முன்பு அவனுடைய வீட்டிற்கு என்னை அழைத்தான். காரில் போகும்போது, தர்மு ரொம்ப மோசம். ஆனால் என்னால் அவரைப் பகைத்துக்கொள்ள முடியாது என்றான். நான் புரிந்துகொண்டேன் என்று அவனிடம் சொல்லி விட்டு, நீயும் நல்லவன்தான் என்று சொன்னபோது 'மை மவுங், மை மவுங்' என சொல்லிக்கொண்டு என் கைகளை எடுத்து முத்தமிட்டான். இந்த முறை அவன் என்னிடம் பணம் எதிர்பார்க்கும் எந்தவித சமிக்ஞையையும் வெளிப்படுத்தவில்லை. ஒரு கவரை எடுத்துக் கொண்டு வந்து என்னிடம் கொடுத்தான். அதில் காய்ந்த கடற்பாசிகள் இருந்தன. ஊருக்கு அதைக் கொண்டுபோகச் சொன்னான். அல்பியின் வீட்டிற்கு வந்த ரோமியோவை நான் கட்டிப் பிடித்துக்கொண்டேன். ரோமியோவுடைய மனைவியின் முகத்தை நான் ஏறிட்டும் பார்க்கவில்லை. அவர்களிடம் சொல்லிக்கொண்டு விடைபெற்றேன்.

விமான நிலையத்திற்குப் போகும் வழியெல்லாம் அமெரிக்க அதிபரை வரவேற்க கூட்டம் மொய்த்தது. சாலைகள் புதிதாகப் போடப்பட்டிருந்தன. ஒவ்வொரு வீட்டிலும் தைமூர் நாட்டின் கொடி பறந்தது. இரு சக்கர வாகனங்களில்கூட தைமூர் நாட்டின் கொடி பறந்தது. வரப் போகிற இன்னொரு தேசத்தின் துணை அதிபருக்குத்

தங்கள் நாட்டின் மீதுள்ள பற்றை வெளிப்படுத்தக் கிடைத்த நல்ல வாய்ப்பாகவே இதைத் தைமூர் மக்கள் கருதினார்கள் என்று தெரிந்தது. வழக்கமாக ஆங்காங்கே குடித்துவிட்டுக் கால்பந்து ஆடிக்கொண்டிருப்பார் கள். ஆனால் அன்றைக்குச் சிறுவர்கள் முதல் எல்லோரும் பயபக்தி யோடு கொடியோடு தெருக்களில் அலைந்துகொண்டிருந்தார்கள். குழந்தைகளை வழக்கமாகவே நன்றாகக் குளிப்பாட்டிச் சுத்தமாக வைத்திருப்பார்கள். அன்றைக்கு வழக்கத்தை மீறி குழந்தைகள் மிக அழகாக அலங்கரிக்கப்பட்டிருந்தனர். இப்போது வரப்போகும் அந்த நாட்டுத் துணை அதிபர் ஒருநாள் அவர்களுடைய வளங்கள் எல்லா வற்றையும் சூறையாடப் போகும் நோக்கத்தோடுதான் வருகிறார் என்பது தெரியாமல் அவர்கள் எல்லா ஏற்பாடுகளையும் செய்து கொண்டிருந்தார்கள். நானும்கூட ஒரு வகையில் அப்படிதானே. இந்த நாட்டை, இந்த நாட்டிலுள்ள வளங்களைச் சுரண்டுவதற்காக தானே இங்கு வந்தேன். சமூக சேவை செய்வதற்காகவா இங்கு வந்தேன்? வந்ததும் இல்லாமல், இங்கு என் விதையையும் விட்டுச் செல்கிறேன். போய் வருகிறேன் என் நாடே!

26

சென்னை சர்வதேச விமான நிலையத்திற்கு வந்து சேர்ந்தேன். சிங்கப்பூர் விசா முடிந்திருந்த தால், டிரான்சிட்தான் அடிக்க முடிந்தது. ஊரில் கேட்பவர்களுக்குக் கொடுப்பதற்காக சாக்லெட் மட்டும் வாங்கியிருந்தேன். கிட்டதட்ட இரண்டு வருடம் கழித்து சென்னையில் வந்து இறங்கு கிறேன் என்கிற உணர்வே எனக்குள் ஆசுவாசத்தை ஏற்படுத்தியது. உண்மையில் நான் இத்தனை சீக்கிரம் இங்கு திரும்ப வரப் போவதில்லை என்றுதான் நினைத்துக் கொண்டிருந்தேன். மலேசியாவிலோ, சிங்கப்பூரிலோ, தைமூரிலோ தான் செட்டிலாகப் போகிறோம் என்றுதான் நினைத்துக்கொண்டிருந்தேன். விதி வலியது என்பது மீண்டும் எனக்கு நிரூபணமானது. சென்னை சர்வதேச விமான நிலையம் ரொம்பவே மாறியிருந்தது. ஏதோ மேற்கூரைகள் இடிந்து விழுந்ததாகக்கூட செய்திகள் படித்திருந்தேன். இனி என்ன செய்யப்போகிறேன் என்கிற கேள்வி, திரும்பி வந்த இந்தப் பயணம் முழுக்கவும் என்னைத் துரத்திக்கொண்டே இருந்தது. இன்னொரு மனம் அந்த யோசனைகளைத் தூக்கி எறியச் சொன்னது. எனக்குத் தேவை முழு ஓய்வு என்று மனம் சொல்லிக்கொண்டே இருந்தது. பேசாமல் திரும்பி லாவோஸிற்கோ, கம்போடியாவிற்கோ போகலாம். அஜய் எனக்கு

எல்லா ஏற்பாடுகளையும் செய்து தருவான். ஒரு பைசா கூட கையில் இல்லாமல் என்னை உலகம் முழுக்க அழைத்துச் செல்வதாக அஜய் செய்து கொடுத்த சத்தியம் எனக்கு நினைவுக்கு வந்தது.

ஆனால் விமானக் கட்டணத்திற்கு என்ன செய்வது? கையிலிருக்கிற டாலர்களை எண்ணிப் பார்த்தேன். மொத்தமே பதினேழு டாலர்கள் மட்டுமே மிச்சமிருந்தன. இந்தக் காசை வைத்துக்கொண்டு சொந்த ஊருக்குக் கூட திரும்பிப் போக முடியாது. எந்த முகத்தை வைத்துக் கொண்டு சொந்த ஊருக்குப் போவது? என்ன ஆனது என்று கேட்டால் என்ன பதில் சொல்வது? அழுகை முட்டிக்கொண்டு வந்தது. விமான நிலையத்தில் உள்ள ஒரு சிலர் என்னைத் திரும்பிப் பார்ப்பது தெரிந்ததும் கண்களைத் துடைத்துக்கொண்டேன். வெளியே வந்து டாலரை இந்தியப் பணமாக மாற்றிய பின், மீண்டும் துழாவிப் பார்த்தேன். இந்தோனேசிய ரூப்பயாக்கள் கொஞ்சம் இருந்தன. அதில் ஐம்பதாயிரம் ரூபாயை எடுத்துப் பார்த்தேன். இதை வைத்து யாரை ஏமாற்றுவது? உடைமைகளைப் பரிசோதித்ததில் ஒரேயொரு மால்பரோ சிகரெட் பாக்கெட் மட்டும் மிச்சமிருந்தது. விமான நிலையத்திற்கு வெளிப்புறம் இருந்த சாலையோரத் தேநீர்க் கடையில் நின்று, நிதானமாக இரண்டு சிகரெட்டுகளை ஊதித் தள்ளிய பிறகு கொஞ்சம் தெளிவு கிடைத்தது. அடுத்து என்ன செய்யலாம்?

நான் கிட்டதட்ட தைமூரை, அங்குள்ள மக்களை மறந்து போனேன். இந்தக் கதையை உங்களிடம் சொல்வதற்காகதான் நான் தைமூரை மறுபடி நினைவிற்குக் கொண்டுவந்தேன். இதற்கு இடைப்பட்ட காலத்தில் அண்ணன் மறுபடியும் மணல் குவாரி நம் கைகளுக்கு வந்துவிடும் என்கிற உறுதியைக் கொடுத்திருந்தார். அவர் சார்ந்த குடும்பம் மறுபடியும் அதிகாரத்திற்கு வந்திருந்தது. தன் தங்கையை, அதிகார உச்சத்தில் இருப்பவர்களைத் தாண்டிப் போய்ச் சந்திக்க முடிகிறது என்றார். பிரச்சினையில்லாமல், தொழில் பார்த்துக்கொள்ள அவரது தங்கையும் அனுமதி தந்துவிட்டார். அதனால் துணிந்து ஆட்களுடன் என்னைப் பேசச் சொன்னார். நான் அந்த வேலையில் முழுவதுமாக மூழ்கிப் போனேன். அடிக்கடி தைமூரைப் பற்றியும் அண்ணன் விசாரித்தார். மணல் வியாபாரத்தை முடித்தால் பெரிய அளவில் முதலீடுகளை அங்கு கொண்டுபோய்க் கொட்டலாம் என்று சொன்னபோதுகூட நான் ஆர்வம் காட்டவில்லை. என் ஆர்வமின்மையை அண்ணனும் கவனித்துக் கொண்டிருந்தார்போல, ‘என்னாச்சு, எதாவது பிரச்சனை பண்ணிவிட்டு வந்துவிட்டாயா?’ என்று அடிக்கடி என்னிடம் கேட்டுக் கொண்டிருந்தார். நான் ஏதேதோ காரணங்களைச் சொல்லி அண்ணனிடம் இருந்து தப்பித்துக் கொண்டிருந்தேன். உள்ளுக்குள் தைமூர் ஞாபகங்கள் அடிக்கடி வந்து

அலைமோதிக்கொண்டிருந்தன. முபாரக் அண்ணன் மட்டும் அடிக்கடி பேசிக்கொண்டிருந்தார். மணல் குத்தகை வியாபாரத்தில் நான் மூழ்கிப் போய் ஆட்களை அழைத்துப் பேசிக்கொண்டிருந்தேன். வழக்கம்போல வேலூர் மாவட்டத்தை அண்ணன் எனக்கு ஒதுக்கித் தந்து பல்வேறு குத்தகைதாரர்களிடம் விற்றுத் தரச் சொன்னார். இந்த முறை அண்ணன் ஒரு விலை வைத்து எனக்கு ஒதுக்கித் தந்திருந்தார். அதற்கு மேல் விலை வைத்து விற்றுக் கொள்வது என்னுடைய சாமர்த்தியம். அண்ணன் அதிகாரத்திற்குப் பக்கத்தில்தான் இருக்கிறார் என்பதை மணல் மாஃபியாக்களும் உணர்ந்திருந்தனர். நான் இந்த முறை பழைய ஆட்களை விட்டுவிட்டுப் புதிதாக ஆட்களைத் தேர்ந்தெடுத்துப் பேச்சு வார்த்தைகளை நடத்தினேன்.

வேலூர் மாவட்ட மணல் மாஃபியாவைச் சேர்ந்தவர்கள் தொடர்ந்து என்னை வந்து சந்தித்துக்கொண்டிருந்தனர். மணல் ஆர்டரை எடுத்துக் கொடுத்தால், எனக்கு எத்தனை கோடி ரூபாய் வேண்டுமானாலும் தரத் தயாராக இருந்தனர். அவர்களுக்குள் சிண்டிகேட் அமைத்துக் கொண்டு என்னை வந்து சந்தித்ததால், எனக்கு நம்பிக்கை இருந்தது. இந்த வியாபாரத்தை முடித்தால், லம்ப்பாக ஒரு தொகை சேரும் என்கிற உறுதியான நம்பிக்கைக்கு வந்தேன். ஒரு முறை இது சம்பந்தமாகப் பேசுவதற்காக மணல் மாஃபியா ஒருத்தரை லெதர் பாருக்கு அழைத்துச் சென்றேன். பணத்திற்கும் வாழ்வதற்கும் எந்தச் சம்பந்தமும் இல்லை என்பது மறுபடி உறுதியானது அப்போதுதான். என்னுடன் அமர்ந்து குடித்த அந்த மாஃபியா, பல நூறு கோடி ரூபாய்களுக்கு அதிபதி. நான் ஆர்டர் செய்த ட்ரிங்க்கை ஒரே கல்ப்பாக அடித்தார், அடித்தார், அடித்துக்கொண்டே இருந்தார். திருவிழாவில் கருப்பட்டி மிட்டாய்க் கடைகளைப் பார்ப்பதுபோல அங்கு வருகிற பெண்களைப் பார்த்துக் கொண்டிருந்தார். அந்தப் பெண்களைப் பார்த்துச் சிரிக்கவும் செய்தார். ''தம்பி வருவாளுகளா...'' என்றவரை, நான் முறைத்துப் பார்த்துவிட்டுச் சொன்னேன். ''இது உங்களுக்கு மேல் கோடிகளைச் சம்பாதித்தவர்கள் வருகிற போகிற இடம். கையில் காசே இல்லாதவன் கூட இங்கு வருகிறான். ஆனால் உங்களிடம் இல்லாத ஒன்று இவர்களிடம் இருக்கிறது. அதை அவர்கள் பிரயோகித்தால் நீங்கள் தாங்க மாட்டீர்கள். உங்களது பணம் உங்களைக் காப்பாற்ற வராது. அதனால் அடக்கி வாசியுங்கள்'' என்றவுடன் அவர் சிலிர்த்துக்கொண்டார். ''என்னிடம் இல்லாதது எது?'' என்றார். ''அதிகாரம்'' என்றேன் நான். அதற்கடுத்து அவர் பேசவில்லை. பணத்தை செட்டில் செய்யப் போனார். அவர் கொடுத்த பணத்தை அங்குள்ளவர்கள் வாங்காதது அதிர்ச்சியை அளித்தது. ''நான் அதிகாரத்திற்கு நெருக்கமானவன். என் கையில் காசு

இருக்கவேண்டும் என்கிற அவசியமே கிடையாது. என்னால் எந்த ஐந்து நட்சத்திர விடுதிகளுக்கும் செல்ல முடியும். என்னைப் பாராட்டி, சீராட்டி வளர்க்க அதிகாரத்தில் உள்ளவர்கள் தயாராக இருக்கிறார்கள்'' என்று நான் அவரிடம் சொன்னபோது, மனம் விட்டுச் சிரித்தார்.

எனக்கு முபாரக் அண்ணனிடமிருந்து தொலைபேசி அழைப்பு வந்தது. வெளியே போய் சிகரெட்டைப் பற்ற வைத்துக்கொண்டு, அழைப்பை ஏற்றேன். முபாரக் அண்ணன் உற்சாகமாகப் பேசினார். தர்முவின் செல்வாக்கு அங்கு சரிந்துவிட்டதாகச் சொன்னார். அவருடைய ஆட்கள் அதிகாரத்திற்கு வந்துவிட்டதாகவும் சொன்னார். எனக்குள் நான் விசிலடித்துக்கொண்டேன். அப்போது என்னை ஒரு இளைஞன் கடந்து போனான். யதேச்சையாக அவனுக்கு நான் புன்னகை புரிந்தபோது, அவனது க்ரொக்கடைல் டி-ஷர்ட்டில் பொறிக்கப்பட்டிருந்த முத்திரையில் இருந்த முதலை என்னைப் பார்த்துச் சிரித்தது.

27

‘இதோ உங்களைச் சாட்சியாக வைத்துச் சொல்கிறேன். இந்த உலகத்தைச் சாட்சியாக வைத்துச் சொல்கிறேன். என்னுடைய மனசாட்சியையும் சாட்சியாய் வைத்துச் சொல்கிறேன். ஒட்டுமொத்த உலகத்திற்கும் நான் செய்தி சொல்கிறேன். உலகத்தில் உள்ள அத்தனை ஜனநாயக விழுமியங்களையும் தாங்கிப் பிடிக்கிற நாடாக என் தாய்நாடான தைமூர் இருக்கும். வறுமைக்கு எதிரான இரண்டாவது சுதந்திரப் போரை இன்றிலிருந்து துவங்குகிறேன் என உங்களுக்கு உறுதி அளிக்கிறேன். உலக சமுதாயத்தின் முன் நின்று கைகட்டி வெட்கப் பட்டுச் சொல்கிறேன். நாங்கள் வறுமையில் இருக்கிறோம். அந்த வறுமையை எங்களால் வெல்ல முடியும். நாங்கள் ஏற்கெனவே வெற்றி பெற்றிருக்கிறோம் என்பதால், இன்னொரு போராட்டத்தைத் தாங்குகிற சக்தியைக் கொண்டிருக்கிறோம். பழைய போராட்டத்தில் என்னுடன் துணை நின்றதுபோல, இந்தப் போராட்டத்திலும் எம் மக்கள் இப்போதும் துணை நிற்பார்கள்.

நாங்கள் இப்போது ஒரு தேசம். எங்களுக்கும் அடையாளம் இருக்கிறது என்பதை எங்கள் மக்கள் புரிந்துகொள்ளத் துவங்கிவிட்டனர். உலகத்திலுள்ள மற்ற மனிதர்களுக்கு நிகராக

சுதந்திரமாக எம் மக்களும் நிற்பதற்கான இடத்தைப் பெற்று விட்டோம். எல்லோருடனும் நட்புப் பாராட்ட உங்களுக்கு ஒரு தோழன் கிடைத்துவிட்டான் என இதன் மூலம் உங்களுக்குச் சொல்லிக் கொள்கிறேன். ஒரு வேளை எங்களுடைய மக்கள் இன்னும் சில வருடங்களுக்குப் பின்பும் வறுமையிலேயே உழல்வார்களே யானால், இப்போது கிடைத்திருக்கிற இந்த சுதந்திரத்திற்கு அர்த்தமே இருக்காது. நாங்கள் எங்களுடைய எதிர்காலத்தை வென்றெடுப் போம். எல்லோரையும் எங்கள் நட்பு வட்டத்திற்கு அழைக்கிறோம். நாம் நல்ல நண்பர்களாக இருப்போம். ஒரே உடல், ஒரே பார்வை, ஒரே நோக்கம். உலகை வென்றெடுப்போம்! உலக நண்பர்களே, எங்களை நோக்கி வாருங்கள்!'

- கிழக்குத் தைமூர் சுதந்திரமடைந்த அன்று அப்போதைய போராட்டக்காரரும் இப்போதைய பிரதம மந்திரியுமான ஜனானா ரிஸ்மாவூங் ஆற்றிய சொற்பொழிவிலிருந்து. அவர் பின் வரும் இந்தக் கவிதையை உலகிற்குச் சமர்ப்பித்திருந்தார்.

WORLD PEACE

Violence, death
Blood and tears
Intelligence in the service of destruction
The art of mobilising human beings to die
For principles, rights?
or power, ambition?
Suffering, grief
Despair, revenge
The result eclipsing their dimension
The numbers alone recorded by history
While many die
Others sow a hatred
Speaking of Peace
When a war rages
Innocents, the defenceless oppressed
Interests, politics at the fore
Principles to justify
And rights do not exist
Speaking of war
When peace prevails
Human conscience in alienation

Dignity debased in the absence of morals
A truth is preached
Then violations down - played
The violence screams
Dialogue the loser
There are no causes, forgotten
Spirits aroused, force is the answer
A world of fear
In the media of trauma
Justice, the claim
Punishment, a demand
Dragged into the tide of emotions
The human side of life, twisted
Where there is no courage
And no place for forgiveness.

●

www.ingramcontent.com/pod-product-compliance
Lightning Source LLC
LaVergne TN
LVHW060449051026
849518LV00002B/688
9788184938425